# மாங்காய்த் தலை

(சிறுகதைத் தொகுதி)

ந. பிச்சமூர்த்தி

*Title: Maankai Thalai*

*Author: N. Pichamurthy*

*Language: Tamil*

*First Published on: 1961*

*Year of Publication: 2025*

*Book Format: Paperback*

*Page Size: 6inch * 9inch*

*Category: Fiction*

*Subject: Short Stories*

*No. of pages: 240*

*ISBN: 978-81-685112-4-8*

*Published by: Nilan Publishers, Madurai, Tamilnadu, India*

# பொருளடக்கம்

குறிப்புகளுக்காக

# ஆசிரியர்

இவர் எழுத்துலக ஜாம்பவான்களுள் ஒருவர். வக்கீல் பட்டம் பெற்ற இவர், பல ஆண்டுகளாகவே எழுத்துப் பணியில் ஈடுபட்டுத் தொண்டு செய்துவரும் இவர், 'பிச்சமூர்த்தி பாணி' என்ற ஒரு தனிவகை எழுத்தையே தமக்கென்று வகுத்துக் கொண்ட பெருமை பெற்றவர். கதைகள், கட்டுரைகள், குறுநாவல்கள் இவை களைத் தமக்கென அமைத்துக் கொண்ட தனிப்பாணியில் எழுதிவரும் இவர், தாமாகவே வகுத்துக் கொண்ட தனிமுறை யில் கவிதை எழுதுவதிலும் வல்லவர்.

உலக நடப்பின் சிக்கல்கள், உணர்ச்சி வேகங்கள், பிரச்னைகள் இவற்றை ஊடுருவிப் பார்த்து அவற்றின் உள்பொருள் விளங்கும்படி கதை முதலியவற்றை எழுதுவதில் நல்ல ஆற்றல் பெற்றவர் இவர்.

பயன் மிக்க பணியில் தம் வாழ்க்கையைச் செலவிட்ட இவருக்கு வயபது அறுபது நிறைந்து விட்டது.

இன்றும், தம் அநுபவங்களால் மெருகேறிய கதை முதலியவற்றை இவர் எழுதிய வண்ணம் இருக்கிறார்.

தினச் செய்தித்தாள் ஒன்றில் உதவி ஆசிரியராகப் பணியாற்றி வருகிறார்.

**சமர்ப்பணம்**

நண்பர் கி.ரா.வுக்கு

# முன்னுரை

இத் தொகுப்பில் *1933* முதல் சமீப காலம் வரை எழுதிய கதைகள் இடம் பெற்றிருக்கின்றன. உதாரணமாக 'ஈசுவர லீலை' சுதந்தரச் சங்கு வாரப் பத்திரிகை யில் *1933* - இலோ *34*-லிலோ வெளியாயிற்று. 'நாகூர் ஆண்டவர்' தினமணி ஆண்டு மலரில் *1935*-இல் வெளியாயிற்று. இரண்டாண்டுகளுக்கு முன்பு கலைமகளில் வெளியான கதையான 'வேண்டாவரம், சுதந்தரச் சங்கு வாரப் பதிப்பு. மணிக்கொடி, சிந்தனை, கலைமகள் முதலிய பல பத்திரிகைகளில் மற்றக் கதைகள் வெளிவந்திருக்கின்றன. கலைமகளில் வெளியாகி உள்ள மற்றும் சில கதைகள் இத்தொகுப்பில் இடம் பெறாமல் போய்விட்டன.

ஆமையைப் போல் மெதுவென்று கருதினாலும் சாக்கியனைப் போல் கல்லெறிந்தான் என்று கருதினாலும் நான் கலைமகளை விட்டதில்லை. கலைமகளும் என்னை விடவில்லை.

கலைமகளுக்கு மெய்த்தொண்டாற்றி வரும் இந்தக் காரியாலயத்தாருக்கு என் நன்றி.

திருவல்லிக்கேணி,
*27-11-61.*

**ந. பிச்சமூர்த்தி.**

# மாங்காய்த் தலை

இரண்டு பிச்சைக்காரர்கள் அந்த ஊருக்கு வந்திருந்தார்கள். மனிதனுடைய தர்ம சிந்தனையை தூண்டி வளர்த்து நிலைக்கச் செய்யும் பிரசாரத்தை ஒரு மாதமாக ஒருவன் செய்து வந்தான். நாச்சி ஒரு குரங்காட்டி. அவனிடம் இருந்தது பெண் குரங்கு. குரங்குக்குப் பாவாடை, ரவிக்கை எல்லாம் உண்டு. குரங்காக இருந்தாலும் லங்காப் பட்டணம் தாண்டும்; மாடு மேய்க்கும்; பிசாசு ஆடும்; மாமியார் வீட்டுக்குத் தண்ணீர் கொண்டுவரும். அப்பொழுது நடுவழியில் பானையைப் போட்டு உடைத்துவிடும் காட்சி மிகவும் தமாஷாய் இருக்கும். அந்த வேடிக்கைக்கு அடுத்தபடி யாகக் குரங்கு கையை நீட்டும். அதில் காசு நிரம்பாமல் போகாது.

மற்றொரு பிச்சைக்காரன் ஊருக்கு வந்து மூன்று மாதங்கள் ஆயின. ஆனால் அவனிடம் குரங்கு இல்லை. குரங்கை விட விநோதமான ஒன்றை வைத்திருந்தான். அதை ஒரு பிராணி என்றுதான் சொல்ல வேண்டும். நாலடி உயரந்தான் இருக்கும். தலை மாங்காய்த் தலை; தேங்காய்த் தலை என்றும் வைத்துக் கொள்ளலாம். சாமியார் மாதிரி மொட்டை. உடம்பெல்லாம் விபூதியைத் தண்ணீரில் கரைத்துப் பூசி இருக்கும். நெற்றியை அடைத்து ஒரு பெரிய தென்கலை நாமம் போட்டிருக்கும். வயிற்றை அடைத்தும் ஒன்றிருக்கும். உடம்பெல்லாம் சதைப்பற்று இல்லாமல் ஓணான் மாதிரி இருக்கும். இடுப்பில் ஒரு லங்கோடு. அது பேசாது. ஏதோ சத்தம் செய்யும். அந்தப் பிராணியை எல்லாரும் பார்த்திருக்கலாம். அதைக் கடைக்குக் கடை கொண்டு போய் நிறுத்தினாலே போதும்; கும்பல் சேர்ந்துவிடும். குரங்கு மாதிரி சேஷ்டை செய்து கத்தினால் கேட்பானேன்? கடை வியாபாரத்துக்கு வந்த இடைஞ்சலைத் தவிர்க்கவென்றே கடைக்காரன் கொடுத்து விரட்டிவிடுவான்.

இந்த விநோதப் பிராணியை வைத்திருக்கும் பேச்சிக்கு என்ன பஞ்சம்? குரங்காட்டியைவிடப் பணக்காரன்.

இந்த இரண்டு பிச்சைக்காரர்களும் ஆற்றங்கரை மண்டபத்தில்தான் தங்கி இருந்தார்கள். பகல் முழுவதும் ஊர் சுற்றிப் பிச்சை எடுப்பது, சாயங்காலமாக ஆற்றங்கரைக்கு வந்து சுள்ளி, சிப்பிகளைப் பொறுக்கிச் சோறு பொங்கித் தின்பது, பிறகு உலகத்தின் மாயையைப் பற்றிப் பாடுவது, பேசுவது- இதுதான் நிகழ்ச்சி முறை. ஆனால் ஒரு வித்தியாசம்; பேச்சி, சோறு தின்ற பிறகு நாள் தவறாமல் கஞ்சாக் குடிப்பான். பணக்காரப் பிச்சைக்காரன் அல்லவா? குரங்காட்டி இரண்டிலே மூன் றிலே பீடி குடிப்பான். மற்றப்படி அவர்கள் ஒற்றுமையாகத்தான் இருந்தார்கள்.

இந்த ஒற்றுமைக்கு உலைவைத்தது மாங்காய்த் தலை. அதற்குப் பேச வாய் இல்லாவிட்டாலும் தின்ன வயிறு உண்டு என்பது பேச்சிக்குத் தெரியவில்லை. அதனால்தான் வினை விளைந்தது. மாங்காய்த் தலையைக் கடைத் தெரு வழியாக ஒரு தரம் அழைத்துச் சென்றால் ஒரு பத்து வாழைப்பழமோ எதுவோ கிடைக்காமல் இருக்காது. இதெல்லாம் மாங்காய்த் தலைக்கு இனாம் என்ற உண்மை அந்தப் பிராணிக்கு எப்படியோ தெரியும். பேச்சி மட்டும் உணரவில்லை. இல்லாவிட்டால் அவ்வளவையும் அந்தப் பிராணிக்கே கொடுத்து விடமட்டானா? அவன் அப்படிச் செய்வதில்லை. ஒன்றிரண்டு கொடுப்பான். இன்னொன்று என்று பிராணி கையை நீட்டினால் அதன் கையைப் பிடித்துத் தள்ளுவான். பிடிவாதம் பிடித்தால் அடித்து விடுவான். இருந்தபோதிலும் பழத்தையெல்லாம் பேச்சியால் தின்றுவிட முடியுமா?

இந்த வரும்படியைச் சாக்கிட்டுத்தான் வெற்றிலை பாக்குக் கடைச் சூரப்பன் பழக்கமானான். கடைத்தெரு மூலையில் ஒரு பெட்டிக் கடை. கடையில் சாமான் ஒன்றும் அதிகமாக இல்லை. வெற்றிலை, பாக்கு, பழம், புகையிலை, சுருட்டு, பீடி, சர்பத் பாட்டல், பெட்ரூம் விளக்கு, தெருப்புழுதி இவ்வளவுதான். ஊருக்கு வந்த புதிதில், மாங்காய்த்

தலையைக் கூட்டிக்கொண்டு சாயங் காலமாக ஆற்றங்கரைக்குத் திரும்பும் பொழுது பேச்சியிடம் இருபது வாழைப்பழம் இருந்தன. என்ன செய்வ தென்று புரியவில்லை. சூரப்பன் பெட்டிக்கடை தென்பட்டதும், "ஐயா, வாழைப் பழம் வேணுமா?" என்று கேட்டான். பிச்சைக்காரனையும் மாங்காய்த் தலையையும் ஏற இறங்கப் பார்த்துவிட்டுச் சூரப்பன் வேண்டா மென்று தலையை ஆட்டினான்.

'குடுக்கிறதைக் குடுங்க."

"ஒரு அணாத் தருவேன்."

"காலணா சேர்த்துக் குடுங்க."

வாங்கும் பொருளின் விலை சூரப்பனுக்குத் தெரியும். அதில் என்ன லாபம் வரும் என்றும் தெரியும். ஆகையால் ஒரு காலணா சேர்த்துக் கொடுத்து வாங்கிக் கொண்டான்.

அன்று முதல் பேச்சி, சூரப்பன் கடைக்குச் சாயங் காலமாக வரத் தவறுவதில்லை. என்ன சாமான் அன்றன்று கிடைக்கிறதோ அதைச் சூரப்பன் கடையில் போட்டுவிட்டு ஓரணாவோ இரண்டணாவோ வாங்கிக் கொண்டு போய்விடுவான்.

இந்தப் பழக்கத்தினால் ஒரு பேரங்கூட அவர்களுக்குள் தகைந்துவிட்டது. பேச்சி, தான் தினம் சம்பாதிக்கும் சாமான்களைக் கடையில் போடுவதுடன் சம்பாதிக்கும் காசையும் கொடுத்துவிட வேண்டியது. சூரப்பன் கன்டிராக்டாக ஒரு நாளைக்கு ஒன்றரை ரூபாய் வீதம் அவனுக்குக் கொடுத்துவிட வேண்டியது. தினசரி சம்பாத்தியம் கூடுதலாய் இருந்தாலும் குறைவாய் இருந்தாலும் பேச்சிக்கு அதில் சம்பந்தம் இல்லை. பேச்சிக்கு இந்த ஒப்பந்தம் பிடித்துவிட்டது. அதன்படி தான் இரண்டு மாதமாக நடந்து வந்தது, குரங்காட்டி வந்த பிறகுதான் சிக்கல் உண்டாயிற்று.

குரங்காட்டி தினசரி வேடிக்கை காட்டிவிட்டுச் சாயங் காலமாக ஆற்றங்கரைக்கு வருவான். ஓர் ஆணியில் குரங்கைக் கட்டிப் போட்டுவிட்டு அன்றைக்குக் கிடைத்த பட்டாணிக் கடலையையோ பழத்தையோ அதன்முன் போடுவான். அது தின்றுகொண்டிருக்கும். அவன் சோறாக்கத் தொடங்குவான். அநேகமாக இதே வேளைக்குப் பேச்சி தன் வேடிக்கைப் பிராணியுடன் திரும்பி விடுவான். வந்தவுடனே குளித்து விட்டுச் சோறாக்கும் வேலையைக் கவனிப்பான். மாங்காய்த் தலை விட்ட இடத்திலேயே நின்றுகொண்டிருக்கும்; அல்லது பழந் துணி மாதிரி சவுங்கிப் போய்க் கிடக்கும்.

குரங்காட்டி வந்த ஒரு வாரம் வரையில் எவ்வித மாறுதலும் இல்லை. அதற்குப் பிறகு ஒரு நாள், பேச்சி. சோறாக்கி முடித்து விட்டு மாங்காய்த் தலையை நோக்கி வந்தான். மாங்காய்த் தலையைக் காணவில்லை. ஒரு விநாடி திகைத்துப் போய்விட்டான். பிறகு மண்டபத்துக் கோடித் திருப்பத்தில் குரங்காட்டி சோறாக்கும் இடத்துக்குப் போய்ப் பார்த்தான். மாங்காய்த் தலை குரங்கின் அருகில் உட்கார்ந்து பட்டாணிக் கடலையைத் தின்று கொண்டிருந்தது. பேச்சி, மாங்காய்த் தலையைத் தரதரவென்று இழுத்துக் கொண்டு தன்னிடத்துக்குத் திரும்பினான். இந்த மாதிரி சம்பவம் அதற்குப் பிறகு சகஜமாகி விட்டது.

இதிலிருந்து பேச்சிக்கும் நாச்சிக்கும் இடையே உள்ளூற ஒரு புகைச்சல் உண்டாகி விட்டது. ஏதோ மந்திரம் போட்டு மாங்காய்த் தலையை நாச்சி கலைப்பதாகப் பேச்சி நினைத்தான். நாச்சிக்கு வேறு விதத்தில் குறுகுறுப்பு உண்டாயிற்று. குரங்குக்குப் போட்டிருக்கும் உணவுப் பொருள்களை எல்லாம் தினம் தவறாமல் மாங்காய்த் தலை தின்று விடுவதில் நாச்சிக்கு மனம் இல்லை. அதற்குக் கிடைப்பதை அதற்குப் போடாமல் கஞ்சாப் புகையாக்கிவிடும் வேலையை அவன் வெறுத்தான். ஆனால் அதற்காகச் சண்டை போட முடியுமா?

எனவே குரங்காட்டி மண்டபத்துக்கு வருவதைத் திடீரென்று நிறுத்திவிட்டான். ஆற்றுக்குக் கீழண்டைப் பக்கத்திலிருந்து பிரிந்து செல்லும் ஒரு வாய்க்காலின் கரையில் அரசமரத்தடியில் தங்க ஆரம்பித்தான். குரங்காட்டி ஊரை விட்டுப் போய் விட்டான் போல் இருக்கிறது என்றுதான் பேச்சி முதலில் நினைத்தான். ஒரு வாரத்துக்குப் பிறகு தற்செயலாகப் பேச்சி, மாங்காய்த் தலையுடன் வாய்க்கால் கரை ஓரமாக வர நேர்ந்தபொழுதுதான் உண்மை தெரிந்தது.

"ஊரை விட்டுப் போயிட்டேன்னு அல்ல நினைச்சேன்! அண்ணன் தம்பி சண்டை வந்தாச் செய்வாங்களே, அந்த மாதிரி செஞ்சுட்டியே!"

"நானும் நீயும் அண்ணன் தம்பியா?" என்று நாச்சி சிரித்தான். குரங்காட்டி உண்மையைச் சொல்லவில்லை. வெறுமனே பேசி மெழுகிவிட்டான்.

அதற்குப் பிறகு பல தரம் அந்த வழியே மாங்காய்த் தலையை அழைத்துக் கொண்டு பேச்சி போய் வந்தான். குரங்காட்டி அங்கேதான் இருந்தான். மாங்காய்த் தலைக்கு அந்த வழியே போவதில் விருப்பம் இருப்பது போல் கூடப் பேச்சிக்குப் பட்டது. காரணம் மட்டும் விளங்கவில்லை.

பத்து நாள் கழிந்திருக்கும். வழக்கம்போல் பகலில் சம்பாதித்துவிட்டுச் சாயங்காலமாகப் பேச்சி ஆற்றங்கரை மண்டபத்தில் சோறாக்கித் தின்றான். பிறகு மாங்காய்த் தலைக்கும் போட்டுவிட்டுத் தூங்கிப் போனான்.

மறுநாள் காலை எழுந்த பொழுது திக் என்றது. மாங்காய்த் தலையைக் காணவில்லை. முதல் இல்லாவிட்டால் எப்படித் தொழில் செய்ய முடியும்? மண்டபத்தை விட்டு இறங்கிச் சுற்றுமுற்றும் பார்த்தான்; காணவில்லை. ஒரு யோசனை தோன்றிற்று. வேகமாக வாய்க்கால் கரைக்குப் புறப்பட்டான். நினைத்தபடிதான் இருந்தது. குரங்கின் அருகில் மாங்காய்த் தலை ஒரு வாழைப்பழத் தோலியைத் தின்று கொண் டிருந்தது. பேச்சிக்கு அளவு கடந்த கோபம் வந்துவிட்டது.

"ஏண்டா திருட்டுப் பயலே, ஏண்டா இவனைக் களவாண்டுக்கிட்டு வந்தே?" என்று குரங்காட்டியைச் சண்டைப் பிடிக்கத் தொடங்கினான். குரங்காட்டி பதிலுக்குச் சண்டைப் பிடிக்கவில்லை.

"நானா களவாண்டுக்கிட்டு வந்தேன்? பைத்தியமா? நேத்து ராத்திரி பாதி ஜாமத்திலே நான் எழுந்திரிச்சேன். பார்த்தால் என் குரங்குக்குப் பக்கத்திலே இந்த மாங்காய்த் தலையும் படுத்துக் கிடந்துச்சு. அது எப்போ வந்துச்சு, எப்பிடி வந்துச்சுன்னு எனக்குத் தெரியாது. சத்தியமாச் சொல்றேன். நீ அழைச்சுக்கிட்டுப் போயிடு."

இதைக் கேட்டதும் பேச்சிக்குக் கெட்ட கோபம் வந்துவிட்டது. ஒரு சுள்ளியை எடுத்து மாங்காய்த் தலையை இரண்டு வாங்கு வாங்கினான். மாங்காய்த்தலை முகத்தைச் சுளித்துக் கொண்டு ஏதோ ஒரு மாதிரியான சத்தத்தைக் கிளப்பிற்று. அதிகமாக அடிக்கவும் பயம். மாங்காய்த் தலையின் கையைப் பேச்சி பிடித்தான். அது நகரவில்லை; நகருவதாகவும் தெரியவில்லை. இழுத்துக் கொண்டு நடக்க முயன்றான். தொப்பென்று கீழே விழுந்து படுத்துக் கொண்டு விட்டது. தூக்கி நிறுத்த முயன்றான். கையைக் கடித்தது.

பேச்சிக்குப் பெருத்த பயம் உண்டாகிவிட்டது.மெதுவாகத் தாஜா செய்து பார்த்தான். மாங்காய்த் தலை கடிக்கும் ரீதியிலேயே இருந்தது.

"இதுக்கு என்னவோ கோவம்" என்றான் நாச்சி.

"அது என்ன எழவோ! எனக்கு ஒண்ணுமே புரியல்லே. ஆறு வருசத்துக்கு முந்தி ஒரு பொம்புள்ளே வந்து சேந்தா. அவளோட மவன் இது. இதை அவளுக்குப் பிடிக்கவே இல்லே. சொல்லாமெ கொள்ளாமெ ஒரு நாள் ராத்திரி இதை விட்டுட்டு ஓடிப் போய்ட்டா. அப்பவே பிடிச்சு இதை வச்சுப் புழைச்சுக்கிட்டு வாரேன். அதுக்கு முந்தி ஒன்னைப் போல நானும் குரங்காட்டிதான். இப்போ என் பொழப்பு என்ன ஆறது.

"ஆனா இது ஒன் மவன் இல்லையா? அதுதான் ஒட்டாம இருக்குது. போவுது; என்ன முழுகிப்போச்சு?"

"அதுதான் புரியல்லே. நல்லா இருந்தா நாலு போட்டு இழுத்துக்கிட்டுப் போயிடலாம். அடிச்சா, வாயை விட்டுச்சுன்னா? என் பொழப்பு என்ன ஆவறது?"

"நான் ஒண்ணு சொல்றேன்; கேளு. என் குரங்கை உன்கிட்டக் குடுத்தூடறேன். பொழப்பு நடந்துபோகும். கஞ்சாப் பிடிக்க முடியாது. நான் இதை வச்சுக்கிடறேன்."

பேச்சி யோசித்தான். வேறு வழி தோன்றவில்லை. குரங்கைப் பிடித்துக்கொண்டு போய்விட்டான்.

அன்று சுற்றினதில் இரண்டு படி அரிசியும் நாலணாக் காசும் பேச்சிக்குக் கிடைத்தன.

சூரப்பன் கடைக்கு முன்பு போய் வழக்கம்போல் நின்றான்.

கடைக்காரன் திகைப்புடன் பார்த்தான். "ஏண்டா குரங்காட்டி ஆயிட்டே? அது எங்கே?" என்று கவலையுடன் விசாரித்தான்.

பேச்சி நடந்ததையெல்லாம் சொல்லிவிட்டு அரிசியையும் காசையும் கீழே வைத்தான்.

"சூரப்பன் பெரிய கில்லாடி. இனிமே பழைய பேரம் நடக்காது தம்பி. அது மாங்காய்த் தலையோடே போயிடுச்சு. ஓம் பேரிலே ஏழு ரூபாய் அதிகப் பத்து ஆயிடுச்சு. அதுக்காக இதை இன்னிக்கு எடுத்துக்கிடறேன். பாக்கியைக் கொண்ணாந்து வச்சூட்டு ஊருக்குப் போ" என்று சொல்லிவிட்டுக் குரங்கைப் பிடித்துப் பந்தற்காலில் கட்டிப் போட்டான்.

"நான் பணம் கொடுக்கணுமா? இருக்காதே" என்றான் பேச்சி திகிலுடன்.

"அப்போ நான் பொய்க்கணக்கு எழுதி வச்சிருக்கிறேன் என்கிறயா?"

சூரப்பனைப்பற்றிப் பேச்சிக்கு நன்றாகத் தெரியும்.

"அவ்வளவு இருக்காதேன்னுதான் சொன்னேன். நீங்கதான் சொல்றீங்களே. பணத்தைக் குடுத்தூட்டு ஊருக்குப் போறேன் ஹனுமார் அறியச் சத்தியம்."

"அந்தச் சத்தியம் கித்தியம் எல்லாம் நமக்கு வேணாம். மரியாதையாக் காசைக் கீழே வச்சுடு. அவ்வளவுதான்."

"நான் எப்படிச் செய்வேனுங்க? குரங்கைக்கூடப் பந்தக்காலிலே கட்டிப் போட்டுட்டீங்களே!" என்று சொல்லிக் கொண்டே கையெடுத்துக் கும்பிட்டான்.

"அப்போ நான் சொல்றதைக் கேளு. நாளைக்கு நான் ஒரு மனு எழுதித் தாரேன். பெரிய மேஸ்டிரிட் ஆபீசுக்கு நாளைக் காலை பத்து மணிக்கு வா. நானும் வறேன். பிராது குடுக்கிற பேரெல்லாம் குடுக்கலாம்ன்னு வில்லை போட்ட சேவுகன் ஒத்தன் கத்துவான். அப்போ இந்தக் கடுதாசை எஜமான் கிட்டக் கொண்டு போய்க் கொடு. பிறகு அங்கேயே இரு. எஜமான் கூப்பிட்டுக் கேப்பாரு. என்கிட்ட இருந்த ஆளைத் திருடிக்கிட்டுப் போயிட்டான்; என் பொழப்பே மண்ணாயிடுச்சு இன்னு அழு. அப்பறம் பாறேன்."

"பிச்சைக்காரனுக்கு இதெல்லாம் என்னாத்துக்குங்க?"

"அப்பொ மாங்காய்த் தலைக்குப் போடற நாமத்தை எனக்குப் போடப் பாக்கிறே!"

பேச்சிக்கு ஒன்றும் பதில் சொல்லத் தெரியவில்லை. 'காலையிலே கடைக்கு வறேனுங்க. நீங்க சொல்றதைச் செய்யறேன்.'

"சரி, குரங்கைப் பிடிச்சுக்கிட்டுப் போ" என்று சூரப்பன் உத்தரவு கொடுத்தான்.

பேச்சி, குரங்கைப் பிடித்துக்கொண்டு வாய்க்கால் கரைவழியே போனான். வாய்க்கால் கரையில் அரசமரத்தடியில் நாச்சியையோ மாங்காய்த் தலையையோ காணவில்லை. வியப்பாக இருந்தது. அப்படியே தன் மண்டபத்துக்குக் குரங்கை அழைத்துக்கொண்டு போய்ச் சோறாக்கித் தின்றான். பிறகு அவர்கள் எங்கே போயிருப்பார்கள் என்ற கவலை பேச்சியைத் தொளைத்தது.

இரவில் ஒரு தரம் போய்ப் பார்த்தான். அப்பொழுதும் காணவில்லை. பிச்சைக்காரர்கள் தங்கக் கூடிய ஒவ்வோர் இடத்தையும் சலித்துப் பார்த்தான். எங்கும் காணவில்லை. மிகவும் அயர்ந்து திரும்பும்போது ஒரு பெருமாள் மாட்டுக்காரன் விஷயத்தைச் சொன்னான்; அவர்கள் காலையில் அடுத்த ஊருக்கு ரெயிலில் போய்விட்டதாகச் சொன்னான்.

இந்தத் தகவலைக் கேட்டதும் பேச்சிக்கு உயிரே போய்விட்டது. நேரே கடைத் தெருவுக்குப் போய்ச் சூரப்பனிடம் விஷயத்தைத் தெரிவித்தான்.

"என்னைப் பிடுச்சுக்கோன்னு திருடன் எதிர்த்தாப் போல உக்காந்திருப்பானா? காலையிலே மனுக் குடுக்கணும்னேன். சரி இன்னே. இப்போ அழிச்சுப் பேசத் தந்த்ரம் பண்றே" என்று சூரப்பன் உறுமினான்.

"ஐயோ சாமி, அதெல்லாம் எனக்குத் தெரியாதுங்க. நீங்க சொல்றபடி நாளைக்கு வந்தூடறேனுங்க" என்று கும்பிடு போட்டு விட்டுப் போய் விட்டான்.

மறுநாள் காலை பத்து மணிக்குப் பெரிய 'மேஸ்டிரிட்' கோர்ட்டு வாசலில் சூரப்பனும் பிச்சைக்காரனும் கூட்டத்தில் தென்பட்டார்கள். பேச்சி கையில் ஒரு மனு இருந்தது. கோர்ட்டுச் சேவகன் வழக்கம்போல் மும்முறை கூவினான். பேச்சி விழித்துக்கொண்டிருந்தானே ஒழிய நகரவில்லை.

சூரப்பன் முதுகில் கையைக் கொடுத்து முன்னே தள்ளிவிட்ட பிறகுதான் பேச்சி விழிப்படைந்து மனுவைக் கொண்டு போய் மாஜிஸ்டிரேட்டிடம் கொடுத்தான். மாஜிஸ்டிரேட் அவனை ஆச்சரியத்துடன் பார்த்து விட்டு மனுவை வாங்கி வைத்துக் கொண்டார்.

பிறகு மாஜிஸ்டிரேட் ஒவ்வொரு நபராகக் கூப்பிட்டு ஏதோ கேள்விகள் கேட்பதும் உத்தரவு போடுவதுமாக இருந் தார். பேச்சிக்கு ஒன்றும் விளங்கவில்லை. சுவரில் சாய்ந்தால் கூடக் குற்றம் என்று நினைத்துக் கொண்டோ என்னவோ கால் கடுக்க நின்று கொண்டிருந்தான்.

மாஜிஸ்டிரேட் பேச்சியைக் கூப்பிட்டார். பேச்சி கைகால் நடுங்க முன்னே போய் நின்றான். மாஜிஸ்டிரேட் கேள்விகள் கேட்க இவன் பதில் சொல்லிக் கொண்டு வந்தான். சூரப்பன் கோர்ட்டுக்கு வெளியே ஜன்னலண்டை நின்றுகொண்டு இதை எல்லாம் கவனித்துக் கொண்டிருந்தான். ஆகையால் நடந்ததை நடந்தபடி சொல்லாமல் சூரப்பன் சொல்லிக் கொடுத்த பாடத்தைப் பேச்சி ஒப்பித்தான். மாஜிஸ்டிரேட் போலீஸ்காரருக்கு ஆங்கிலத்தில் ஏதோ உத்தரவிட்டார். சூரப்பனுக்கோ பேச்சிக்கோ ஒன்றும் புரியவில்லை. வில்லைச் சேவகன் பேச்சியை வெளியே போகலாம் என்று ஜாடை காட்டினான். பேச்சி வெளியே வந்து வாதா மரத்தடியில் சூரப்பனுடன் நின்று பேசிக் கொண்டிருந்தான். அப்பொழுது இரண்டு போலீஸ்காரர்கள் வந்து விஷயத்தைக் கேட்டுத் தெரிந்து கொண்டார்கள். சொன்னதெல்லாம் சூரப்பன் தான். "உடனே ரெயிலில் புறப்பட்டுப் போய் அந்த ஆளைக் கொண்டுவர வேண்டும் என்று உத்தரவு" என்று சொல்லிவிட்டுப் பேச்சியை அழைத்துக் கொண்டு அவர்கள் ரெயிலில் கிளம்பிவிட்டார்கள்.

அடுத்த ஊரில் மாங்காய்த் தலை ஒரு கும்பலின் நடுவில் நின்று கொண்டிருந்தது. போலீஸ்காரர்கள் அதை நாச்சியுடன் அழைத்துக் கொண்டு மறுநாள் மாஜிஸ்டிரேட்டின் முன் ஆஜர் செய்தார்கள். அந்த ஆளைப் பார்த்த பிறகுதான் வழக்கின்

விசித்திரத்தன்மை மாஜிஸ்டிரேட்டுக்கு விளங்கிற்று. சட்டப்படிக்கு உள்ள சிக்கல்களும் விளங்கின.

"ஏய், உன் பேர் என்ன?"

மாங்காய்த் தலை நின்றுகொண்டிருந்தது. மாஜிஸ் டிரேட் இரண் மூன்று தடவை கேட்டார். பதிலைக் காணவில்லை.

"ஊமை வேஷம் போடச் சொல்லிக்கொடுத்திருக் கிறானா?"

"இல்லிங்க; அது பேசாது" என்றான் பேச்சி.

"இதை யார் வச்சுக்கிறது, கேஸ் முடியும் வரையில்?"

"எஜமான் சொல்படி."

நாச்சியினிடமே மாங்காய்த் தலையை ஒப்படைத்து விட்டு ஒரு வாரம் கழித்து விசாரணையை ஒத்திப்போட்டார் மாஜிஸ்டிரேட்.

ஒரு வாரம் கழித்து நடந்த விசாரணையில் பேச்சி தரப்பில் சூரப்பன்தான் சாட்சி. எதிரி நாச்சிக்குச் சாட்சியும் இல்லை; வக்கீலும் இல்லை. ஆனால் பேச்சிக்கு ஒரு வக்கீல் ஆஜரானதைப் பார்த்து மாஜிஸ்டிரேட்டே வியப்படைந்தார். சூரப்பன் சாட்சியத்தைக் கேட்ட பிறகுதான் அவருக்கு உண்மை புலப்பட்டது. கேஸ் முடிவதற்கும் அவர் தீர்ப்பு எழுதுவதற்கும் வெகு நேரம் பிடிக்கவில்லை. மாஜிஸ்டிரேட் செய்த தீர்ப்பு இதுதான்:

இது ஒரு விநோதமான வழக்கு. சாதாரணமாகச் சொத்துரிமையிலிருந்து ஸிவில் குற்றங்கள் கிளைப்பதுண்டு. அதுபோலவே கிரிமினல் குற்றங்களும் கிளைப்பதுண்டு. மனிதனுடைய அகந்தையிலிருந்தும் குற்றங்கள் பிறப்பதுண்டு. சொத்தோ அகந்தையோ இல்லாத ஒரு பிச்சைக்காரன் மற்றொரு பிச்சைக்காரன் மீது வழக்குத் தொடுத்திருப்பது வெகு தமாஷாய் இருக்கிறது.

தன்னிடம் இருந்த மாங்காய்த் தலையை எப்படியோ மயக்கி நாச்சி திருடிக்கொண்டு போய்விட்டான் என்று பேச்சி குற்றம் சாட்டுகிறான்.

"மாங்காய்த் தலை, பேச்சியின் மகனோ மற்ற விதமான உறவினனோ என்று சொல்வதற்கில்லை. பேச்சியுடன் சிநேகம் கொண்ட ஓர் இரண்டுங்கெட்டானின் பிள்ளை. அந்தத் தாயே இந்த மாங்காய்த் தலையைப் பேச்சியிடம் விட்டுவிட்டுச் சொல்லாமல் இரவில் ஓடிவிட்டாள். அதை வைத்துக்கொண்டு இவன் வயிறு வளர்த்து வருகிறான். பேச்சியைக் 'கார்டியன்' என்று சட்டப்படி சொல்லிவிட முடியாது.

'அது எப்படி இருந்தாலும் எதிரி மயக்கி அழைத்துக் கொண்டு போய்விட்டான் என்பதற்கு எவ்வித ருசுவும் இல்லை. இந்த வழக்கின் உண்மை, வாதிதரப்பு இரண்டாவது சாட்சியான சூரப்பனின் வாக்கு மூலத்திலிருந்து வெளிப்படுகிறது. சூரப்பன் ஒரு பிரபல கேடி. அவன் நடத்தி வரும் வெற்றிலை பாக்குக் கடை ஒரு வேஷம். எந்தச் சாக்கிட்டாவது பணம் சம்பாதிக்கப் பார்ப்பதுதான் அவன் தொழில். சில முதலாளிகள் வண்டிமாடு வைத்துக்கொண்டிருப்பார்கள். சொந்தத் தில் வண்டிமாடு வைத்துக் கொள்ள முடியாத ஏழைகள் இந்த வண்டி மாட்டை வாடகைக்கு ஓட்டிச் சென்று பிழைப்பை நடத்துவதுண்டு. வண்டிக்காரன் நாள் முழுவதும் சம்பாதிப்பதை முதலாளியிடம் கொண்டு போய்க் கொடுத்து விட வேண்டும். முதலாளி, வண்டிக்காரனுக்கு ஒரு குறிப்பிட்ட சம்பளத்தைத் தினசரி கொடுத்து விடுவான். அந்த மாதிரி ஒப்பந்தத்தைச் சூரப்பன் பேச்சியிடம் செய்து கொண்டதன் விளைவுதான் இந்த வழக்கு. மாங்காய்த் தலை போய்விட்டால் தன் கடைக்கு வந்து கொண்டிருக்கும் பொருள்கள் வராமல் போய்விடுமே என்ற எண்ணந்தான் இந்த வழக்கு ஜோடிப்புக்குக் காரணம். எதிரியின் வாக்கு மூலத்தில் கண்டிருப்பது முழுதும் உண்மை என்று தெரிகிறது. பேச்சி மாங்காய்த் தலைக்கு இழைத்து வந்த துரோகத்தை அந்த மாங்காய்த் தலை உணர்ந்து, தானாகவே நாச்சியிடம்

போய்விட்ட தென்று நம்புவதற்குத் தகுந்த காரணங்கள் இருக்கின்றன. மாங்காய்த் தலையைப் பேச்சி திரும்ப அழைத்துக் கொண்டு போவதில் தனக்கு ஆட்சேபம் இல்லை என்றும், தன் குரங்கைப் பேச்சி திருப்பிக் கொடுத்து விட்டால் போதும் என்றும் வாக்குமூலத்தில் சொல்லியிருப்பது ஒன்றே இவ்வழக்கை முடிவு செய்யப் போதுமானது. வாதியின் வழக்கு ருசுவாகவில்லை. வழக்குத் தள்ளுபடி செய்யப்பட்டது."

தீர்ப்புச் சொல்லி முடிந்த பிறகு மாஜிஸ்டிரேட் நாச்சியைப் பார்த்து, "உன் ஆளை அழைத்துக் கொண்டு போகலாம். கேஸைத் தள்ளிவிட்டேன்" என்றார்.

பிச்சைக்காரர்களுக்குக் கோர்ட்டின் நடவடிக்கையைப் பற்றி என்ன தெரியும்? நாச்சியும் பேச்சியும் அப்படியே நின்று கொண்டிருந்தார்கள். கோர்ட்டுச் சேவகன் மாஜிஸ்டிரேட் கேஸைத் தள்ளினதைப் போல இவர்களை வெளியே தள்ளின பிறகுதான் இவர்களுக்கு விஷயம் விளங்கிற்று.

"பேச்சி, குரங்கை என் கிட்டே கொடுத்தூடு. இந்த ரோட்டோடே ஒடனே அடுத்த ஊருக்குப் போயிடறேன். ஒன் மாங்காய்த் தலையை நீயே வச்சுக்க" என்றான் நாச்சி. சூரப்பன் இந்தப் பேச்சை ஊன்றிக் கவனித்துக் கொண்டிருந்தான். வேகமாக ஒரு கான்ஸ்டேபிள் வந்தான்.

"சூரப்பா, இந்த மாங்காய்த் தலைப் பிச்சைக் காரன் வழிக்கு இனிமேல் போனியோ அவ்வளவுதான் என்று மாஜிஸ்டிரேட் சொல்லச் சொன்னார். பாத்துக்கோ" என்றான்.

"எனக்கு அவன்கிட்டே வேலை ஏதுங்க!" என்றான் சூரப்பன்.

"அதோ காபி ஓட்டல் வாசலிலே கட்டி இருக்குப் பாரு ஒன் குரங்கு, பிடிச்சுக்கிட்டுப் போ" என்று பேச்சி சொல்லவும், குரங்கைப் பிடித்துக்கொண்டு நாச்சி புறப் பட்டு விட்டான்.

# நாகூர் ஆண்டவர்

வெள்ளையன் செட்டியாருக்கு இருப்புக்கொள்ளவில்லை, வாழ்க்கையில் கசப்புத்தட்டியது.

புயல் தேவன் கோஷமும் அவருக்கு ஒரு வரவேற்பாகவே இருந்தது.

அப்பொழுது அந்த முஸ்லிம் கிழவன் நாகூர் ஆண்டவன் மீது பாடிக்கொண்டு அவரை நம்பும்படி மன்றாடினான்.

வெள்ளையன் செட்டியார் இடத்தை விட்டு எழுந்திருந்தார். திரும்ப உட்கார்ந்தார். மறுபடி எருந்திருந்தார். திரும்ப உட்கார்ந்தார். மறுபடி எழுந்திருந்தார். சற்றுக் குறுக்கும் நெடுக்குமாக உலாவினார். கடற்காற்றுச் சூழ்ந்த கப்பலில் இருந்தும் கூட சித்திரை வெயிலில் வேஷ்டியால் விசிறிக் கொள்வது போல் மேல் துண்டால் விசிறிக் கொண்டார்.

ஒன்றும் நிலைகொள்ளவில்லை. அறையை விட்டு வெளியேறி வந்து ஆகாயத்தைப் பார்த்தார். படுக்கையை விட்டு வர மனமற்ற ராணியைப் போல் உடலசையப் புரண்டு கொண்டிருந்த கடலைப் பார்த்தார். அவ்வளவு காலமாக வசித்துவந்து, இப்பொழுது விடப்போகும் அந்த நகரத்தைப் பார்த்தார். நெஞ்சம் குமுறிக் குமுறிப் பொங்கிற்று. நெற்றியிலிருந்த விபூதியை வலது கையால் அழித்துக் கொண்டே, 'களவாணிப்பயல்கள், தூ!' என்று நகரத்தை நோக்கிக் காரி உமிழ்ந்தார்.

செட்டியார் செய்ததை ஒரு மாலுமி பார்த்துக் கொண்டிருந்தது அவருக்குத் தெரியாது.

"ஏன் முதலாளி கோபம்?" என்றான் அவன்.

"சாமி இருக்கென்று நம்பறீஹளா?" என்றார் செட்டியார்.

மாலுமி கைகூப்பி மார்பு வரை உயர்த்தி ஆகாயத்தைப் பார்த்துக்கொண்டே, "நல்ல கேள்வி கேட்கறீங்களே?" என்று பரிதாபப்பட்டுச் சிரித்தான்.

"ஏன் சிரிக்கிறீஹ ?"

மாலுமி பதில் சொல்வதற்குள் கப்பித்தான் கூப்பிடுவதாகச் செய்தி வந்துவிட்டது. விழுந்தடித்து ஓடிப் போய்விட்டான்.

"இம்புட்டுக்கும் நான் ஒன்றும் அக்கிரமம் செய்யவில்லை. பர்மாக்காரன் ஒவ்வொருவனையும் தனித்தனியாகக் கேட்டால் சொல்லுவான். ஆனால் நடந்தது மாத்திரம் இப்படிப் பெரிய எளவாய்ப் போச்சு" என்று தமக்குத்தாமே பேசிக்கொண்டார். ஆத்திரம் தீரவில்லை. கரைப்பக்கம் மறுபடி காரித் துப்பி விட்டு, அலங்க மலங்க விழித்துக் கொண்டு நின்றார்.

ஐந்து நிமிஷத்திற்குள் கப்பல் கிளம்பிவிட்டது. செட்டியார் திரும்பி வந்து தம் இடத்தில் அமர்ந்தார். பொழுது போக்குக்காகப் பிரயாணிகள் ஏதேதோ பேசிக் கொண்டிருந்தார்கள். செட்டியார் அதில் கலந்து கொள்ளவே இல்லை. சற்று நேரத்திற்குப் பிறகு பேச்சு, பர்மியர் கலகத்தைப் பற்றிச் சென்றது. அங்கிருந்தவர்கள் அனேகமாக மூன்றாம் வகுப்புப் பிரயாணிகளாக இருந்தபடியால், முதலாளித் தத்வத்தைச் சரியாக ஆதரித்துப் பேச ஆட்களே இல்லை. யாரோ ஒரு பிரயாணி சொன்னான்:

"பணம் குட்டிபோடுமா என்கிறார்களே, நன்றாய்ப் போடும். குட்டிமாத்திரமல்ல. தாயைப் போலவே அவ்வளவு பெரிய குட்டியல்லவா போடுகிறது! அசல் ரூபாய் நூற்றுக்கு வட்டி ரூபாய் நூறு குட்டி. ஆனால் இந்த மருத்துவச்சி வித்தை

நகரத்தாருக்குத்தான் தெரியும். ஏன் முதலாளி, அப்படித்தானே?"

செட்டியாருடைய பதில் வரவில்லை. பின்னொரு பிரயாணி தானாகக் குறுக்கிட்டான்.

"எது இருந்தாலும் அக்கிரமக் காசு விளங்காது. இதோ கண்ணுக்கெதிர்த்தாற் போல் பாருங்களேன். பர்மாவில் செட்டிகளை அடி வைக்கப்படாது என்கிறான் பர்மாக்காரன். வட்டி வட்டியாகக் கடனைத் திருப்பிக் கொடுக்கும் பொழுது ரொம்ப நல்லவனுக்குக்கூட உள்ளூறப் புகைச்சல் கிளம்பிவிடும். மனிதன் வயிற்றெரிச்சல் சும்மாப் போவதில்லை."

செட்டியாருக்கு இப்பேச்சுக்கள் வேம்பாயிருந்தன. மன வேதனை தாங்கவில்லை. இளமையில் பழகிய வழக்கம் ஒன்று திடீரென்று ஞாபகம் வந்தது.

இடத்தை விட்டுக் கிளம்பி நேரே ஸ்டோருக்குச் சென்று ஒரு பெட்டி சிகரெட்டுடன் திரும்பி வந்து தம் ஆத்திரத்தை யெல்லாம் புகைவிடுவதில் திருப்பினார். வெகு சீக்கிரத்தி அது ஒழிந்துவிட்டது ஆத்திரமல்ல. சிகரெட். அடுத்தாற் போல் செய்யத் தோன்றிய காரியம் வெற்றிலை மெல்வது. இவைகளினாலெல்லாம் மனக் குரங்கைத் தளையிடுவதென்றால் உலகில் இவ்வளவு தொல்லையேது? எனவே மற்றொரு சிகரெட்டைக் கொளுத்திக் கொண்டு மேல் தட்டிற்கு வந்து ஒரு பெரிய கயிற்றுக் கட்டிலின் மேல் உட்கார்ந்தார். கண் பாட்டுக்குக் கடற் பறவைவைப் போல் வானத்தைத் துழாவிக் கொண்டிருந்தது.

எப்படியோ ஒரு பதினைந்து நிமிஷம் ஊர்ந்தது. விமோசனம் ஏற்பட்டது. பழைய மாலுமி சீட்டி அடித்துக்கொண்டே வந்தான்.

செட்டியாரைப் பார்த்ததும், "ஐயா இங்கெல்லாம் குந்தக்கூடாது. போன மாசம் எசகேடாக ஒரு மனிதன்

போய்விட்டான். அப்பொழுதே பிடித்து இந்த உத்தரவு. இல்லாவிட்டால் எனக்கென்ன?" என்றான்.

"போனவன் பாடு ரொம்ப மேல்" என்று சொல்லிக் கொண்டே செட்டியார் ஒரு சிகரெட்டை நீட்டியதும் மாலுமி கீழே உட்கார்ந்துவிட்டான்.

"ஏன் முதலாளி மனம் இவ்வளவு பேஜாராகப் போய்விட்டது? கடவுள் மேலே பாரத்தைப் போடுங்கள்" என்று மூக்கால் வரும் புகையுடன் பேச்சைக் கலந்தான் மாலுமி.

"பிச்சைக்காரன் குரங்கைப் பறிகொடுத்தால் அவனுக்குப் பிழைப்பு ஏதையா?"

"ஏதோ ஆண்டவன் திருவிளையாடல் என்று எண்ண வேண்டியதுதான்."

"ஆண்டவன் ஆண்டவன் என்று சொல்கிறவர்களுக்கெல்லாம் கண் 'சுமார்' என்று நினைக்கிறேன்."

"ஏனோ?"

"அவருக்கே கண் 'சுமாராய்' இருக்கும்பொழுது?"

"முதலாளியின் பேச்சைப் பார்த்தால் மனம் உடைந்து கிடக்காப் போலல்ல தோணுது; எதுவாகிலும் பெருத்த நஷ்டம் கிஷ்ட்டம் ஆகிவிட்டதோ?"

"சொல்லப் போனால் இருபத்து நாலுக்கு மேலே வட்டி வாங்கினதே இல்லை. அடகு வைத்த நகையை மாற்றியதில்லை ; மறைத்ததில்லை. நினைத்திருந்தால் லக்ஷம் லக்ஷமாகச் சேர்த்திருப்பேன்."

"என் வயதிலே எவ்வளவோ பார்த்துவிட்டேன். அக்கிரமக் காசு ஒரு நாளும் துலங்காது."

"ஒரு பர்மாக்காரனுக்குக் கடன் கொடுத்திருந்தேன். அறுவடை ஆன பிறகு அவன் வீட்டுக்குப் போய்ப் பணம் கேட்டேன். அப்பொழுது வண்ணாத்திப் பூச்சி மாதிரி பக்கத்தில் அவன் வைப்பாட்டி அழகாய் உட்கார்ந்திருந்தாள். அந்த அலமாரியில் பணம் இருக்குது. எடுத்துக் கொள்" என்றான்.

"கணக்கு?" என்றேன்.

"நீங்களே அலமாரியிலிருந்து கணக்குப்படி எடுத்துக் கொள்ளுங்கள். நீர் சாமிக்குப் பயப்படக்கூடிய பேர்வழி. கணக்கில் பிசகு சொல்லமாட்டீர்."

"நானாக எடுக்கலாமா?"

"செட்டியாரே! நீங்களே எடுத்துக்கொள்ளா விட்டால் பணம் இந்தக் கையால் தரமாட்டேன். நான் ஆள் நிதானம் தெரியாத மடையன் என்ற யோசனையா?"

"பெட்டியைத் திறந்தேன். பத்தாயிரத்திற்குமேல் நோட்டுகள் இருந்தன. என் கணக்குப்படி வட்டியுள்படப் பணத்தை எடுத்துக்கொண்டு வந்தேன். ஆயிரம் பாக்கி என்றாலும் அவனுக்குத் தெரியப் போவதில்லை. படுசோம்பேறி பர்மாக்காரன். இவ்வளவெல்லாம் யோக்கியமாயிருந்துங் கூட எனக்குத் தொல்லை வந்துவிட்டது. இந்தக் கையில் இருக்கும் ஐந்து வைர மோதிரமும், செரம் பாங்கில் எழுபத்து ஐந்து ஏக்கர் நிலமும், கையில் ரொக்கம் ரூபாய் 1000-ம் பாக்கி. ஓர் இரவு கொள்ளை போய்விட்டது; பாக்கி, தஸ்தாவேஜி, பணம் எல்லாம்.. எவனாவது செட்டி பொல்லாதவனாயிருந்தால் நான் கூட ஜவாப் ஆகவேண்டி இருக்கிறது! பர்மா, பர்மாக்காரனுக்குத்தான் சொந்தமாம்!..."

"ஒருவன் கெட்டவனாயிருந்தால் ஊருக்கே, ஜாதிக்கே பட்டம் கட்டிவிடுகிறது மூட ஜனங்கள்!"

"அதெல்லாம் என்ன பேச்சு?- முட்டாள் சாமி என்று சொல்லு, சொத்தெல்லாம் போய்விட்டால் உயிர் இருந்து லாபம்?"

இப்படிப் பேச்சும், சிகரெட்டும் செலவழிந்ததே யன்றி ஒருவரும் மற்றவர் கட்சியை ஏற்பதாய்க் காணோம். மாலுமி, "வருகிறேன்" என்று கிளம்பினான். செட்டி யாரும் மேல்தட்டை விட்டுக் கீழே இறங்கி வந்தார்.

எப்பொழுதும்போல் பிரயாணிகள் ‘சளபுள’ வென்று பேசிக் கொண்டிருந்தார்கள். அவர்கள் சம்பாஷணையில் கலக்க ஏராளமான வசதி தந்தும் கூட அதில் கலக்காத ஒரு ஜீவனைப் பற்றி ஏன் அவர்கள் அவநம்பிக்கைப் படக்கூடாது? ஆனால் தன்னைப் பற்றிப் பிறர் என்ன நினைக்கிறார்களென்று எண்ணச் செட்டியார் மனத்தில் இடமே இல்லை. செட்டியார் மனம் ஈடுபட்டிருந்த விஷயம் - கருணையங்கடவுளின் திருவிளையாட லால் ஏற்பட்ட நஷ்டம்!

அன்று பகலும் இரவும் எப்படியோ கழிந்தன. மறு நாள் காலையில் எழுந்து கப்பலின் மேல்தட்டிலிருந்து சுற்று முற்றும் செட்டியார் பார்த்துக் கொண்டிருந்தார். அலைகளில் ஒரு பேயொளி குடிகொண்டிருந்தது. ஒரு விஷயம் பிரயாணிகளின் காதில் விழுந்தது; இருபத்து நான்கு மணிக்குள் கப்பல் புயல்வாய்ப் படுமென்று. என்ன காரணத்தாலோ அவ்விஷயம் செட்டியாருக்கு ஒரு மகிழ்ச்சியைத் தந்தது.

அடுத்த நாள் காலை செட்டியார் விழித்தெழக் கொஞ்ச நேரம் சென்றது, பிரயாணிகளின் கூக்குரலும், செவிடுபடும் ஓசைகளும், கடும் புயலைக் காட்டின. கப்பல் பலகணி வழியாய்ப் பார்த்தார். வானமும், கடலும் ஒன்றாகி விட்டன. பித்தர்களைப் போன்று காற்று உச்சக் குரலில் உளறிக் கொண்டிருந்தது. செட்டியார் புயலைப் பொருட்படுத்தவில்லை. தான் விரும்பியது கிடைத்தது போன்ற உற்சாகத்தை அடைந்தார்.

நேரம் ஆயிற்று. புயல் வலுத்தது. காற்று, கசையடி போல் விழுந்தது. மழை, கப்பலை அறைந்தது. கண்ணாடி மதில் சுவர்கள் போல் அலைகள் எழுந்து சரிந்தன. ஆயிரம்

வஸுக்களின் அடங்காத போர்க்கோலம்! கப்பல் தத்தளித்துக் கொண்டிருந்தது.

நிமிஷத்திற்கு நிமிஷம் கவலைக்கு இடமாயிற்று கறுப்பு உடலில் பட்ட வெட்டுக் காயம்போல் மைக்கரி யான வானத்தின் புகைப்படலத்தில் கப்பலின் சிவப்புக் கொடி பறந்துகொண்டிருந்தது.

பிரயாணிகள் தங்கள் தங்கள் இஷ்ட தெய்வத்தைப் பிரார்த்தித்தனர். செட்டியார் மட்டும் கவலையின்றிப் புகை விட்டுக்கொண்டிருந்தார். அது பிரயாணிகளுக்கு இன்னும் அருவருப்பைத் தந்தது. ஜனங்களின் கலவர உச்சநிலையை அடைந்த பொழுது சொல்லிவைத்தாற் போல் எல்லோரும் கப்பித்தான் அறையை நோக்கிக் கிளம்பினார்கள். செட்டியார் தமாஷைப் பார்க்கப் போவது போல் கூடவே சென்றார்.

கப்பித்தான் தன் தோழர்களுடன் முடிவுகட்டிப் பேசிக்கொண்டிருந்தான். ஏசு அழைத்தால் நமக்கேன் துயரம்? நமது கடமையை நெறிதவறாது நடத்திய திருப்தியே நமக்கு ஊன்றுகோல். புயல் நம்மை விட்டுச் சென்றாலும், நாம் புயலை விட்டுச் சென்றாலும், மகிழ்ச்சியே அடைவோம். ஏசு வெல்க.

பேச்சின் முடிவில் ஒரு மாலுமி, "ஆஹா! அப்படி யென்றால் கறுப்புச் சட்டைகளையும், விஸ்கி பீப்பாவையும் எடுத்துக்கொண்டு வா?"என்றான்.

"கடைசி விருந்துக்கா?.... நல்லது" என்றான் கப்பித்தான். இரண்டு நிமிஷத்திற்குள் இருபத்து நான்கு கறுப்புச் சட்டைகளும், ஒரு விஸ்கி பீப்பாயும் வந்து சேர்ந்தன.

உடனே கறுப்பு உடை தரித்துச் சாப்பாட்டு மேஜையின் இருபுறமும் அவர்கள் அமர்ந்தனர். அரை மணி நேரத்திற்குள் ஆட்டமும் பாட்டும் தொடங்கின. கப்பித்தான் மட்டும் நிலை தவறாத் தெளிவுடன் இருந்தான்.

இதையெல்லாம் வேடிக்கை பார்த்துக்கொண்டிருந்த பிரயாணிகள் திரும்பிக் கப்பலின் மேல் தட்டில் கூடினர். அவர்கள் திகைப்பு அதிகப்பட்டது. ஒரு கிழவன் கேட்டான்:

"எதற்காக அவர்கள் கறுப்புச் சட்டையைப் போட்டுக் கொண்டு விஸ்கி குடிக்கிறார்கள் தெரியுமா?"

ஒருவரும் பதில் பேசவில்லை. கிழவனே பதிலும் சொன்னான்.

"இப்படியே கப்பல் மூழ்கி உயிர்போனாலுங் கூட அவர்களுக்குத் துன்பம் தெரியாமல் இருக்க."

ஒரு நிசப்தம். மறுபடி கிழவன், "நாம் அவர்களைப் போல் செய்யமுடியாது, செய்யவும் படாது. நாம் பிழைப்பதற்கு ஒரே வழிதான் உண்டு" என்றான்.

"என்ன என்ன? சொல்லு" என்றனர் பிரயாணிகள். மூப்பில் நடுங்கும் குரலில் கிழவன் பாட ஆரம்பித்துவிட்டான்.

"ஆழ்ந்த கடலோரத்தில்
அமர்ந்திருக்கும் நாகூர் மீரான்!
நம்பினோரைக் கைவிடாத
நாகூர் ஆண்டவா!-
கடலில் உடைந்த கப்பல் கண்ட
துண்டமாய்ப் போனாலும்
காதலித்துக் கரை சேர்த்திடுவாய்
காதர் அலியே!
எங்கள் ஆண்டவரே!
எங்கள் ஆண்டவரே!
ஏழைக் கிரங்க வேணும்
ஏழை முகம் பார்க்கவேணும்
எளியோர் வீட்டு மணிவிளக்கே
நாகூர் ஆண்டவா!
எங்கள் ஆண்டவரே!
எங்கள் ஆண்டவரே!

நாகூர் ஆண்டவராலன்றி நாம் மீள மாட்டோம்.

"அதற்காக அவரவர்கள் ஆண்டவனை வணங்கிக் காணிக்கை செலுத்தி உயிர்ப்பிச்சை கேளுங்கள்" என்று சொன்னதோடு நிற்காமல், தன் கையிலிருந்த ஒரு கிளாவர் மோதிரத்தைக் கழட்டிப் போட்டான். சருகில் தீப்பிடித்தது போல் அவனுடைய பேச்சு ஏற்றுக் கொள்ளப்பட்டது. இரண்டொரு நிமிஷத்திற்குள் பிரயாணிகள் ஒவ்வொருவரும் ஆண்டவருக்குக் காணிக்கை செலுத்தி விட்டார்கள். பொன், வெள்ளி, நகை, பணம், அசல், பவழக்கொடி இன்னம் எவ்வளவோ!

கிழவனுடைய பருந்துப் பார்வைக்குச் செட்டியார் காணிக்கை செலுத்தாமல் சும்மா இருந்தது தெரிந்தது.

"ஏன் முதலாளி நீங்கள் மட்டும் பிழைக்க வேண்டாமா?"

"பிழைத்து ஒரு காரியமும் இல்லை!"

"உங்களுக்குக் காரியமில்லையென்றால் அதற்காக எங்களையும் சாகச் சொல்கிறீரா?" பேசாமல் நாகூர் ஆண்டவரை நினைத்துக்கொண்டு ஏதாவது போடுங்கள்.

"போதும் கிழவனாரே! சாமியுமாச்சு, பூதமுமாச்சு!.... யோக்கியமாய் இருப்பவன்களையெல்லாம் ஆண்டவன் ரொம்பக் காப்பாற்றி விட்டார்! இப்பொழுது கப்பலைக் காப்பாற்றப் போகிறார்! நாகூர்ச் சல்லி கூடத் தரமாட்டேன்."

கிழவனுக்குக் கோபம் வந்துவிட்டது.

"என்னய்யா நாஸ்திகம் படிக்கிறாய், நகரத்தானா யிருந்து.நேற்று அந்த மாலுமி கிட்டே ஒரு கெட்டவன் இருந்தால் கூட நல்லவன் தலையில் வந்து வெடியுது என்று தத்வம் பேசினீரே. இப்பொழுது உன் நாஸ்திகத்திற்காக நாங்கள் புசலில் சாகவேண்டும் போல் இருக்கு!"

கப்பல் பிரயாணிகளுடைய கண்கள் செட்டியாரைக் குற்றம் சாட்டிய படியே இருந்தன. செட்டி ஒருவனுடைய நாஸ்திகத்தாலும், தாமதத்தாலும் தங்கள் உயிர் தப்ப மிஞ்சிய ஒரு வழியும் இல்லாமல் போய்க்கொண்டிருக்கிறதே என்ற திகில். பிரயாணிகளின் கலவரத்தைக் கண்ட செட்டியாரின் உள்ளத்தில் சகிக்கொணாத அலுப்பு எழுந்தது.

"கிழவனாரே! பர்மாவுக்கு வந்ததில் ரொம்பக் கஷ்டப் பட்டுவிட்டேன். கையில் இருப்பதையும் இங்கே இழந்து போகிறேன்! சம்மதமா உங்களுக்கு!"

கிழவன் நெஞ்சம் இளகிவிட்டது.

"பணம், கொடுக்கல் வாங்கல், சொத்து சுதந்திரம் இதுகளிலெல்லாம் ஆண்டவனுக்கு என்னய்யா பந்தம்? மனிதன் செய்கிற தில்லுமுல்லுக்கெல்லாம் ஆண்டவன் ஜவாப்தாரியாக முடியுமா? அதற்கென்ன? பொய் சொல்வதற்குக் கூடத்தான் ஆண்டவனை அழைக்கிறார்கள். இதை வேண்டுமென்றால் பாருங்கள். இந்தக் கப்பலை ஆண்டவன் காப்பாற்றுகிறானா இல்லையாவென்று? அதற்கப்புறம் உங்க பேச்சுக்கூட மாறிப்போகும். காசு. பணம் எல்லாம் இப்படித்தான் ஓடிக்கொண்டே இருக்கும். பள்ளம் மோடாகும்; மேடு பள்ளமாகும். ஆண்டவன் தானய்யா கூடாமல் குறையாமல் இருப்பான் ஆண்டவனை நம்பி முந்தாணியில் போடு.

"நான் போனால்தான் வருத்தம் இல்லை யென்கிறேனே."

"செட்டியாரே! கோவிக்கப்படாது, என் பேச்சைக் கேட்டு, நீங்கள் காணிக்கை செலுத்தாவிட்டால் நாங்கள் பிழைக்க முடியாது. ஆனால் எங்களுக்கோ உங்களைப் போல் போக இஷ்டமில்லை. என்ன செய்யலாம், சொல்லுங்கள்?"

செட்டியாருடைய தெய்வபக்தி வளர்ந்து விடவில்லை; காணிக்கை செலுத்தாத அளவுக்கு உறுதியும் வளர்ந்து விடவில்லை. கிழவனுடைய நம்பிக்கை மீதும் ஓர் பரிவு

தோன்றியது. இந்த முட்டாள்களைத் திருப்தி செய்விக்க வேணும் இருக்கட்டும் என்று இருபது ரூபாயை எடுத்து முந்தாணியில் போட்டார்.

"நாகூர் ஆண்டவர் பேரால் என்று சொல்லுங்கள். சொல்லுங்கள்" என்று கிழவன் வற்புறுத்தினான்.

"அதெல்லாம் முடியாது. உங்கள் சள்ளைக்காகக் கொடுக்கிறேன். சாமி பூதத்திலெல்லாம் இருந்த நம்பிக்கை மலையேறிப் போய்விட்டது."

"உன் வாயால் சொல்லய்யா. மனத்தில் நம்பிக்கை பிறகு தானாய் வரும் பாரேன்.. சொல்லய்யா ஆண்டவன் பேரால்" என்று கிழவன் முரண்டினான்.

ஒரு நிமிஷம் மௌனம். "எனக்காகவேனும் சொல்லித் தொலையேன் ஐயா" என்று கூவினான் கிழவன். "ஆண்டவன் பேரால்" என்று மொண மொணத் தார் செட்டியார்.

"இப்பொழுது பாருங்கள், ஆண்டவன் அருளை" என்று சொல்லிவிட்டுக் கிழவன் துணியைச் சுருட்டி மூட்டை கட்டினான்.

"ஏழைக் கிரங்க வேணும், ஏழை மனம் பார்க்க வேணும்." என்று பாடிக்கொண்டே அந்த முடிச்சுக்கு அரக்குச் சீல் வைத்தான்.

"ஹூம். பாட்டை என்னோடு முறை வைத்துச் சொல்லுங்கள்" என்று பாட்டைத் திரும்ப ஆரம்பித்தான்.

நாகூர் ஆண்டவர் பாட்டு, தொண்டை கம்மும் வரையில் முறை வைக்கப்பட்டது.

மறுநாள் அதிகாலை சூரியன் வானவெளியில் முதல் ஈட்டியைப் பாய்ச்சிக் கொண்டிருந்தான். கிழவன் எழுந்து செட்டியாரை எழுப்பினான். "அதோ பார் சூரியனை! ஆண்டவன் அருள்!"

வெள்ளையன் செட்டியார் எழுந்து கப்பலின் மேல் தட்டிற்கு வந்து வியப்புடன் சுற்றிப் பார்த்தார். புயலின் சுவடே தெரியவில்லை. அலைகளின் ஆவேசம் அடங்கி விட்டது. இனிமையான காலைக் காற்று வீசிக் கொண்டிருந்தது. எங்கும் அமைதி.

செட்டியாரின் மனம் நெகிழ்ந்தது. தன் விபூதியை எடுத்துப் பலமாய் நெற்றி, உடலெங்கும் பூசிக் கொண்டார். "ஆண்டவனே! உன் அருள் வரட்டும்" என்று சொல்லிக் கொண்டே இளஞ் சூரியனைப் பார்த்து வணங்கினார்......" "ஆழ்ந்த கடலோரத்தில் அமர்ந்திருக்கும் நாகூர் மீரான்!" என்று பல குரல்கள், கப்பலின் சங் கொலியையும், கடலலையின் கோஷத்தையும் மீறிக் கிளம்பின. கப்பல் கிளம்பிற்று.

# அஞ்சப் பிள்ளை

வளர்ச்சி என்றால் உரு மாறுதல் என்ற ரகசியம் பலருக்குத் தெரியாது. அதனால் தான் எதிர்த்தாப் போல் இருப்பது திண்ணை என்று பலருக்குப் புலப்படாமல் போய்விட்டது. அந்தத் திண்ணையைத் தான் இப்பொழுது பாலம் என்கிறார்கள். பாலம் என்றால் வெள்ளம் போகும் ஆறோ, மணலோடும் காட்டாறோ இருக்கும் என்று எதிர்பார்க்க வேண்டாம். மழை ஜலம் போவதற்காக, பங்களா வாசலில் ஒரு கால்வாய் வெட்டினார்கள். கால்வாயினால் மோட்டாருக்கு இடைஞ்சலாக இருந்தது. அதற்காகப் பாலம் கட்டினார்கள். இருபுறத்திலும் இடுப்பளவு உயரத்திற்கு இரண்டு சுவர் எழுப்பிச் சிமென்டு பூசிவிட்டார்கள். முக்கால் அடிச்சுவர் ஆனபடி யால் தாராளமாக உட்கார்ந்து பேசலாம். வாசல் புறத்தில் நாலு பேர் உட்கார்ந்து பேச மேடை இருந்தால் அது திண்ணைதானே! ஒன்றாய் இருந்த பின்னல் இந்த நாளில் இரண்டாகி விட்டாலும் அதைப் பின்னல் என்று சொல்லாமல் இருப்பதில்லை. பங்களா வாசலில் இருக்க வேண்டிய திண்ணைதான் இப்பொழுது இரண்டு கைப் பிடிச் சுவர் ஆகிவிட்டது. அதைத்தான் பாலம் என்கிறார்கள். போகட்டும்!

இந்தத் திண்ணையில் ஆடுகளும் ஆட்டுக் குட்டிகளும் நிற்கும். பால் குடிக்க, கொடுக்க, உறங்க, துள்ளிக் குதிக்க, டீப்பாய் எல்லாவற்றிற்கும் இந்தத் திண்ணைகள் தான். ஆனால் பொதுவாக மாலை வேளைகளில் இவை தொழிலாளர் முகாம் - குறிப்பாக மோட்டார் ஓட்டிகள், கண்டக்டர்கள், மோட்டார் வாண்டுகள், டிக்கட் தரகர்கார் முதலியவர்கள் முகாம்.

அன்று மீசைக்காரச் சோமுவும் அக்கடா ஆசைத் தம்பியும் பாலத்தடியில் உட்கார்ந்து கொண்டிருந்தனர்.

"என்ன தம்பி! விடுதியா?" "ஆமாங்கறேன்" என்று ஆசைத்தம்பி சொல்லிவிட்டுக் காக்கிச் சட்டையிலிருந்து இரண்டு புரச இலைப் பீடியை எடுத்து ஒன்றைச் சோமுவிடம் கொடுத்துவிட்டு மற்றொன்றைப் பற்ற வைத்துக் கொண்டான்.

"ஒரு வாரச் சோத்தை ஒரே நாளிலே தின்னூட்டுப் பாக்கி நாள் சும்மா இருந்தா எப்படி இருக்கும்?"

"நல்லாத்தான் இருக்கும்!'

'தொழிலாளிங்களுக்காக என்னவோ வெட்டிச் சாச்சூட்டது மாதிரி பேசறாங்க. ஒவ்வொரு நாளைக்கும் சேர்ந்தாப் போலே அக்கடான்னு இருக்க நான்கு மணி விடுதி இருக்கிறது எப்படி? சேத்து வச்ச விடுதி எப்படி?"

"நான் பொழைக்கறத்துக்கு ஒன்னைப் பாத்துப் பாவமங்கிறேன். நீ பொழைக்கிறத்துக்கு என்னைப் பார்த்துப் பாவங்கிறே.. இவ்வளவுதான் கதை. இந்த மோட்டார் கீட்டார் இல்லாத நாளிலே இருந்த சொகத்தை இப்பொக் காணும்.'

"கையிலே காசுதான் புரளுதே!"

"புரளுது. சந்தோஷம் புரளல்லியே!"

இந்தச் சந்தர்ப்பத்தில் பாலத்தை நோக்கி ஒருவர் வந்து கொண்டிருந்தார். மோட்டார் ஓட்டிகள் வழக்கமாக அணியும் சாக்குக் காக்கி நிஜாரும், சாக்குக் காக்கிக் கோட்டும் போட்டிருந்தார். கோட்டுப் பொத்தான்கள் மளிகைக் கடை வெள்ளிக்கிழமைக் குத்துவிளக்கைப் போல் சுடர் விட்டுக்கொண்டிருந்தன. தலையில் மட்டும் குல்லாய் இல்லை; வழுக்கை இருந்தது. கொஞ்சம் கூனிய நடை. பாலத்தடியில் வந்ததும், என்னாங்க வீசைக் காரரே?' என்றார்.

"ஆமாங்க" என்ற சோமு இடத்தை விட்டு இறங்கிச் சுகமா என்று விசாரித்தார்.

"நான் ஊரிலேதானே இருக்கேன்" என்றார் வந்தவர்.

"இல்லை, சுகமான்னு கேட்டேன்."

"பெரிய மவன் இப்பொத்தான் சீராகிக்கிட்டு வர்றான்" என்றார்.

அப்பொழுதுதான் ஒன்பது வாசலில் இரண்டு அடைபட்டுப்போன மனிதன் என்ற உண்மை ஆசைத் தம்பிக்குத் தெரிந்தது.

உரக்கப் பேசுவதில் பயனில்லை என்று அறிந்த சோமு, குழித்த அபய ஹஸ்த முத்திரைரைக் காட்டியது தான் தாமதம்.

"சொகந்தான், சொகந்தான். இப்பொ எல்லாம் காது சரியாக் கேக்கல்லே சம்பளம் ஓசரும் இன்னியே?"

ஆகிவிட்டதற்கு அறிகுறியாகச் சோமு தலையை ஆட்டிவிட்டு மேற்குப் பக்கமாகப் பார்த்தான்.

"வீட்டைப்பத்திக் கேக்கிறயா? அதொரு தொல்லை யாப் போச்சு. என்னவோ இரும்புக் கொக்கி வேணும் கறாரு மேஸ்திரி; வாங்கப் போறேன். ஒன்னைப் பார்த்ததும் நின்னூட்டேன். நீதான் ஊட்டைப் பாக்க வர மாட்டேங்கிறியே? எப்பொ வர்றே?"

வருகிறேன் என்று சோமு சமிக்ஞை செய்தார். வந்தவர் ஷாப்புக் கடைக்குக் கிளம்பி விட்டார்.

"தம்பி இவரைத் தெரியுமா? உனக்கு?"

"தெரியாதே"

"அஞ்சப்பிள்ளைன்னு கேள்விப்பட்டதில்லே?"

"ஆமாம்.'

"அவருதான்."

"என்ன கேள்விப்பட்டிருக்கே?"

"ஒண்ணுமில்லே, பெரிய சூரன்னு சொல்லுவாங்க."

"வாஸ்தவந்தான். இப்பொ பார்த்தால் பல்லுப் போன புலி மாதிரி இருக்கிறாரு.அப்போ பாத்திருக்கணும். பட்டாக்கத்தி மாதிரி இருப்பார்!"

'அதுக்கென்ன? வாட்டசாட்டமா நான்கூடத்தான் இருக்கேன்.'

"நீயும் அவரும் ஒண்ணாயிடுவியா? மாசச் சம்பளம் போதாமெ இருவது முப்பதுன்னு கடன் வாங்கறே.. அவரு ஊடு கட்டியிருக்கிறாரு. நாமும் அவரும் எப்பிடி ஒண்ணாக முடியும்?"

"ஊடு கட்டிப்பிட்டாரா? அப்பிடீன்னா சாமர்த்தியந்தான்."

"மனுஷங்களை மயக்கறதுலே பலே பேர்வழி. ஆதியில் ஒரு மலைத் தோட்ட முதலாளி கிட்டெ மோட்டார் ஓட்டியா 10 வருஷம் இருந்தார். துரைக்கு இவரிடத்திலே ரொம்ப விசுவாசம். அதைவிடப் பத்துப் பங்கு துரை சாணிக்கு. இந்தப் பத்து வருஷத்திலே, ரோடிலே ஒரு சின்னத் தகராறு கூட இவரு செஞ்சதில்லேன்னாப் பாத்துக்கோ. இவருக்கு ஒரு தரம் சுரம் அடிச்ச பொழுது, தொரைசாணியே வண்டியை ஓட்டிக்கிட்டு வந்து இவரு குடி இருந்த ஊட்டுல பாத்தூட்டுப் போனாளாமின்னாப் பாத்துக்கோ!

"ஒரு தடவை இவங்களெல்லாம் பங்களூரில் இருந்தாங்க. அப்பொ தொரைசாணி முழுகாமெ இருந்திச்சு. மலைத்தோட்டத்திலே என்னவோ ஆளுங்க தகராறு இன்னு சேதி வந்திச்சு உடனே மலைத்தோட்டத்துக்குப் போய்ப் பார்த்துவிட்டு வந்தவரு துரைசாணியோடெ என்னா

பேசினாரோ தெரியாது. ரெண்டு நாளுக்குள்ளாற துரை, தோட்டத்தை வித்துப்புட்டாரு.

"எல்லோரும் சீமையோடெயே போறதுன்னு முடிவு செஞ்சது இவருக்குத் தெரிஞ்சதிலே இருந்து இவரு மோட்டார் ஷெட்டிலேயே கிடந்தாரு. வேளைக்குச் சாப்பிடறதில்லே. அதுக்காகப் பொழுது சாயாமெ இருக்குமா? சீமைக்குப் போற விமானம் பழுதாயிடுமா? ஒரு வாரத்திலே அவுங்க கிளம்பிட்டாங்க.

"போறப்பொ துரை ஒரு காரியம் செஞ்சாரு. மலைத் தோட்டத்தை வித்தபொழுது மோட்டாரையும் வித்தூட் டாரு. அவர் கிட்டெ ஒரு லாரி இருந்துச்சு. லைசென்ஸை அஞ்சப் பிள்ளை பேருக்கு மாத்தி லாரியை அவருக்கே கொடுத்துட்டாரு. அதுமுதல் இவரு லாரி சொந்தக்கார ராயிட்டாரு!"

"நல்ல லாரியா, இல்லாட்டிப் பீர்க்கங்காய்க் கூடா?" என்று குறுக்கிட்டார் ஆசைத்தம்பி!

"ஒண்ணாம் நம்பர் வண்டி. டியூப் கூட எல்லாம் புதுசு. ஒரு வாரம் லாரியை வச்சுக்கிட்டு இவரு சும்மாவே இருந்தூட்டாரு. ஒண்ணும் மனசு சரிப்படலே. எத்தினி நாளு இப்பிடியே இருக்க முடியும்? அப்புறம் மெதுவாக லாரியை உள்ளூரிலே அடிக்கத் துவங்கினாரு. பொறவு தொலைவுக்கு மளிகை சாமான் அது இது ஏத்திக்கிட்டுப் போக ஆரம்பிச் சாரு. பணம் கையிலே பொழங்க ஆரம்பிச்சுது. பணம் பொழங்க ஆரம்பிச்ச உடனே அங்கங்கே ஆளுங்களும் இவருக்குச் சேர ஆரம்பிச்சுது.

'இவருகிட்டே ஒரு சுபாவம். வெள்ளைக்காரனோடே பழகின காரணமோ என்னமோ! அங்கங்கே கிளப்புக்குப் போனா அவனை இவனைக் கூட்டிக்காமெ போகமாட்டாரு. பலாப்பழத்தை ஈ மொய்க்காதா? ஒவ்வொரு ஊரிலேயும் பாதை எல்லாம் இவருக்கு ஆள் சேர்ந்து போச்சு.

"ஒரு தடவை எதோ சாமானை ஏத்திக்கிட்டுச் சேலத்துக்குப் போயிக்கிட்டிருந்தாரு. முசிரியிலே ஒரு ஆபத்தாயிடுத்து. அவருக்கே ஷாக் அடிச்சாப் போல ஆயிடுச்சு.

ஓர் ஆட்டுக்கிடாவைப் பொடிப் பயலுங்க கல்லால் அடிச்சு விரட்டினாங்க. எங்கேயோ போறாப்பலே போன ஆடு ரஸ்தாவிலே குறுக்கே ஓடிச்சு. அப்படியும் இவரு பிரேக் போட்டாரு. உபயோகப்படல்லே. ஆட்டுக்கிடா போயிடுச்சு. அவ்வளவுதான்; தெருவிலே இருந்த பேரெல்லாம் கும்பல் கூடிக்கிட்டு ஆளுக்கொண்ணாப் பேச ஆரம்பிச்சுட்டாங்க. இவரு தம்மாலே குத்தம் இல்லே இங்கிறதைக் காட்டிப்புட்டு, ஆட்டுச் சொந்தக்காரனிடத்திலே பத்து ரூபாய்ப் பணத்தைக் குடுத்தூட்டு ஆட்டையும் வண்டியிலே போட்டுக்கிட்டுக் கிளம்பிட்டாரு.

"அரை மைலுக்கு அப்பாலேதான் இவரு மாமனார் வீடு அங்கே போய் வண்டியை நிறுத்திக்கிட்டு மாமனாரிடம் எதோ சொல்லி ஆட்டைக் கீழே தள்ளிவிட்டு லாரியை ஓட்டிக்கிட்டுப் போய்ட்டாரு. சேலத்தில் சரக்கை இறக்கிப் போட்டூட்டுப் புதுச் சரக்கை ஏத்திக்கிட்டு மாமனார் வீட்டண்டை திரும்புகாலில் வண்டியை நிறுத்தினாரு. முப்பத்து ஒண்ணரை ரூபாய்ப் பணத்தை எண்ணி மாமனாரு இவருகிட்டெக் கொடுத்தாரு. பணம் ஏதுன்னு இவரு கேட்டாரு. இறைச்சியாப் பண்ணி வித்த பணம் இன்னாரு.

"அதிலே இருந்து இவருக்கு என்ன தோணித்தோ என்னவோ! லாரி வாடகையைத் தவிரக் கஷ்டமில்லாமெ சம்பாதிக்க வழி இருக்கிறதுன்னு ரகசியமா எண்ணித் தெரிஞ்சுக்கிட்டாரு. ஆள் சம்பந்தப்பட்ட ஆபாத்தா யிருந்தா இவரு கதை எப்படி ஆயிருக்குமோ யார் கண்டா?"

"இதற்குப் பதினைஞ்சு நாளைக்குப் பிறகு முசிரிக்கு அஞ்சு மைல் தெற்கே இதே மாதிரி ஒரு கிடா அடிபட்டுப் போச்சு. இவருதான் ஏத்திப்பிட்டாருன்னு பார்த்தவன் ஒருவன் சொன்னான். 'வாயில்லா ஜீவனுக்கும் எனக்கும்

சண்டையா,வேணுமினு ஏத்த?' இன்னு பதில் சொன்னதை ஆட்டுச் சொந்தக்காரனால் மறுக்க முடியல்லே. பேரம் பேசி பதினொரு ரூபாய்ப் பணத்தை வாங்கிக்கிட் டான். இவரு தன் ஜமா ஒருவன் கிட்டே ஆட்டைக் குடுத்து ரகஸியமா அவன் கிட்டே எதோ சொல்லி அனுப்பிச்சூட்டாரு. திரும்புகாலிலே அவருக்கு முப்பத்து மூணு ரூபாய் கிடைச்சுப் போச்சு.

"கிடைச்சாமாத்திரம் என்ன? கிடைக்கிறதெல்லாம் நெலைச்சா போகுது? எங்கிருந்தோ ஒரு போலீஸ்காரன் வந்து சேர்ந்தான். அவனுக்கு வாய்க்கட்டை போட்ட பிறகுதான் சிக்கல் தீர்ந்துச்சு.

"அதிலிருந்து பாரு, கெட்டதெல்லாம் இவருக்கு நல்லதாகவே முடிஞ்சுக்கிட்டு வர ஆரம்பிச்சுட்டுது. ஒரு போலீஸ்காரன் சிநேகமான உடனே மத்தவங்களோடெ சிநேகமாயிப் போச்சு."

'அதற்குப் பொறவு ஒரு வாரத்துக்கு ஒரு தடவை ஆடு கோழி அடிபட ஆரம்பிச்சுது. ஒரு கிறிஸ்த்மஸ் பண்டிகை அப்பொ ஒரு பன்னிகூட அடிபட்டுப் போயிடுச்சு.'

"இதிலே இருந்துதான் இதை அஞ்சப் பிள்ளை ஒரு சில்லறை வியாபாரம் ஆக ஆக்கிவிட்டார். அதிலேதான் இவருக்குச் சிறுகச் சிறுகப்பணம் சேர்ந்து போச்சு."

"இதுக்கெல்லாம் கேள்வி முறை இல்லையா?" என்று ஆச்சரியத்துடன் ஆசைத்தம்பி கேட்டார்.

ஏன் கேள்வி வருது?அவருக்கு இறைச்சி; இவருக்குக் கறைச்சின்னு குடுத்தா ஏன் மேலே இருக்கிறவங்க கேக்கப் போறாங்க? இருந்தாலும் இவருக்குக் காசு சேரச் சேர இவரு மேலே புகாரும் சேந்து போச்சு. திடீருனு ஒரு நாள் லாரியிலே வீட்டுச் சாமானை எல்லாம் ஏத்திக் கிட்டுக் குடும்பத்தோடே கும்பகோணத்துக்குப் போயிட்டாரு.

"அங்கே ஏழு வருஷம் இதே கதைதான். அங்கேயும் புகார் முத்தினப்பறம் செங்கல்பட்டுக்கு வந்துட்டாரு.
"செங்கல்பட்டிலே இருந்தப்பொ இவரு எனக்குச் சிநேகமானாரு. கதை கதையாய்ச் சொல்வாரு, தான் தப்பிச்சதைப் பத்தி எல்லாம். இந்தப் பக்கத்திலேயும் ஒரு ஏழு வருஷம் இதே கதைதான்.

'இங்கேதான் புகார் ரொம்ப முத்திப் போச்சு. போலீஸ் ஜில்லா சூபரின்டென்டெண்டு பொல்லாத ஆள். இவரைப் பத்தி நல்லா விசாரிச்சுக்கிட்டு லாரி லைசென்ஸ் கொடுக்கக்கூடாதுன்னு எழுதிப் போட்டுட்டாரு. அஞ்சப் பிள்ளை அப்பீல் கிப்பீல் எல்லாம் பண்ணினாரு ஒண்ணும் பலிக்கல்லே. அதோடே இவரு ஆட்டம் முடிஞ்சு போச்சு. சிவனேன்னு லாரியை வித்துப்புட்டுப் பட்டணம் வந்து. சேர்ந்துட்டாரு.

"மேற்கே ஒரு சின்ன மனையை வாங்கி ஊட்டைக் கட்டினாரு. பெரிய மவனுக்கு ஒரு கடை வச்சுக்குடுத்தாரு. இப்பொ இங்கே இருக்காரு. இப்பொ யாரைப் பாத்தாலும் வீட்டைப் பார்க்க வரல்லியான்னு நச்சறிப்பாரு."

இப்படிப் பேசிக்கொண்டிருக்கும் பொழுதே அஞ்சப் பிள்ளை நீளமான புகைச் சுருட்டு ஒன்றைக் குடித்துக் கொண்டு பாலத்தை நோக்கி வந்து கொண்டிருந்தார். இவர்களைப் பார்த்ததும், ஆசைத்தம்பியைக் குறிப்பிட்டு விசாரித்தார். மோட்டார் டிரைவர் என்று சோமு சொன்ன பதில் காதில் விழவில்லை. "பட்டாளத்திலே இருக்காறா? நல்ல வேலையாச்சே. இங்கே உக்காந்து பேசிக்கிட்டு இருக்கியே; அவரையும் இட்டுக்கிட்டு வாயேன் ஊட்டைப் பார்க்க. வறேன் வறேன் இன்னு பயமுறுத்திக் கிட்டே இருக்கியே" என்றார் அஞ்சப்பிள்ளை.

வீசைக்கார சோமுவும் அக்கடா ஆசைத்தம்பியும் திண்ணையை விட்டுப் புறப்பட்டார்கள்.

# ஈசுவர லீலை

முதல் நாள் பிரமாதமானது புயல். அத்துடன் மழை. ஊரே நிர்த்தூளிப்பட்டது. காற்று சுழன்று அடித்தது. ஆயிரம் பேய்களை அவிழ்த்துவிட்டது போல் 'ஹோ ஹோ' வென்று அலறிற்று. எங்கும் மரங்கள் முறிந்து விழும் சப்தம். சாலையில் தென்ன மரங்களும் குறும்பைகளும் மரக்கிளைகளும் விழுந்து கிடந்தன. சூரியன் போன வழி தெரியவில்லை.ஊர், புயலுக்குத் தப்பியதே தாய்மார்கள் செய்த புண்ணியம்.

மறு நாள் காலைக்குள் புயல் நின்று போய்விட்டது. காற்றில ஒரு தெளிவும் வெளியில் ஒரு வெளிச்சமும் கலந்திருந்தன. சூரியன் வரலாமா என்று கேட்டுக் கொண்டிருந்தான்.

ஒரு வீட்டுத் திண்ணையில் இருவர் உட்கார்ந்திருந்தனர். உதடு மறையும்படி உயர்ந்த நீலக் கம்பளியால் ஒருவர் தலையில் முக்காடிட்டு உடலையும் மூடி இருந்தார். மாங்காய்ப் பானைக்கு வேடு கட்டியிருப்பது போல் நீலக் கம்பளிக்கு மேல் ஒரு மப்ளரால் தலையைச் சுற்றிக் கட்டி யிருந்தார்; கம்பிளி ஷர்ட்டும் போட்டுக் கொண்டிருந் தார். அவர்தான் இன்சினீயர் ஸ்ரீ வித்யா உபாஸக திலகம் மணி ஐயர். மற்றவர் ஒரு பெரிய ஸம்ஸ்கிருத வித்வான். பெரிய பெரிய சம்ஸ்தானங்களிலும் அரச சபைகளிலும் பொன்னும் தோடாக்களும் சம்மானம் பெற்றவர். சம்மானமாகக் கிடைத்த சிவப்புச் சால்வைகளில் ஒன்றை எடுத்து, மேலே போர்த்துக் கொண்டிருந்தார். அவருக்குக் குழந்தை குட்டி கிடையாது. அவருடைய வித்வத்தை உத்தேசித்து, ஒரு மஹாராஜாவும் ஒரு மடாதிபதியும் அவருக்குத் தாராளமாக மாதச் சம்மானம் அனுப்பி வந்தனர்.

இஞ்சினீயர் முகத்தைச் சுளித்துக் கொண்டு, தயங்கித் தயங்கி ஓர் ஏப்பம் விட்டார். உடனே "ராத்திரிச் சாப்பாடே ஜீர்ணமாகவில்லை" என்று அதற்கு வியாக்கியானம் செய்தார். அதற்கு நேர்விரோதமாக, உலக விஷயங்களெல்லாம் (தன் ஜீரண விஷயம் உள்பட) வெகு திருப்திகரமாக நடந்து வருகிறதென்று சொல்வது போல் ஸம்ஸ்கிருத வித்வான் தடங்கலில்லாமல் ஒரு பெரிய ஏப்பம் விட்டார்.

"நேற்றைப் புயலைத்தான் ஈசுவர லீலை, பராசக்தி, தாண்டவம் என்று சொல்ல வேண்டும். அந்த அநந்த சக்தியின் லீலையைப் பார்க்க எவ்வளவு கொடுத்து வைத்திருக்க வேண்டும்! எவ்வளவு கண்கள் வேண்டும்!" என்று சொல்லி உள்ளம் பூரித்தார் இஞ்சினீயர்.

"இதைத்தான் நமது வேதத்தில், "நமஸ்தே வாயோ: த்வமேவப் பிரத்யக்ஷம் பிரும்மாஸி" என்று அழகாகக் குறிப்பிட்டிருக்கிறார்கள்" என்று வித்வான் கூறிவிட்டுக் கண்களை மூடிக்கொண்டார்.

அப்பொழுது ஈனஸ்வரத்தில், "சாமியாம் சாமி! கம்மனாட்டிக் காத்து! அதுக்குப் பைத்தியம் கியித்தியம் பிடிச்சூட்டாப்பலே இருக்குது" என்று ஒருவன் தனக்குத்தானே பேசிக்கொண்டு தெருவில் சென்றது இவ்விருவர்களின் கவனத்தையும் பிடித்திழுத்தது. வித்வான்கள் வருணித்த, 'ஈசுவர லீலையைப் பயித்தியமாக்கி, 'பிரும் மத்தை'க் 'கம்மனாட்டி யாக்கி விட்டானல்லவா, அந்த ஏழை!

அவன் இடுப்பில் மூன்று முழக் கந்தலும், தோள் மீது ஒன்றரை முழக் கந்தலும்; ஓர் எலுமிச்சங்காய் புதைக்கக்கூடிய குழியில் அவன் கண்கள் கிடந்தன. பார்வையோ பஞ்சடைந்த சவப்பார்வை. கன்னங்கள் வாழைச் சருகு போல் காய்ந்திருந்தன. அசிரத்தையாகப் பார்த்தால் எலும்புக்கூடு நடந்து வருவதாகத்தான் தோன்றும்.

அவனுடைய பேச்சைக் கேட்டதும் இருவரும், 'நாஸ்திகப் பயல்' என்று மனத்திற்குள் நினைத்துக் கொண்டார்கள்.

வந்தவன், "சாமி! கண் பஞ்சடையுதுங்க. காது கும்முன்னு இருக்கு; நேத்து முழுக்கச் சுத்தப் பட்டினி. கொஞ்சம் சோறுபோட உத்தரவு பண்ணுங்க" என்று உதறிய குரலில் கெஞ்சினான்.

இஞ்சினீயர் தம் மனைவியைக் கூப்பிட்டு, "ஏதாவது பழையது கிழையது இருந்தால் கொண்டுவந்து போடு" என்றார். அந்த அம்மாள் கொஞ்சம் பழையதும் இரண்டு பச்சை மிளகாயும் உப்பும் கொண்டு வந்து போட்டாள்.

"அம்மா, தாயே! இது பத்தாதுங்க. கொஞ்சம் நீராரத்துலே ஒரு கல்லு உப்புப் போட்டுக் குடுங்க. அப்போத்தான் காது அடச்சது விட்டுப் போகுமுங்க.'

"பாத்திரத்தை ஒன்கிட்டக் குடுத்தா, யாரு அதை அப்புறம் அலம்பறது? சரிப்படாது போ."

"அம்மா. அம்மா! கோடி புண்யம் உண்டுங்க. பாத்தரத்தைக் குடுக்க வேண்டாம். கையிலே ஊத்துங்க; குடிச்சூடறேன். மஹராஜியா இருப்பீங்க!" என்று பல்லைக் காட்டினான்.

அதன் பேரில் நீராரத்தில் ஒரு உப்புப் போட்டு அவன் கையில் அந்த அம்மாள் ஊற்றினாள்.

"அம்மாடா! காதடைப்புப் பளிச்சுன்னு விட்டுச்சுங்க. நீங்க நல்லா இருக்கணும்" என்று கும்பிடு போட்டான், நீராரத்தைச் சாப்பிட்டுவிட்டு.

இஞ்சினீயரின் மனம் உருகிவிட்டது. "யாரப்பா நீ?" என்றார்.

"திருவாலூருங்க. பேர் திருவேங்கடம்."

'உனக்குப் பெண்டாட்டி, பிள்ளை இருக்கா?"

"இல்லீங்க"

"தொழில்?"

"கூலிவேலை?"

"சரிதான். இங்கே எங்கே வந்தே?"

"எனக்குப் பாண்டுங்க. இந்த ஊர் ஆஸ்பத்திரீலே இருந்தேனுங்க. நேத்துச் சாயங்காலமா வீட்டுக்குப் போகலாம்னுட்டாங்க. எனக்கு ஊடேது? அது மொதல் கொண்டு இந்தப் பொசல்லேயும் மழையிலேயும் மாட்டிக் கிட்டேனுங்க. சோறே இல்லீங்க."

"பொசல் அடிச்ச போது எங்கே இருந்தே?"

"இந்தத் தெருக்கோடீலே பாழும் திண்ணை இருக்கெ: அதுலெ. அப்பிடியே மொழங்காலைக் கட்டிக்கிட்டு, ஈர வேட்டியை வவுத்துலே போட்டுக்கிட்டு, குட்டுக் குட்டுன்னு உக்காந்திருந்தேனுங்க. ராவெக்கிப் பத்து மணி இருக்கக் குள்ளற ஒரு மாடு வேறே திண்ணைக்கு வந்து சேர்ந்ததுங்க. அதை நான் வெறட்டினால் போகுதா? ஹும்ஹும்! என் கால் மேலேயே அடி வச்சூட்டுது. இதப் பாருங்க காயம். வவுத்துலே மிதிச்சுது. அத்தோட இந்தாண்டெப் பக்கத்துச் சுவர் வேறே விளுந்து திண்ணைத் தூண் நொறுங்கிப் போச்சு. இந்தாலே கையிலே கல்லு விளுந்து சிராச்சு இருக்குப் பாருங்க. நான் தப்புச்சதே பெரிசுங்க ஹும் ... போயிட்டு வறேன்; ஒங்களுக்குக் கோடி கோடி நமஸ்காரம் சாமி."

"ஆஹா,போயிட்டுவா அப்பா" என்றார் இஞ்சினீயர்.

"பார்த்தீர்களா திருவேங்கடம் சொல்லுவதை" என்றார் வித்வான்.

"பராசக்தியின் ஒரு கண் புயல் என்கிறோம். மற்றொரு கண் கருணை என்கிறான் திருவேங்கடம்" என்றார் இன்சினீயர்.

# இரும்பும் புரட்சியும்

எனக்கு ஜோஸியம் தெரியாது. ஆனால். ஒவ்வொரு கோளுக்கும் ஒவ்வொரு உலோகம் உண்டென்று சொல்லுகிறார்களே - அது உண்மை என்று தோன்றுகிறது. சனி பகவானுக்கு இரும்பென்று சொல்லுகிறார்கள். தத்வ ரீதியாக இரும்புக்கும் புரட்சிக்கும் ஏதேனும் தொடர்பு இருக்குமா என்பதுதான் என் கேள்வி. இரும்பை ஆதி மனிதன் உபயோகிக்க அறிந்த பொழுது, நாகரிகத்திலே பெரிய மாறுதல் உண்டாயிற்றென்றும், கொழுமுனையை உபயோகிக்க ஆரம்பித்த பிறகு உண்டான புரட்சிதான் விவசாயம் எனவும் அறிஞர்கள் சொல்கிறார்கள். பதினெட்டாம் நூற்றாண்டில் யந்திரங்கள் தோன்றிய பொழுதே புரட்சியும் தோன்றிவிட்ட தென்று பொருளாதார நிபுணர்கள் எழுதுகிறார்கள். அவ்வளவு தூரமெல்லாம் போவானேன். நமக்குத் தினசரிப் பழக்கமான பஸ்ஸையே எடுத்துக் கொள்ளுங்களேன். புரட்சிகரமான கருத்துக்களையும் சம்பாஷணைகளையும் பஸ் பிரயாணத்தின் போது எத்தனை தடவை கேட்டிருக்கிறோம்! ரயில் பிரயாணத்தின் போது திடுக்கிடும் படியான எத்தனை கருத்துக்களையும் அநுபவங்களையும் பெற்றிருக்கிறோம்! புரட்சிக்கு நாற்றங்கால் இரும்பு என்று சொன்னால் என்ன பிசகு?

இதைப்பற்றி எல்லாம் ஏன் எண்ணுகிறேனென்றால், நேற்றுப் பஸ்ஸில் பிரயாணம் செய்த பொழுது, அவ்வளவு புதிய கருத்துக்கள் அவுட்டாக வெடித்தன.

"குழந்தை குட்டி இல்லாத பேர் புண்ணியசாலிகள்."

"தலைகீழாகப் பேசுகிறாயே, வாலிழந்த நரி சமாசாரமா?"

'அதெல்லாம் இல்லை. ஆழ்ந்து யோசித்துப் பாரேன். இரண்டு பேருக்குச் சம்பாதிக்கிறது எப்படி? நண்டும் சிண்டுமாக நாலு குழந்தைகள், வளர்ந்த பெண் இரண்டு, மழுங்கட்டை மக்கள் இரண்டு - இவ்வளவு பேருக்கும் சம்பாதித்துப் போடுவது எப்படி? அதுதான் புண்ய சாலியின் லட்சணமா?'

வெற்றிலை பாக்குக் கடையில் உட்கார்ந்து, கவனமாக இத்தகைய பேச்சைக் கேட்டுக் கொண்டிருந்தேன்.

"ஐயா! காலணா போடுங்க" என்று ஒரு கரகரப்பான குரல் என்னை இழுத்தது. திரும்பிப் பார்த்தேன். ஒரு பிச்சைக்காரன். இடது பக்கம் முழுவதும் பாரிசவாயுவால் முடங்கிச் சூம்பிக் கிடந்தது. காக்கி அரைக்கை சட்டை; காக்கி டிராயர்.

"ஐயா! காலணாப் போடுங்க" என்றான் மறுமுறை. நான் காலணாவை எடுத்துப் போட்டேன்.

பிச்சைக்காரர்களில் பலவிதம் உண்டு. காசு போட்ட உடனே, 'மவராஜனாய் இருக்கணும்' என்று வாழ்த்துவோர் உண்டு. 'புண்ணியவான்' என்று தனக்குத் தானே சொல்லிக் கொண்டு போகிற பேரும் உண்டு. இவன் இந்தக் கோஷ்டிகள் ஒன்றையும் சேரவில்லை. காசை வாங்கிக்கொண்டு பேசாமல் திரும்பி விட்டான்.

சில நிமிஷங்கள் கழித்து வெற்றிலை பாக்குக் கடையை விட்டு, பஸ்ஸின் முன்புறம் டிரைவருக்குப் பக்கத்தில் போய் உட்கார்ந்தேன். எனக்கு இடது பக்கத்தில் ஓர் இளைஞன் உட்கார்ந்திருந்தான். பிச்சைக்காரனைக் கவனித்ததால் விட்டுப்போயிருந்த சம்பாஷணை மறுபடி கவனத்தைக் கவர்ந்தது.

"அப்படியென்றால் குழந்தை குட்டி இல்லாதவனைப் பாவி என்று எதைக்கொண்டு ருசுப் பண்ணுவாய்?"

"நரகவேதனைப் பட்டால் பாவி. சுகமாய் இருந்தால் புண்யசாலி. அவ்வளவுதான்."

"நரக வேதனை என்றாயே, எனக்கு வேம்பாய் இருப்பது உனக்குக் கரும்பாய் இருந்தால்? ஒட்டகம் வேப்பிலை தின்கிறதஉனக்கு இனிக்குமா?"

"ஐயா? காலணாப் போடுங்க" என்ற குரல் மறுபடி கேட்டது. எனக்கு இடது பக்கத்தில் உட்கார்ந்திருந்தவரிடம் யாசகம் கேட்க வந்த குரல்.

என் பக்கத்தில் இருந்த இளைஞன் ஒரு 'வத்தக் காய்ச்சி?' இருபது வயது இருக்கும். காதில் வாங்கிக் கொள்ளாமல் உட்கார்ந்திருந்தான். பிச்சைக்காரன் என்னைப் பார்த்துக்கொண்டே மறு முறை இளைஞனைக் கேட்டான்.

"தம்பி, உன்னைத்தானே! காலணாக் காசு போடு. ஓழைச்சுப் புழைக்க முடியாத ஆத்மா?' என்று தொட்டுக் கேட்டான்.

தொட்டது பிசகாய்ப் போயிற்று.

"போடா, காசு கொடுக்க மாட்டேன்" என்றான் இளைஞன்.

"அப்படிச் சொல்லாதே தம்பி?" என்று மறுபடி பிச்சைக்காரன் தொட்டுக் கேட்டான்.

அந்தச் சமயத்தில் பிச்சைக்காரனது முகமும், பெரிய குரலும் புதிராய் விளங்கின. வார்த்தைகள் என்னவோ கருணையைத் தூண்டுவனவாய்த்தான் இருந் தன. ஆனால், அவைகளில் ஏறி வந்த குரலோ உறுதியாய் ஒலித்தது; எனக்குப் பிச்சை போடுவது உங்கள் கடமை என்று தெளிவாகச் சொல்லுவது போன்ற அமுலுடன் ஒலித்தது. அவன் முகத்தைப் பார்த்தேன். அதில் ஒரு கொடுமை. கண்களோ, "கண்களா, பிச்சுவாக் களா!' என்ற சந்தேகத்தை எழுப்பின.

இளைஞன் கல்லுப் பிள்ளையாராய் இருந்தான்.

"காலணாக் கொடுக்க மாட்டே? பொறக்கறப் போக் கொண்டுகிட்டு வரல்லே. போறப்போக் கொண்டுக் கிட்டுப்

போகமாட்டே; பிச்சை கேக்கற ஆளா நான்? காலணாப் போடு" என்று அதட்டினான்.

பிச்சைக்காரன் குரல் என் மனத்தில் ஒருபுறம் பயத்தை உண்டாக்கிற்று. அதற்கு மாற்றாக அவனுக்குக் காலணா தர்மம் செய்திருக்கும் அகம்பாவம் எனக்கு மற்றொரு புறம் தெம்பளித்தது.

"ஏனப்பா? பிச்சை கொடுத்தால் வாங்கிக் கொள்ள வேண்டும். கொடுக்கா விட்டால், போய்விட வேண்டும். கோபித்துக் கொள்வதும் சாபமிடுவதும் அழகில்லையே" என்று நியாயத்தைச் சொன்னேன்.

என்னிடத்தில் என்ன கண்டானோ தெரியவில்லை. அடக்கமான குரலில் சொன்னான்:

"வேறே வழி இல்லிங்க. நியாயத்துக்கு மசிகிற உலகமா இது? அநியாயத்துக்குத்தான் இங்கே ஆட்சி. அழுத பிள்ளைதான் பால் குடிக்குமாம். இந்தக் கை, கால் இருந்தால் நான் பிச்சையா கேட்பேன்?"

என் பக்கத்தில் இருந்த இளைஞன் மனத்தில் என்ன தோன்றிற்றோ என்னவோ!

"பின்னே பாருங்களேன். தொட்டுக் கேட்கிறது. இதெல்லாம் என்ன கல்லடி மங்கத்தனம்" என்று சொல்லிக் கொண்டே ஒரு காலணாவைத் தகரக்குவளையில் போட்டான்.

காசை வாங்கிக்கொண்டதும் எந்த விதமான நன்றியையும் காட்டாமல் பஸ்ஸின் பின்பக்கமாகப் பிச்சைக்காரன் நகந்து விட்டான்.

"காலணா போடுங்க அண்ணே" என்ற சப்தம் இப்போழுது பின்புறத்தில் கேட்டது. அதே சொற்கள் இரண்டு மூன்று முறை கேட்டது. தடவைக்குத் தடவை குரலில் கடுப்பு விஷம் போல் ஏறிக் கொண்டிருந்தது. இளைஞனை விட

அழுத்தமான பேர்வழிகள் பின்னால் இருப்பது போல் தோன்றிற்று. திரும்பிப் பார்த்தேன். நான் நினைத்தது சரிதான். வெள்ளையும் சள்ளையுமாக சில மோட்டா ஆசாமிகள் தென்பட்டார்கள். இவன் பிச்சை கேட்டுக்கொண்டே இருந்தான்.

*" காலணா போட்டா ஆண்டி ஆயிடமாட்டீங்க, அண்ணே."*

*"சரிதான் போடா" என்று ஒருவர் அதட்டினார். 'என்ன அடா புடாங்கறீங்க. காலணா பிச்சைபோட யோக்கியதை இல்லை. ஜம்பமா வெள்ளைச் சடடை, மணி பர்ஸோடெ வந்தூட்டீங்க.'*

*"சும்மாப் போறியா இல்லாட்டி-?"*

*"ஓதச்சுப்பிடுவியா? பார் வேணா. ஒத்தைக் கைகால் வசமில்லேன்னு பாக்கிறயா?" ஒதைச்சுப் பாரு.*

அதற்குள் பஸ்ஸில் கலவரம் உண்டாகி விட்டது. விஷயத்தை முற்றவிடாமல் வேறு யாரோ ஒருவர் அரையணாக் காசைக் கொடுத்துப் பிச்சைக்காரனை மெதுவாக அப்பால் அனுப்பினார். அவன் அப்பால் போய் விட்ட போதிலும் பஸ்ஸில் அமைதி ஏற்படவில்லை. சில நிமிஷங்களுக்குப் பிறகு ஒருவர் ஆரம்பித்தார்.

*"அவன் பிச்சைக்காரன் இல்லீங்க; அதனால்தான் அப்படி."*

*"நல்லாச் சொல்றீங்களே. அவன் பிச்சைக்கரரன் இல்லை என்றால், நாமா?"*

*"அப்படி இல்லீங்க, அந்த ஆள் நம்மைப் போல் நன்றாய் இருந்தவன்தான். சம்சாரம் பிள்ளை குட்டி எல்லாம் இருக்கு. இவன் மதுரைத் துணி மில்லிலே வேலை செஞ்சுக்கிட் டிருந்தான். அப்போ இவனைப் பார்க்கணும். இவன் வச்சுக்கிட்டிருந்த மீசையைப் பார்க்கணும்! போதாதகாலம்; மிஷின் வார் பெல்ட் ஒரு தரம் கழண்டு போய், இவனை*

அடிச்சுப் புரட்டி இழுத்து விட்டது. விழுந்தவன்தான். பிரக்ஞை இல்லை. ஆஸ்பத்திரிக்குக் கொண்டு போனார்கள். ஒரு மாதத்திற்கு மேல் அங்கே இருந்த ஆள் என்னவோ பொழச்சுப் போய்விட்டான். ஆனால் ஒரு பக்கத்துக் கையும் காலும் சுவாதீனம் இல்லாமல் போய்விட்டது. நரம்புகளில் ஏதோ ஆய்விட்டதாம். அவ்வளவுதான்; அத்துடன் அவனுக்கு வேலையும் போய் விட்டது.

"அப்படி என்றால் சட்டப்படி கம்பெனியில் நஷ்டஈடு கொடுக்க வேணுமே."

"கொடுக்காமலா இருப்பார்கள்? கொடுத்தார்கள். அதைக்கொண்டு ஒரு பெண்ணைக் கட்டிக்கொடுத்தான். இரண்டு வருஷம் சாப்பிட்டான். கிடைச்சது காலி ஆகி விட்டது. தகரக் குவளையை எடுத்துக் கொண்டு பஸ் ஸ்டாண்டுக்கு வந்துவிட்டான்."

"மிஷினிலே வேலை செஞ்ச ஆளா? அதான் சனியன் மாதிரி பிடிச்சுக்கிறான். மூஞ்சியைப் பாருங்களேன், இரும்பிலே செஞ்சாப்பலே?"

"பாவம்!"

"சொல்றோமே ஒழிய, எங்கே அது மாதிரி இருக்கிறோம். பெண்டாட்டி பிள்ளைங்களுக்கு இவன் தினம் சோறு போட வேண்டுமே? ஒரு ரூபாயாவது வேண்டாம்? இவ்வளவு தகராறுக்குப் பிறகு அவனுக்குக் கிடைச்சிருக் கிறது முக்கால் அணாதானே. கோபம் வராதா?"

"அதெல்லாம் சரிதான். நாமா இதுக்கெல்லாம் பிணை? போலீஸ் ஸ்டேஷன், கலெக்டர் ஆபீஸ், இல்லாத போனால் கவர்ன்மென்டு. அங்கே போய்க் கல்லடி மங்கத்தனம் பண்ணட்டுமே. பிச்சைக்காரங்களைக் காப்பாத்தர நம்மதா? வேணுமானால் பிச்சைக்காரர் வரி என்று ஒன்றைப் போட்டு, அவர்களைக் காப்பாற்றுவதற்காக வாங்கிக் கொள்ளட்டும்.

இப்படிப் பிச்சைக்காரர்கள் வந்து மிரட்டி, தர்மத்தை நமக்குச் சொல்லிக் கொடுக்கிற தென்றால், சும்மாயிருக்க முடியுதா?"

"நீங்க சொல்றது சரிதான். அநியாயம் செஞ்சால் தான் நியாயம் நிலைக்கிறது. கேட்ட உடனே நாமாகக் காலணா ஏன் போடவில்லை. சொல்லுங்கோ? இதுதான் இந்தக் கம்யூனிஸ்ட் கட்சிக்கு ஆதாரம்.'

அந்தச் சமயத்தில் டிரைவர் தன் இடத்தில் வந்து உட்கார்ந்ததும் சினிமாச் சுருள் மாதிரி பேச்சு அறுந்து போய்விட்டது, பஸ் நகர்ந்தது.

பக்கத்துப் பஸ்ஸுக்கருகில் பிச்சைக்காரன் சத்தம்:

"காலணாப் போடுங்க அண்ணே. புசல் வருது அண்ணே. இப்பொ வந்ததிலே முந்நூற்று அம்பது பேருங்க. அடுத்ததிலே எவ்வளவோ? காலணாப் போடுங்க அண்ணே! புசல் வருது அண்ணே."

# கவி

இருவரும் ஆப்த நண்பர்கள். "வர வர மோசமாகிக் கொண்டே வருகிறாய்" என்றார் நண்பர்களில் ஒருவரான பத்திரிகாசிரியர்.

"ஏன்?" என்றார் மற்றவர். "படு ஏழை தீபாவளிக்குத் தீபாவளி எண்ணெய் தேய்த்து முழுகுவது போல் விசேஷ மலர்களைத் தவிர மற்றக் காலத்தில் எழுதுவதே இல்லை என்று கங்கணம் கட்டிக்கொண்டு விட்டாய்."

"அப்படி ஒன்றுமில்லை. நீ என்ன, எல்லா ஆசிரியர்களும்தாம் கதை கேட்கிறார்கள். எழுத வரவில்லை. வரவும் வராது. சித்தக் குருவி, கவி வெளியில் பாடித் திரிந்து கொண்டிருக்கிறது. கதை கிடைக்காது. கவிதையோ பத்திரிகைகளுக்குத் தேவை இல்லை."

"அப்படி ஒன்றும் இல்லை, ஒரு கவிதையாவது அனுப்பேன்."

"உறுதி சொல்ல முடியாது. கவிதை பெண்களைப் போல. விரும்பினால் வெட்கிக் கலவரமடைகிறது. நீர்ப் பாம்பு போல் கற்பனை, தலையை உள்ளுக்கு இழுத்துக் கொள்கிறது."

"ஆகையினால் கவிதையும் கிடைக்காது என்கிறாய்; அவ்வளவுதானே?"

"அதுவும் சொல்லவில்லை."

"இந்தக் கவிகள், எழுத்தாளர்கள் எல்லோருமே இப்படித்தான். வெயிலில் காய்வதும் இல்லை; மழையில் நனைவதும் இல்லை! உங்களை எல்லாம் நம்பிப் பத்திரிகை போடுகிறோமே!" '

"எங்களை நம்பாதே - அதிலும் என்னை நம்பாதே. எழுத்தைக் கொண்டு பிழைப்பதானால் சர்க்கஸ்காரன் சவுக்கைக் கண்டு சிங்கம் கூட்டில் நுழைவதும், வெளியில் வருவதும். ஆட்டுடன் பால் குடிப்பதும் போல எழுத்தை ஆட்டத் தெரிய வேண்டும். கவிதை சிங்கமல்ல. என்னிடம் சவுக்கும் இல்லை. உலகு பராசக்தியின் லீலை என்றால் எழுத்து என் லீலை. அச்சு யந்திரம் வேலை செய்வது போல் கவிதா யந்திரம் வேலை செய்ய இயலாது.

"இனி நான் என்ன சொல்ல? உன் இஷ்டம்."

"அது சரி. இப்பொழுது பஸ்ஸுக்குப் போய் ஊருக்குப் போகிறேன். ஏதாவது எழுதினால் அனுப்பி விடுகிறேன். வருத்தப்படாதே."

கவி பஸ் நிற்கும் இடத்திற்கு வந்தார். முதல் பஸ் போய்விட்டது. இனி மெயில் பஸ்தான் அடுத்த வண்டி. புறப்பட இரண்டு மணியாகும். எனவே பிரயாணிகள் தங்கும் சாவடியில் போய் உட்கார்ந்தார்.

முதல் பஸ் தவறிவிட்ட வருத்தங் கூடத் தோன்றாத படி ஒரு தேனீ கவியின் தலைக்குள் ரீங்காரமிட்டுக் கொண்டிருந்தது. ஒரு முடைப் புழு சிறகு முளைத்து, மண்கூட்டைத் துளைத்து வெளியேறத் தத்தளித்துக் கொண்டிருந்தது.

இக்கவிக் கிளர்ச்சியில் அடுத்த பஸ் வந்தது கூடத் தெளிவாகத் தெரியவில்லை. சாவடியை விட்டு ஜனங்கள் முண்டி மோதிக்கொண்டு பஸ் ஏற முயன்றபொழுது தான் கவிக்குப் பஸ் ஏற நினைப்பு வந்தது. கூட்டத்துடன் கூட்டமாக இடித்துக் கொண்டு பஸ்ஸில் ஆறு அங்குலம் இடத்தை ஆக்கிரமித்துக் கொண்டார். இடம் கிடைத் ததே என்று பிரயாணிகள் ஆறுதலுடன் பெருமூச்சு விட்டபொழுது விஷமக்காரக் கண்டக்டர் வாயைத் திறந்தான்.

"எல்லாரும் இறங்குங்கோ; உம்! எல்லாரும். தபால் எடுத்துக்கிட்டுத் திரும்பி வறோம். அந்தச் சத்திரத்து முனையில் நில்லுங்கோ, அப்போ ஏறிக்கொள்ளலாம்."

வெட்டுப்பட்ட பலிக்கடாவின் தலையைப் போல் உயிரற்று ஒவ்வொரு பிராணியாய்ப் பஸ்ஸை விட்டு இறங்கினார்கள்: கவியுங் கூடத்தான்.

ஒரு விநாடிக்குள் பஸ்ஸில் இருந்த கூட்டத்தைத் தெருவில் காணவில்லை. ஜலம் பட்ட சர்க்கரைப் பொம்மை போல் மனிதர்கள் கரையமுடியுமா என்று கவி வியந்தார்.

ஏன்? காபி சாப்பிடப் போயிருக்கலாம். பூ வாங்கப் போயிருக்கலாம். இன்னும் ஆயிரத்தொரு சிறிய காரியங்களைக் கவனிக்கப் பஸ் திரும்பும் போயிருக்கலாம். பொழுது ஆஜரானால் போதாதா?" என்று அறிவு சமாதானம் சொல்லிற்று.

சொன்ன சமாதானத்தில் கொஞ்சம் நியாயம் இருந்ததால் பழைய கவிக்கிளர்ச்சி நீர் நிறைந்த ஏற்றச்சாலைப் போல் மேலே எழுந்தது. ஆனால் தேனீயின் ரீங்காரத்தைக் காணவில்லை. மலர்க்கிண்ணியில் மது அருந்தும் மோனம் நிறைந்திருந்தது. முடைப்புழு பட்டுப் பூச்சியாகி மண் கூட்டைச் சிதைத்து வெளிவரும் கோலம் தெரிந்தது. சத்திரத்து வாசலில் நின்றபடியே கவி நோட்டுப் புஸ்தகத்தைப் பிரித்துப் பென்ஸிலைக் கையில் எடுத்தார்.

"காதலி! அமுதக் கடலே! ஈ
ருடல் உருக்கி ஒன்றாய்
சேர்த்திடும் ஊது குழலே!
உதடெனும் தோணி பற்றி
அக்கரைத் தேனார் சோலைச்
சேர்த்திடும் பரிசலோட்டி!
உன்னைநான் கைப்பிடித்து
உன்மத்த னானேன் கண்டாய்.
மாதே! நான்உன்னிடத்தில்

உருவறக் கலந்த வேளை
இரண்டுமூன் றாக மாறும்
அதிசயக் கணக்குச் செய்தாய்!
தாயே!இக்குல விளக்கு நோய்,
நொடி சோகக் காற்றில் சாயாது
சுடர்விடுத் திடவே
தாய்மையால் அரவ ணைத்து,
உயிர்க்குலம் ஓங்க வைப்பாய்,
அன்னையே! ஆதி சக்தி! ....'

திடீரென்று கவித்தேனீ கிளம்பிவிட்டது. தபாலுக்குப் போன பஸ்ஸைக் காணவில்லை. ஆயிரத்தொரு காரியம் செய்யப் போன பிரயாணிகளையும் காணவில்லையே; ஒருவேளை பஸ் போயிருக்குமோ என்ற நினைப்புகள் எழுந்தன.

சத்திரத்துக்கு அடுத்தாற் போல் உள்ள முச்சந்தியில் போலீஸ்காரன் கை காட்டிக் கொண்டு நின்றான். அவன் விஷயத்தை விளக்கக்கூடும் அல்லவா? திறந்த நோட்டும் கையில் பென்ஸிலுமாகக் கவி போலீஸ்காரனை அணுகினார்.

"ஏன் ஸார்! தபால் எடுத்துக்கொண்டு பஸ் திரும்பிவிட்டதா?"

"இன்னும் இல்லை."

"வந்தால் எங்கே நிற்கும்?"

போலீஸ்காரன் தனது வலப் பக்கத்தைச் சுட்டிக் காட்டினான்.

போலீஸ்காரன் சைகை, பால் வார்த்தாற் போல் இருந்தது. சுட்டிக் காட்டிய பக்கத்துக்குப் போய்க் கவி அங்கிருந்த திண்ணையைப் பார்த்ததும் பழைய தேனீ திரும்பி விட்டது. கவி திண்ணையில் ஏறியதும் தேனீ பாடிற்று.

"அன்னையாய் ஆன போது
அகிலமும் வாய்பு தைத்த
நச்சுவாய் உறவி னர்கள்

நெஞ்சத்து மெய்யன் பர்கள்
பூச்சூட்டிப் பூஜை செய்தார்,
தாய்மையைத் தலையில் வைத்தார்.
தருணி நீ தாய தாகிப்
பொறையெழில் ஏற்ற போது
புகுந்ததோர் சக்திக் கதிரில்
விளைந்தது வைய முழுதும்.
காதலும் தாயு மானாய்.
தாயுடன் தெய்வ மானாய்.
குழந்தையைத் தந்த தாயே
குவலயம் காத்து வருவாய்.
லீலையே! மூல சக்தி!"

'மூல சக்தி' என்று முடிக்கும்பொழுது பஸ் வரும் ஓசை கேட்டது. பென்ஸிலும் பிரிந்த நோட்டும் கையுமாய்க் கவி தெருவில் இறங்கினார். அதே தபால் பஸ். ஆனால் அங்கு நிற்கவில்லை.

'நிறுத்து, நிறுத்து!" என்று கவி கூவினார். புளி மூட்டையில் பிதுங்கியிருக்கும் ஒற்றைக்கொட்டை போல் பஸ்ஸுக்கு உள்ளும் புறமுமாக உட்கார்ந்திருந்த ஒரு பிரயாணி கைவிரித்தானே ஒழிய வண்டி நிற்கவில்லை.

தன்னைத் தவிர அவ்வளவு பிரயாணிகளும் வண்டியில் ஏறிவிட்ட மாயம் கவிக்குப் புரியவில்லை. பஸ் கண்டக்டர் சொன்னபடி கவி சத்திரத்து முனையில் நின்றது என்னவோ உண்மை. பின் பஸ் ஏமாற்றியது எப்படி?

திரும்பவும் போலீஸ்காரனைக் கவி அணுகினார். "நீங்கள் சொன்னது போல, பஸ் நிற்கவில்லையே!' "பஸ்ஸுக்கென்ன கணக்கா? சத்திரத்துக்குப் பின்புறம் நின்று பிரயாணிகளை ஏற்றிக்கொண்டு போயிருக்கும்."

"கண்டக்டர் சத்திரத்து முனையில் இருக்கச் சொன்னாரே?"

"முன் பக்கமும் ஒரு முனை, பின் பக்கமும் ஒரு முனை. நீங்கள் என்ன, தூங்கிக் கொண்டிருந்தீர்களா?"

உள்ளபடி தூக்கத்திற்குச் சமானமான ஒரு நிலையில்தான் கவி இருந்திருக்க வேண்டும். இல்லாவிட்டால் ஆயிரத்தொரு காரியம் செய்யச் சென்ற பிரயாணிகள் ஆயிரத்தொரு தடவை திரும்பிவரும் நேரமாகியும் தான் நின்று எழுதிக் கொண்டிருந்த திண்ணையின் அருகில் கூட்டம் சேராததைக் கண்டு எச்சரிக்கை அடைந்திருக்க வேண்டாமா? போலீஸ்காரன் நின்ற முச்சந்தியைக் கண்டுவிட்டு அப்படியும் இப்படியும் ஒரு பத்தடி நடந்து பார்த்திருக்க வேண்டாமா? ஆனால் கவிதுரியம், உலகைப் பற்றிய வரையில் ஒரு தூக்கமாகவே அமைந்து விட்டதால் இந்த யோசனை தோன்றவில்லை.

இனிச் செய்வதென்ன? கவி திரும்பவும் பிரயாணிகள் தங்கும் இடத்திற்கு வந்தார். அடுத்த பஸ் சாயங்காலம் நான்கு மணிக்குத்தான். இன்னது செய்வதென்று புரியவில்லை.

முனிஸிபாலிடியாரின் தெருக் கடிகாரம் கண்ணில் பட்டது. கடிகார முள் எவ்வளவு மெதுவாக நகர்ந்தது!

சொல்லப்போனால் முள் நகரவே காணோம். நிமிஷ வீதியில் பெரிய முள் நின்று கொண்டே இருக்கும். விநாடிகள் கழியும். ஆனால் விநாடிக்கு விநாடி முள் நகராது. அறுபது அல்லது எழுபது விநாடிகள் ஆகியிருக்கக்கூடும் என்று நினைக்கும் பொழுது திடீரென்று வாய்க்காலைத் தாண்டுவது போல் முள் தாண்டும். தூங்குமூஞ்சி வேலைக்காரன் எஜமான் கட்டளையைச் செவியுற்று நடுவில் நடுவில் எழுந்திருப்பது போல் முள் உயிர்த்துடிப்புக் கொள்ளும். செயலற்ற இந் நிலையிலே ஒரு மணி கழிந்து விட்டது.

ஏதோ நினைப்பு வந்ததும் சட்டை, துணி மணிகளைக் கவி மாறி மாறிப் பார்த்தார். பெஞ்சிமேல் திறந்த நோட்டுடன் பென்ஸில் ஏதோ பேசிக்கொண்டிருந்தது. கவியின் மனம் பஸ்ஸுக்கும் கவிதுரியத்திற்கும் உள்ள முரணைப் பற்றிச்

சிந்தித்துக் கொண் டிருந்தது. கவியையும் அறியாமலே கை பென்ஸிலை நாடிற்று. அது சமயம் அடித்த அலைகாற்றில் பென்ஸில் நோட்டை விட்டு விலகி உருண்டது.

"எச்சரிக்கை! ஊருக்குப் போன பிறகு கவிக் கிளர்ச்சி வரட்டும். இல்லாவிட்டால் அடுத்த பஸ்ஸும் போய்விடும்" என்று மறைமுகமாகச் சொல்வது போல் இருந்தது.

கவிக்கு வந்த கோபத்திற்கு அளவில்லை. பென்ஸிலை எடுத்து ஓங்கிக் கூரை அப்படியே தரையில் குத்தினார்.

கவிக் கிளர்ச்சி சிதைந்தது போலப் பென்ஸில் நுனியும் தூள் தூளாகப் பறந்தது.

அதற்குப் பிறகுதான் அடுத்த யோசனை தோன்றிற்று. நேரே அந்த மோட்டார்க் கம்பெனியின் ஆபீசுக்குச் சென்று, பஸ் தவறிய செய்தியைச் சொன்னார்.

"என்ன செய்ய வேண்டும்?' என்றான் ஆபீஸ் குமாஸ்தா.

"அடுத்த பஸ் எப்பொழுது?"

"நான்கு மணிக்கு."

"அதில் போக இந்த டிக்கெட் போதுமோ இல்லையோ?';

"டிக்கெட் மாற்றப்பட மாட்டாது என்று அச்சடித்திருப்பது தெரியவில்லை?"

"தெரிகிறது."

"ஆகையினால் வேறு டிக்கெட் வாங்கவேண்டும். ஒரு பிரயாணியிடம் இரண்டு தரம் பணம் வசூல் பண்ணுவது நியாயமாக இல்லையே?"

"நீங்கள் ஏறப்போவது இரண்டாவது பஸ். ஞாபகம் இருக்கட்டும், ஒரு பிரயாணி என்கிறீர்களே, அதை யார் கண்டார்? உமக்குப் பதிலாக வேறு ஆள் போயிருக்கலாம்."

"அப்பொழுது அவனிடம் டிக்கெட்டுக்குப் பணம் வாங்கிவிட மாட்டார்களா?'

"அதைத்தான் யார் கண்டார்கள்? கண்டக்டருக்கு ஆள் கணக்கே ஒழிய ஆள் மாறாட்டக் கணக்கு அவசிய மில்லை. புறப்படுகிற இடத்தில் ரசீதைப் போட்டுவிட்டு, பஸ் பிரயாணிகளை எண்ணும் பொழுது இரண்டும் சரியாக இருந்தால் சரிதான்."

"ரசீதுப் புஸ்தகத்துக்கும் இருந்த ஆளுக்கும் சரியாகப் போய்விட்டதென்று உமக்கு எப்படித் தெரியும்?"

"குமாஸ்தாவுக்குக் கோபம் வந்துவிட்டது.

"ஓய், நான் கோர்ட்டில் கிளிக்கூட்டில் நிற்கவும் இல்லை. நீர் வக்கீலும் அல்ல. பஸ்ஸில் மறுபடி ஏற வேண்டுமென்றால் டிக்கெட் வாங்கும். நீங்கள் சொல்கிற கதை நிஜம் என்று எப்படி ஐயா நம்புகிறது?"

இப்பொழுது கவிக்கு ஒரு புறம் கோபமும், மற்றொரு புறம் கதைக் கிளர்ச்சியும் எழுந்தன. குமாஸ்தா கவி சொல்வதைக் கதை என்றார் அல்லவா? கவி மறுபேச்சின்றி ஒரு கிளப்புக்குச் சென்று சாப்பாட்டை முடித்துக் கொண்டார். பென்ஸிலைக் கூர்சீவி நோட்டுப் புஸ்தகத்தில், தலை எடுக்காமல், மூச்சு விடாமல், ஓட்டினார். எழுதி முடிந்ததும் திருப்பிப் படித்து விட்டுத் தாள்களைக் கிழித்து மடித்துச் சட்டைப் பையில் திணித்துக் கொண்டு தம் நண்பனின் வீடு நோக்கிப் புறப்பட்டார்.

நண்பர் ஒரு சிறந்த இலக்கியப் பத்திரிகையின் ஆசிரியர். கவி வந்தபொழுது திண்ணையில் யாரோ ஒரு கனவானுடன் பேசிக்கொண்டிருந்தார். துள்ளி எழுந்தார்.

"ஆமாம், பஸ்ஸுக்குப் போய் ஊருக்குப் போகிறேன் என்று காலையில் சென்றாயே?"

"ஆமாம். சென்றேன். பஸ் கிடைக்கவில்லை. ஒரு கதை கிடைத்தது; கொண்டு வந்தேன்."

"காலையில் வற்புறுத்திக் கேட்டபோது நீ சொன்ன பதில் ஞாபகம் இருக்கிறதா? எல்லாப் பத்திரிகாசிரியர்களும் இப்பொழுது கதையே கேட்கிறார்கள். எழுத வரவில்லை.வரவும் வராது. சித்தக் குருவி, கவி வெளியில் பாடிக்கொண் டிருக்கிறது" என்றாய்.

"ஆமாம், சொன்னேன்."

"கவிதையாவது எழுதி அனுப்பு என்றேன்; நான் யந்திரம் அல்ல என்றாய்."

"ஆமாம். சொன்னேன்."

"இப்பொழுது?"

"கதையுடன் கவிதையும் கொண்டுவந்திருந்த போதிலும் அதையேதான் சொல்கிறேன். கவி பெண்ணைப் போல்; சொன்னபடி நடக்கவேண்டுமென்ற கட்டுப்பாடு இருவர்களுக்கும் இல்லை."

"ஆகையால் கவிகள் பொய் சொல்லலாம்?"

"இல்லை; கவிகள் என்றும் பொய் சொல்ல மாட்டார்கள். அவர்கள் சொல்லும் உண்மை, உலகத்தாருக்குப் புரிவதில்லை. பொய் என்கிறார்கள். கவி என்பது தெரியாமல், காலையில் பஸ் கம்பெனி குமாஸ்தா நான் பொய் சொல்வதாகச் சொன்னான், கவி என்று தெரிந்த நீயும் அப்படியே சொல்கிறாய். நான் என்ன சொல்வது?"

"ஒன்றும் சொல்லவேண்டாம். முதலில் கதையையும் கவிதையையும் கொடு."

கவி, தன் சட்டைப்பையில் இருந்த தாள்களை எடுத்து நண்பன் கையில் கொடுத்தான்.

"பஸ் கம்பெனி என்கிறீர்களே எது?" என்றார் எதிரிலிருந்த கனவான்.

"பஸ் நிற்கும் இடத்திற்குப் பின்னால் இருப்பது தான்?"

"என்ன நடந்தது அங்கே?"

கவி பஸ் தவறிய கதையைச் சொல்லி முடித்தார். "இவர் யார் தெரியுமா?" என்று பத்திரிகாசிரியர் கனவானைச் சுட்டிக் காட்டினார்.

"தெரியாது" என்றார் கவி.

"பஸ் கம்பெனிக் கூட்டாளிகளில், ஒருவர்?"

"இவர் யார் தெரியுமா?" என்று கவியைச் சுட்டிக் காட்டினார்.

"தெரியாது" என்றார் கனவான்.

"இவரே 'மண்ணும் விண்ணும்' எழுதிய ஆசிரியர்: ஒரு கவி.

கனவான் ஒரு நிமிஷம் வியப்பினால் சும்மா இருந்தார்.

"பின் இவரைப் பொய்யர் என்ற முறையிலே பேசினீரே?"

"தமாஷாக, உலகரீதியில் பேசினேன். காலையில் கதை கேட்டேன். கவிதை கேட்டேன். மூச்சு விடக் கூடாது என்றான் நண்பன். ஆனால் இப்பொழுதோ இரண்டும் வந்துவிட்டன. கவிகளிடம் எல்லாம் தலைகீழ்!"

"உண்மை அது அல்ல. நீங்கள் யாரைக் கதையோ கவிதையோ வேண்டுமென்று கேட்கிறீர்களோ, அவருக்குப் பதில் சொல்லும் அதிகாரம் இல்லை. ஏனென்றால் எழுதுகிற ஆள் வேறு. மலைக்காற்று எப்பொழுது அடிக்கும் என்று பள்ளத்தாக்கைக் கேட்பதில் என்ன பொருள்?"

"கவியும் எழுத்தும் எப்பொழுது வரும் என்று கவிக்கே தெரியாது என்கிறாய்; அவ்வளவுதானே?"

"அதுமட்டும் அல்ல. தெரிந்ததுபோலக் கவிக்குள் இருக்கும் நடைமுறை ஆள் பேசிவிடுகிறானே, அதுதான் ஆபத்து."

"ஆபத்து ஒன்றும் இல்லை. கவி முரண் இப்பொழுது விளங்கிவிட்டது. நான்கு மணிப் பஸ் தவறும் ஆபத்துத் தான் இப்பொழுது எதிர்ப்படுகிறது?"

"நாழிகை யாகிவிட்டதா?"

"பரவாயில்லை. நான் தவறாமல் ஏற்றிவிடுகிறேன்" என்று கனவான் எழுந்தார்.

"பிரயாணிகள் பொய் சொல்லப் பிறந்தவர்கள் என்று குமாஸ்தா நினைத்திருக்கிறாரே, அதையும் திருத்தி விடுங்கள்" என்று கவி எழுந்திருந்தார்.

பத்திரிகாசிரியர் கதையைப் படிக்கத் தொடங்கினார்.

# வெள்ளம்

முதல் குழந்தை பிறந்தபொழுது அவர்களின் மகிழ்ச்சிக்கு அளவே இல்லை. காரியாலயத்தில் உட்கார்ந்து வேலை செய்யும்பொழுது கூடச் சிதம்பரத்திற்கு அவன் ஞாபகந்தான். வீடெல்லாம் தவழ்ந்து வாசல் பக்கம் போய்விடப் போகிறானே என்ற கவலை. மாலையில் வீடு திரும்பியதும் அவனை எடுத்து வைத்துக் கொண்டு கொஞ்சுவதைத் தவிர வேறு எதிலும் நாட்டம் இல்லை.

கனகத்திற்கு மட்டும் என்ன? அவனுக்குப் பாலூட்டி, குளிப்பாட்டி, மையிட்டுத் திலகமிட்டுக் கழியும் நேரம் போக, அவனுக்குச் சட்டைகளை மாற்றிப் போடுவதைத் தவிர வேறு வேலை இல்லை. பன்னிரண்டு மாதக் குழந்தைக்கு இருபத்திரண்டு சட்டை தைத்து வைத்திருந்தால் சட்டைக்கு வேலை வேண்டாமா?

எல்லாவற்றையும் விடக் கணவனும் மனைவியும் குழந்தையுடன் கொஞ்சுவதுதான் வெகு விநோதம். கனகத்தின் மடியில் குழந்தை இருக்கும் பொழுது சிதம்பரம் கூப்பிடுவார்; அவன் வர மாட்டான்.

"திருட்டுப் பயல்! உன் மாதிரியே இருக்கிறான்."

"நான் திருடியா? என்னைப்போல் இருக்கிறானாமே?" என்று கனகம் முகத்தைத் தூக்கி வைத்துக் கொள்வாள்.

"உன்னை உரித்து வைத்திருக்கிறது. பாரேன்! அதைச் சொன்னால் விளக்கெண்ணெய் குடித்தது போல் முகத்தைத் தொங்கப் போட்டுக் கொள்கிறாயே!"

"தாயைப் போலப் பிள்ளை இருந்தால் அதிருஷ்டம் என்பார்கள்."

"அதற்குத்தானே தவம் கிடக்கிறோம்?"

"அதிருஷ்டம் இவனோடு நிற்காதென்று வேறு சொல்லுகிறார்கள்."

"யாரு?"

"மருத்துவச்சி வந்திருந்தாளே, அவள் ஒரு நாள் சொன்னாள்."

"ஊம்."

"தொப்புள் கொடியில் எட்டு முடிச்சு இருந்தனவாம். எட்டுக் குழந்தைகள் பிறந்தால் அஷ்ட ஐசுவரியம் என்றாள்."

'பேஷ், பேஷ். எட்டுக் குழந்தையா?" என்றார் சிதம்பரம்.

சிதம்பரத்திற்கு விஞ்ஞானத்தில் நம்பிக்கை உண்டு. இருந்தாலும் மருத்துவச்சி ஜோசியத்தில் நம்பிக்கை வரவில்லை. புராணக் கதைகளைப் போல் விஞ்ஞானத்திலும் கதைகள் இருக்கலாம் என்று நினைத்தார்.

பையன் பிறந்த இரண்டு வருஷத்திற்குள் குடும்பத்தில் மற்றொரு ஜீவன் தலைகாட்டிற்று. அதுவும் பிள்ளை. ஆனால் சிதம்பரத்தைப் போல் இருந்தான். அவனாவது ஒரு வயசானால் கூப்பிட்டால் தாயிடமிருந்து தம்மிடம் வந்துவிடுவான் என்று எதிர்பார்த்தார்; வரவில்லை. முதல் குழந்தையைப்போல் அவனும் இருந்தான்.

தம்மிடம் குழந்தைகள் உடனே வராததற்கு என்ன காரணம்? தாய், பால் கொடுக்கிறாள்; வாஸ்தவம். ஆனால் அது மட்டும் காரணமாக இருக்க முடியாது. 'காந்தத்தில் இரண்டு வடக்குத் தலைப்புகள் சேரா' என்று விஞ்ஞானிகள் சொல்லுகிறார்கள். மின்சாரத்திலும் அந்த மாதிரி ஒரு தத்துவம் இருக்கிறது. ஆண் பெண் என்ற முரணில் அந்த தான் இதற்கு விடை கண்டுபிடிக்க வேண்டும் என்ற எண்ணம் அவருக்கு உண்டாகிவிட்டது. 'அடுத்த குழந்தையாவது பெண்ணாக இருந்தால்?' என்று எண்ணினார்.

என்ன தத்துவக் கோளாறோ, மூன்றாவது ஜீவனும் பையனாகவே வந்து சேர்ந்தான்.

இதுவரையில் சிதம்பரம் காணாத சங்கடம் இப் பொழுது தோன்றிற்று. முதல் இரண்டு பயல்கள் நோய் நொடி என்று அதிகத் தொந்தரவொன்றும் கொடுத்து விடவில்லை. நாட்டு வைத்தியருக்குக் கொடுத்த தெல்லாம் மொத்தத்தில் ஒரு நூறு ரூபாய்தான் இருக்கும். இந்த மூன்றாவது பயலுக்குத்தான் பணத்தில் அவ்வளவு கருத்துப் போதாது. கட்டி என்று ஒன்றைச் சம்பாதித்துக் கொண்டான். சிதம்பரத்திற்குச் 'சனி' பிடித்துக் கொண்டு விட்டது. அவர் நம்பாவிட்டால்கூட. காலை ஏழு மணிக்குக் குழந்தையை எடுத்துக் கொண்டு கனகம் வைத்தியர் வீட்டுக்குப் போனால் சிதம்பரம் காரியாலயத்திற்குப் போகும் நேரத்தில்தான் இரண்டு பொட்டலத்தையும் ஒரு சின்னக் கண்ணாடிக் குப்பியையும் எடுத்துக் கொண்டு திரும்புவாள். அப்பொழு தெல்லாம் சிதம்பரத்திற்கு வீட்டில் காலைச் சாப்பாடு கிடைப்பதில்லை.

தாம் மத்தியதர வகுப்பைச் சேர்ந்த நபர் என்ற பொருளாதார உண்மை இந்த நிலையில்தான் சிதம்பரத்தின் புத்திக்குப் புலப்பட்டது. உணமை புலப்பட ஆரம்பித்தால் பலவிதத் தொல்லைகள் கூடவே முளைத்து விடும். சின்ன விஷயங்கள்கூட உண்மையின் புறத் தோற்றமாக மாறிவிடும். சிதம்பரம் போர்த்துக்கொண்டு வந்த கம்பளி ஒன்று, காலுக்கு இழுத்தால், தலைக்குப் போதாமல் போவதாக மனத்தை உறுத்தத் தொடங்கி விட்டது. எப்பொழுதோ மருத்துவச்சி சொன்ன விஷயம், குளத்தில் முழுகி முழுகி எழுந்திருக்கும் நீர்க் கோழியைப் போல் மனத்தில் தலைகாட்டிற்று.

*2*

அந்தச் சமயத்தில், சற்றும் எதிர்பாராத விதமாகச் சிதம்பரத்தைச் சென்னைக்கு நிரந்தரமாக மாற்றிவிட் டார்கள். இது வரையில் சிதம்பரம் இருந்தது, ஒரு பெரிய பஞ்சாயத்துக் கிராமத்தில் வாடகை வீட்டில். சென்னைக்கு மாற்றலான

பிறகு, முழு வீட்டுக்கு மாதம் பன்னிரண்டு ரூபாய் கொடுத்தவர் இப்பொழுது முப்பது ரூபாய் கொடுக்க வேண்டிய நிலைமை ஏற்பட்டது; அதுவும் ஒரு சின்ன அறைக்கும் கூடத்திற்கும்!

அந்தக் கூடத்தைத் தொடர்ந்து ஓர் அறை இருந்தது. ஆனால் அதை வீட்டுக்காரர் பூட்டி வைத்திருந்தார். அது அவருடைய குற்றமன்று. அதற்கும் சேர்த்துச் சிதம்பரம் வாடகை கொடுத்தால் கிடைப்பதில் தடை இல்லை. முப்பது ரூபாயே, சம்பளத்தில் மூன்றில் ஒரு பங்காக இருக்க, இன்னும் ஒரு பத்து ரூபாயைக் கூடக் கொடுத்து அறையை வைத்துக்கொள்வதைப் பற்றி அவர் நினைக்கக் கூடவில்லை.

ஒரு மாதத்திற்குள் குடியிருக்கும் இடம் சிறைக் கூடமாக மாறிவிட்டது. சரியான வெளிச்சம் இல்லை. சமையல் கட்டில் கனகம் வேலை செய்தால் ஏதேனும் பாத்திரங்கள் உருளாமலோ சாமான்கள் கொட்டிப் போகாமலோ வேலை செய்ய முடிவதில்லை. இரவில் கூடத்தில் படுத்துக் கொண்டால், பெட்டிகளும் தட்டு முட்டுச் சாமான்களும் காலிலோ தலையிலோ இடிக்காமல் இரா. தவிர இந்தப் பயல்கள் வேறு, பிரித்த கத்தரிக்கோல் மாதிரி குறுக்கும் நெடுக்குமாகத் தூங்க ஆரம்பித்து விட்டார்கள். போதாக்குறைக்கு மூன்றாவது பையனுக்குக் கட்டி வேறு, சீக்கிரமாகக் குணமடையவில்லை.

மனிதன் தன்னுடைய சௌகரியத்துக்காகச் சிருஷ்டித்த பொருள்களும் அவனுக்கு இன்பத்தைத் தரும் என்று கருதிய பிற பொருள்களும் துன்பத்தின் உருக் கொண்டு விட்டால் குடும்பத்தில் சுகம் என்பது எங்கிருந்து வரும்? வருவது குடும்பப் பூசல்தான்.

இப்பொழுதெல்லாம் கனகத்திற்கும் சிதம்பரத்திற்கும் அநாவசியமாகக் கோபம் உண்டாயிற்று. ஒருவரால் மற்றவர் துன்பத்திற்கு உள்ளாகி விட்டது போல் குற்றம் சாட்டத்

தலைப்பட்டார்கள். குழந்தைகள் ஒரு தொல்லை என்று கனகம் கருதத் தொடங்கினாள்.

பணம் ஒரு பீடை என்று சிதம்பரம் கருதத் தொடங் கினார்.

*3*

இப்படியே இரண்டொரு மாதங்கள் கழிந்தன. ஒரு நாள் சிதம்பரத்துடன் ஓர் அழகிய பெண் வந்து சேர்ந்தாள். குடி இருப்பவர்கள் ஒவ்வொருவரையும் சந்தித்து எத்தனை பிள்ளை குட்டி, என்ன மாதச் சம்பளம் என்றெல்லாம் விசாரித்தாள்.

குடியிருந்தவர்கள் அத்தனை பேரும் மத்தியதர வகுப்பினர். ஒருவருக்காவது ஐந்து குழந்தைகளுக்குக் குறைவாய் இல்லை. ஒரு குடும்பத்திற்கேனும் மாதம் நூற்றுமுப்பது ரூபாய்க்கு மேற்பட்ட வரும்படி இல்லை. இந்த விவரங்களை அறிந்து கொண்ட பிறகுதான் சிக்கல் இல்லாத வாழ்க்கைக்கும் சந்தோஷத்திற்கும் ஆதாரமான குடும்பப் பொருளாதார நுட்பத்தையும் அதற்கு வழி கோலும் கர்ப்பத் தடை முறையையும் பற்றி வெகு கவர்ச்சியாக அவள் கூறினாள். அவ்வளவு பெண்மணிகளும் அந்தப் பிரசாரகியின் பேச்சை வெகு உற்சாகமாக ஏற்றுக் கொண்டார்கள்.

பிரசாரகி வீட்டை விட்டுப் போகும் பொழுது சிதம்பரத்தினிடம் சொல்லிக் கொண்டு போக வந்தாள். அந்தச் சமயம் கனகமும் அங்கே இருந்தாள்.

கனகம், இந்த அம்மாள் யாரென்று இப்பொழுது தெரிந்திருக்குமே!" என்று மனைவியிடம் பேச்சைத் துவக்கினார்.

"கனகம்மா. என் பேச்சைக் கேட்கும் பெண்களில் பலர் என்னைப் பிசாசு என்கிறார்கள். இந்த வீட்டில் தான் அப்படி ஒருவரும் சொல்லக் காணோம். ஒருவேளை நீங்கள்"

"அவள் சொல்ல முடியாது. எனக்குச் சம்பளம் நூற்று முப்பது ரூபாய். அவளுக்கு எட்டுக் குழந்தை உண்டு என்று சொல்லியிருக்கிறார்கள்" என்று சொல்லிச் சிரித்தார் சிதம்பரம்.

"வாஸ்தவந்தான்" என்று கனகமும் சுருக்கமாகக் கூறினாளே ஒழிய வேறொன்றும் சொல்லவில்லை.

போர் முறையில் நேரடியான தாக்குதல் நல்ல பயனை விளைவிக்கலாம். ஆனால் பிரசாரகர்களும் இன்ஷியூரென்சு ஏஜெண்டுகளும் எறும்பு ஊர்ந்து கல்லைத் தேய்க்கும் முறையைத்தான் கடைப்பிடிப்பார்கள்.

"அடுத்த ஞாயிற்றுக்கிழமை வருகிறேன்" என்று சொல்லிச் சிதம்பரத்திடம் பிரசாரகி விடை பெற்றுக் கொண்டு சென்றாள்.

"இந்த அம்மாவை உங்களுக்கு முந்தியே தெரியுமா?"

"இல்லை; பட்டணம் ஜெயிலுக்கு மாறிய பிறகுதான் பரிசயம் உண்டாச்சு."

"ஜெயிலைத் திறந்து விடுகிற சாவி அவளிடத்தில் இருக்கிறது என்று எனக்குச் சொல்வதற்காக அழைத்துக்கொண்டு வந்தீர்களா?" சிதம்பரம் பதில் சொல்வதற்குள் மூன்றாவது பயல் பலமாகச் சிணுங்க ஆரம்பித்து விட்டான்.

"நான் அழைத்துக் கொண்டு வரவில்லை. உலகத்தில் பிறக்காமல் இருக்கிற குழந்தைகள் எல்லாம் அவளை இந்தக் கதிக்கு ஆளாக்கியிருக்கின்றன. எனக்கு என்ன பைத்தியமா?" என்றார் சிதம்பரம்.

'எனக்கு என்ன பைத்தியமா?' என்று சிதம்பரம் கேட்டது அவளை என்னவோ செய்துவிட்டது. ஒரு வாரமாக அவள் மனத்தில் ஒரே குழப்பம். குடி இருந்தவர்களுள் ஒருத்தி என்னவோ கர்ப்பப்பை வைத்தியம் செய்து கொள்ளப்

போகிறேன் என்று பெருமை அடித்துக் கொண்டே இருந்தாள். குழப்பத்தைக் கிளறுவதற்குத் துடுப்பு வேறு புகுந்துவிட்டால்.

அடுத்த வாரம் அவ்வப்பொழுது சிதம்பரத்தினிடம் கனகம் கேட்ட கேள்விகள் சிதம்பரத்திற்குப் புது நம்பிக்கையை அளித்தன. ஐந்தறிவு ஆளும் உலகில் விதி வலிது. ஆற்றிவு ஆளும் உலகில் மதிக்குத்தான் அரசுரிமை. மூன்று முடிச்சுள்ள தொப்புள் கொடி ஒன்று நடுவில் நடுவில் அவர் கண்ணில் பட்டுக் கொண்டே இருந்தது.

*4*

இதற்கிடையில் வீட்டுச் சொந்தக்காரர் ஒரு விஷயத்தைக் கூறினார்: சிதம்பரம் விரும்பினால் பூட்டி இருந்த அறையை வைத்துக் கொண்டுவிட வேண்டும். இல்லா விட்டால் என்ன ஆகும் என்பதைப்பற்றி அவர் தெரிவிக்கவில்லை. சிதம்பரமும் கேட்கவில்லை. கைதிக்கு விடுதலை கிடைத்தால் போதும் என்றுதானே இருக்கும்?

'கனகம், இந்த அறையையும் எடுத்துக் கொண்டு விடுவோம். பாத்திரம் உருளாமல் நீ வேலை செய்யலாம். நான் காலை டனா ஆக்கிக் கொள்ளாமல் நீட்டிப் படுத்துக் கொள்ளலாம்.'

"அது சரிதான். இந்தச் சம்பளத்திலே"

"அந்த விசை உன்னிடந்தான் இருக்கிறது. வீட்டுக் காரர் சாவி கொடுத்தால் வாங்கிக்கொண்டு விடு. பார்த்துக் கொள்ளலாம்" என்று சிதம்பரம் உத்தரவு கொடுத்துவிட்டார்.

சனிக்கிழமை சிதம்பரம் காரியாலயத்திற்குச் சென் றிருந்தார். வீட்டுக்காரர் கனகத்திடம் அறையின் சாவியைக் கொண்டு வந்து கொடுத்தார்.

கனகத்திற்கு அளவு கடந்த சந்தோஷம். உடனே அறையைத் திறந்து பார்த்தாள். தெருப் புறத்தில் ஒரு ஜன்னல். ஜன்னலுக்கு மேலே வெளிச்சம் வரச் சாளரங்கள் அமைந்திருந்தன. தரை

எல்லாம் ஒரே தூசி. தூசி சரிதான். வைக்கோல் எங்கிருந்து வந்திருக்கும்? ஒரு விநாடி யோசித்துவிட்டுக் கனகம் தலை நிமிர்ந்து பார்த்தாள்.

ஒரு மூலையில், மின்சார மரச் சட்டமும் மேல் தளத்தின் அட்டையும் கூடும் இடத்திலிருந்து வைக்கோலும் சணல் கயிறும் தொங்கிக் கொண்டிருந்தன. பிறகு ஊன்றிக் கவனித்தாள். குருவிக் கூடு!

அந்த அறைக்குள்ளேயே ஒரு மேஜை இருந்தது, அதை இழுத்துப் போட்டுக் கொண்டு ஏறிப் பார்த்தாள். கூட்டண்டை எட்டிப் பார்த்ததும் உள்ளே ஒரு குருவிக் குஞ்சு தென்பட்டது. அத்துடன் கீழே இறங்கி மேஜையை ஒரு புறம் இழுத்துப் போட்டுவிட்டு அறையைச் சுத்தம் செய்யத் தொடங்கினாள்.

அறையைச் சுத்தம் செய்து முடித்த பிறகு கூடத்தில் இருந்த சில பெட்டிகளைக் கொண்டுவந்து அறைக்குள் வைத்தாள். பெரிய பையன்கள் இருவருக்கும் காரணம் இல்லாத குதூகலம். உடனே ஆளுக்கு ஒரு பெட்டியின் மேல் உட்கார்ந்து தாளம் போட ஆரம்பித்தனர்.

கனகத்திற்கும் விவரிக்க முடியாத மன அமைதி. மூன்றாவது பயலைப் பார்த்தாள். அவனுடைய நோய் கூடத் தெளிந்திருந்தது. அப்பொழுதுதான் இரண்டு சிட்டுக் குருவிகள் அறைக்குள் நுழைந்து கூட்டண்டை போய் அமர்ந்தன. கீச்சுக் கீச்சென்று கத்திக்கொண்டும் இரண்டு சிறகுகளைப் பாய்மரத்தைப்போல் விரித்து ஆட்டிக்கொண்டும் பெற்றோர்களிடமிருந்து குஞ்சு உணவை வாங்கிக் கொண்டது. அதற்குப் பிறகு கூட்டின் வாசலில் இரண்டு பெரிய குருவிகளும் கறுப்புப் பாசிமணிக் கண்களை உருட்டிக் கொண்டு ஒரு நிமிஷம் உட்கார்ந்திருந்தன. இதைக் கண்ட கனகத்தின் மனம் நிறைந்து வழிந்தது.

**5**

அன்று இரவு காரியாலயத்திலிருந்து சிதம்பரம் வீடு திரும்பினார்.

"இனிமேல் கவலை இல்லை. வானம் தெரியும். காற்று வரும். இடமும் போதும்" என்றார்.

"ஆமாம். ஆமாம்" என்று உற்சாகத்துடன் கனகம் கூறினாள்.

மறுநாள் ஞாயிற்றுக்கிழமை. சிதம்பரம் அறையில் மல்லாந்து படுத்துக் கொண்டிருந்தார். இரண்டு சிட்டுக் குருவிகள் அறைக்குள் நுழைந்து தங்கள் குஞ்சுக்கு உணவளிப்பது கண்ணில் பட்டது. உடனே கீழே பார்த்தார். அறையின் ஒரு புறத்தில் வைக்கோலும் பஞ்சு போன்ற சிறிய இறகுகளும் எச்சமும் சிதறிக் கிடந்தன.

'கனகம், அறை ஒரே அசிங்கமாய் இருக்கிறதே! அந்தப் பெண்கூட இன்று வருகிறேன் என்று சொல்லியிருக்கிறாளே. கொஞ்சம் சுத்தப்படுத்து' என்றார்.

அறையை ஒரு தரம் சுத்தம் செய்துவிட்டு மூன்றாவது பையனையும் எடுத்துக் கொண்டு கனகம் பக்கத்தில் வந்து உட்கார்ந்தாள்,

"அந்தப் பெண்ணுக்கு நாம் பயப்பட வேண்டுமென்றால் இந்தக் குருவிகள் கூடப் பயப்பட வேண்டுமா?"

"கூட்டை எடுத்துவிட்டால் போச்சு. ஒரு நாளைக்கு எத்தனை தரம் அறையைச் சுத்தம் செய்வது?"

"கனகம் ஒரு நிமிஷம் மௌனமாக இருந்தாள். அந்தப் பாவத்தை நாம் கட்டிக் கொள்ள வேண்டாம். எத்தனை தரம் வேண்டுமானாலும் நான் அறையைச் சுத்தப்படுத்துகிறேன்!" என்றாள்.

சிட்டுக்குருவிகளைப் பற்றி மட்டும் கனகம் பேசியதாகச் சிதம்பரத்திற்குத் தோன்றவில்லை. அதற்குப் பதில் கூறுவதற்கு முன், வணக்கம் என்று கூறிக் கொண்டே அந்தப்

பிரசாரகி வந்து சேர்ந்தாள். சிதம்பரத்தினால் பேச்சைத் தொடங்க முடியவில்லை.

சமயத்தில் சிட்டுக்குருவிகள் அறைக்குள் நுழைந்தன. வழக்கம் போல் போய் குஞ்சுக்கு உணவளித்தன.

"அந்தக் குருவிகளைப் பாருங்களேன். எவ்வளவு அழகாகக் குடும்பத்தை நடத்துகின்றன! ஒரு வாரமாகப் பார்த்துக் கொண்டு வருகிறேன்" என்றாள் கனகம்.

பிரசாரகி தலை நிமிர்ந்து கூட்டைப் பார்த்தாள். சிதம்பரமும் மறுபடி பார்த்தார்.

அவர்கள் கண்ணெதிரே ஆயிரம் ஆயிரம் குருவிக் குஞ்சுகள் பறந்து கொண்டிருந்தன. ஆயிரம் ஆயிரம் குழந்தைகள் அவைகளைப் பிடிக்க ஓடிக் கொண்டிருந்தன.

அதற்குப் பிறகு பிரசாரகி வரவே இல்லை.

# வேண்டா வரம்

ஒட்டுக்குடியாக அந்த வீட்டுக்குப் போன பொழுது மூன்று குடித்தனங்களுக்கும் மூன்று வீடுகூட்டிகள் இருப்பது தெரிந்தது. பூங்காவனம் கொல்லைப் புறத்தாருக்கு வேலை செய்து வந்தாள். ராணியம்மா முன்புறத்தில் இருந்தவர்களுக்கு வேலை செய்தாள். எங்கள் வீட்டுக்கு வேண்டாவரம் வேலை செய்தாள். பெயர் மாத்திரம் விநோதம் என்று சொல்லி நிறுத்தி விட முடியாது. ஆளும் விநோதமாகத்தான் இருந்தாள். இடையன் பூச்சியைப் போல, இல்லை, பழுத்துப் போன பூவன் தாற்றைப்போல இருந்தாள். அப்படியே தூக்கிக் கூடையில் வைத்துவிடலாம்!

"உனக்கு என்ன வயசு இருக்கும்?' என்றேன்.

"ஒம்பது நூறு இருக்குமுங்க."

"ஒன்பதா? தொண்ணூறா, ஒன்பது நூறா?"

"தெரியாதுங்க."

அவளுக்குத் தொண்ணூறு வயசு இருக்கலாம்; நூறும் இருக்கலாம்; மேலும் இருக்கலாம். ஒரு ஜீவனுக்கு வயசு என்பது ஏது?

"ஏன் கிழவி, உன் பெயர் என்னவென்று சொன்னாய்?"

"வேண்டாவரம் இன்னேனுங்க."

"இது எப்பொழுது வைத்த பெயர்?"

"ஏனுங்க?"

"இல்லை, இவ்வளவு கிழவியாகி எதற்காக இருக்க வேண்டும்? வேண்டாவரமாகி ஆயுள் ஆளைக் கொல்லுகிறதே என்று பெயர் வைத்துக் கொண்டிருக்கிறாயோ என்று பார்த்தேன்."

"அதெல்லாம் ஒண்ணும் இல்லீங்க. எங்க ஆயா வெச்ச பேருதாங்க. எனக்கொண்ணும் குறைச்சல் இல்லீங்க. மவராசரு அவருமட்டும் போயிட்டாரு. மவன், மருமவள், பேத்தி எல்லாம் உண்டுங்க. கண், காது, சாமி புண்ணியத்திலே நல்லா இருக்குங்க. அப்பறம் ஒங்களைப் போல மவராசங்க வீடு இருக்கவே இருக்கு. வேறே என்னங்க? மவராசருக்கு முன்னே மஞ்சள் குங்குமத்தோடே போயிருந்தா நல்லாத்தான் இருந்திருக்கும். நிழலும் நீரும் குடுத்துவச்ச மட்டும் இருந்து தானே ஆவணும்"

அவளுடைய பேச்சில் ஆத்திரமோ அலுப்போ இல்லை. தீர்மானமான தெளிவு தொனித்தது. இருந்த போதிலும், வேண்டாவரத்தையும், அவள் வீடு கூட்டிப் பிழைக்க வேண்டிய நிலையில் இருந்ததையும் என்னால் பொருட்படுத்தாமல் இருக்க முடியவில்லை.

வாழ்வின் கொடுமை மனத்தில் தைத்தால் தான் ஈரம் சுரக்கும். வீட்டு நிழலில் இருக்கும் பெண்களுக்குத் தங்கள் துன்பந்தான் தெரியும். வாழ்வின் கொடுமைகளைப் பற்றிய ஆராய்ச்சி தேவை இல்லை.

எனவே ஒரு நாள், கிழவியை என் மனைவி கோபித்துக் கொண்ட பொழுது நான் வியப்படையவில்லை.

"இப்படித்தான் பத்துப் பாத்திரம் தேய்க்கிறதா?"

"ஏனுங்க?" என்றாள் கிழவி.

"கரி அப்படியே இருக்கே!"

"இருக்காதுங்களே. செங்கல்லை இடிச்சு, சாம்பலோடெ பெரட்டி அல்ல பாத்திரத்தை விளக்கி இருக் கிறேனுங்க."

"இதோ பாரு, இதோ பாரு, இதோ பாரு. இங்கே" என்று குண்டானைக் கொண்டுவந்து ஏழெட்டு இடங்களைக் குறிப்பிட்டுக் காட்டினாள், என் மனைவி.

கிழவி குண்டானை வாங்கிக் கண்ணருகில் கொண்டு போய், காக்காயைப்போலத் தலையைச் சாய்த்துப் பார்த்து விட்டுச் சொன்னாள்: "கரி இல்லிங்க. குண்டானிலே இருக்கிற பள்ளம்,"

மனைவிக்குக் கோபம் அதிகமாகிவிட்டது.

"பள்ளமும் இல்லை, மலையும் இல்லை. உன் கண்ணை வச்சுப் பார்த்துவிட்டு மறுபடியும் தேய்."

"தேக்கறேங்க. அப்படிச் சொன்னாச் செய்யறேன்" என்று கிழவி குண்டானை எடுத்துக் கொண்டு முற்றத்துக்குப் போய்விட்டாள். சிறிது நேரத்துக்கெல்லாம் பாத்திரத்தைத் தேய்த்துக் கொண்டு வந்து வைத்துவிட்டு ஆயாசத்துடன் கீழே உட்கார்ந்தாள். பெண்களுக்குக் கோபம் வைக்கோல் துரும்பில் நெருப்புப் பிடித்தாற் போலத்தான்; உடனே அணைந்துவிடும். என் மனைவிக்கு என்ன தோன்றிற்றோ என்னவோ, ஒரு தம்ளர் காபியைக் கொண்டுவந்து கிழவிக்குக் கொடுத்தாள். காபியைச் சாப்பிட்டு விட்டுக் கிழவி சொன்னாள்; "பூங்காவனம், ராணியம்மா மாதிரி நான் கறார்ப் பேர்வழி இல்லிங்க. குடுக்காட்டிச் சம்மந்தி ஊட்டுக்காரங்க மாதிரி கோவிச்சுக் கிட்டுப் போக. நமக்கு அதெல்லாம் கட்டிவராதுங்க. இல்லாட்டி ஜட்ஜ ஊட்டுலே முப்பது வருசமா வேலை செய்ய முடியுங்களா?"

"பின் ஏன் அந்த வீட்டை விட்டு விட்டாய்?" என்றாள் என் பெண்ணில் ஒருத்தி.

"அவரு பின்ஜின் வாங்கிக்கிட்டாரு. என்னைப் போல் ஒரு தோட்டக்காரனையும் நிறுத்திப்பிட்டாங்க.

"அப்பொழுது ஜட்ஜே வீடு கூட்டிக்கிறாரா? தோட்டத்துக்குத் தண்ணீர் ஊத்துகிறாரா?" என்று குறுக்குக் கேள்வி கேட்டாள்.

"தின்ன மண்ணுக்குத்தானே சோகை? அதைப்பத்தி எல்லாம் நமக்கென்ன? எனக்குப் பின்ஜின் அவரு குடுக்கணும் இங்குறீங்களா?"

நிதானமான, அழுத்தமான கோபதாபமற்ற கிழவியின் பேச்சிலும் குரலிலும் தீயணைக்கும் மருந்துப் புகையின் நெளிவு சுளுவு நிறைந்திருந்தது.

அன்று முதல் இரண்டு மூன்று நாட்கள் கொடுத்து விட்டுப் பிறகு கொடுக்கவில்லை போல் இருக்கிறது. கிழவி கேட்டாளாம்,"ஒரு வாய் டிகாக்சன் இருந்தால் கொடுங்களேன், பால் இல்லாவிட்டால் போகிறது; மயக்கமாக வருகிறது" என்றாளாம். கிழவியின் முகம் எல்லாம் வேர்த்து வடிவதைக் கண்டு காபி கொடுத்தேன் என்றாள் என் மனைவி. எனக்கு ஆட்சேபம் இல்லை என்று சொல்லி விட்டேன். அதுமுதல் அவளுக்குக் காலையில் காபி கொடுப்பதென்ற எழுதாக்கிளவி வீட்டில் அமைந்து விட்டது.

பிறகு ஒரு ஞாயிற்றுக்கிழமை காலை வீட்டுக் கூடத்தில் ஒரு பாயும் தலையணையும் போட்டுப் படுத்துக் கொண்டிருந்தேன். ஞாயிற்றுக்கிழமைகளில் நான் ஓய்வெடுத்துக் கொள்ளும் விதம் இது.

முற்றத்தில் கிழவி பாத்திரங்களைத் தேய்த்துக் கொண்டிருந்தாள். அவள் வேலை செய்வதைப் பற்றி ஏற்கனவே குழந்தைகள் என்னிடம் வர்ணித்திருக்கிறார்கள். கிழவிக்கு ஜலதரங்கம் வாசிக்கத் தெரியும் என்பது உனக்குத் தெரியுமா என்று பெரிய பையன் முன்பு ஒரு தரம் கேட்டபொழுது எனக்கு எதுவும் விளங்கவில்லை. இன்றைத் தினந்தான் விளங்கிற்று. ஒரு பாத்திரம் மாறி மற்றொன்று

கீழே விழுந்து கொண்டோ சரிந்து கொண்டோ இருந்தது. இதனால் பலவித ஓசைகள் எழுந்தன. கிழவியின் ஜலதரங்கம் புரிந்துவிட்டது.

"கிழவி லேசுப்பட்டவள் அல்ல. அவள் மலைப் பாம்பு" என்று பெண் ஒரு புதிர் போட்டாள் ஒரு நாள்.

"அப்படி என்றால்?"

"மலைப்பாம்பை உனக்குத் தெரியாதா? தெரியா தென்றால் என் புத்தகத்தைப் படித்துப் பார்." என்று கொடுத்துவிட்டுப் போய்விட்டாள் அவள்.

எனக்கு அவள் புத்தகத்தைப் படிக்க நேரம் இல்லை. ஆனால் இன்று புத்தகத்தின் மூலத்தைக் கவனித்த பொழுது எல்லாம் தெரிந்துவிட்டது.

காலை ஏழரை மணிக்குப் பாத்திரம் தேய்க்க முற்றத்தில் இறங்கிய கிழவி, சரியாகப் பத்து மணிக்குத்தான் கரை ஏறினாள்; அதாவது, அந்தப் பத்துப் பாத்திரங்களை- பத்து என்ற சொல்லுக்கு இரண்டு பொருள் உண்டென்பது ஞாபகம் இருக்கட்டும் - அந்தப் பத்துப் பாத்திரங்களை விளக்கிக் கரையேற அவ்வளவு நேரம் பிடித்தது ! மலைப்பாம்பைப் பார்த்தாகி விட்டதென்று எண்ணிக் கொண்டிருக்கும் பொழுது கிழவி கேட்டாள்.

"பத்துக் கரியோடு பத்து நிமிசத்திலே ஆச்சு இன்னு ராணியம்மாவைப் போல வேலை செய்யறதிலே என்ன புண்யமுங்க?"

ஜலதரங்கம் முடிந்த பிறகு மலைப்பாம்பு தாழ்வாரத்தின் ஓரத்தில் வந்து சுருண்டு படுத்துக்கொண்டது.

"என்ன கிழவி, மணி பதினொன்றாச்சே; வீட்டுக்குப் போகிறதில்லையா?"

"போனாலும் ஒண்ணுதான்; போகாட்டியும் ஒண்ணு தான்" என்று கிழவி அலட்சியமாகப் பதில் கூறினாள்.

"ஏன்?"

"மருமவ சரி இல்லிங்க. நினைச்சாச் சோறு போடுவா. இல்லாட்டிச் சொறி நாய் மாதிரி விளுந்து புடுங்குவா. போறதை விடப் போகாமெ இருக்கிறதே மேலுங்க. ஆனால் காலையிலே இருந்து ஒன்றுமே சாப்பிட வில்லையா?"

"இங்கே காபி சாப்பிட்டேனே அதான்."

"அப்பொழுது சாப்பிடுகிறாயா?"

"ஒங்க கொணத்தை நெனைச்சாலே வவுறு நெறைஞ்சு போயிடுது."

என் அடிமனத்தை அளந்து, அகங்காரத்தை நுட்பமான முறையில் சிகரமேற்றிய கிழவியின் தந்திரம் எனக்கு விளங்காமல் இல்லை. இருந்தாலும் பெண் தன்மையைக் கிண்டல் செய்யும் சந்தர்ப்பம் ஏற்பட்டால் என் சுபாவம் சும்மா இருப்பதில்லை.

"அம்மா அப்படி இல்லையா?" என்றேன்.

அம்மா என்ற வார்த்தையைக் கேட்ட என் மனைவி சமையல் கட்டிலிருந்து கூடத்துக்கு வந்து இடுப்பில் கையை வைத்துக் கொண்டு ஆரம்பித்தாள்.

"என்னை என்ன வையறா கிழவி?"

"அன்னபூரணிமாதிரி இருக்கீங்க. ஒங்களை வைய எனக்குப் பைத்தியமா?"

என் மனைவிக்கு உச்சி குளிர்ந்து போய்விட்டது.

"இது உங்கள் விஷமமா? பாவம்! கிழவிக்குத்தான்

எத்தனை தொல்லை! சாப்பிடுகிறாயா கிழவி?"

கிழவி ஆட்சேபிக்கவில்லை. அது முதல் கிழவிக்கு எங்கள் வீட்டில் சாப்பாடு கூடக் கிடைக்க ஆரம்பித்து விட்டது.

சில சமயம் இங்கேயே சாப்பிடுவாள். மற்றச் சமயங்களில் எடுத்துக்கொண்டு போய்விடுவாளாம். மருமகளுடன் சண்டை என்று ஏற்பட்ட பிறகு மத்தியான்னம் வீட்டுக்குப் போக வேண்டிய அவசியம் என்ன? வெயிலில் போக வேண்டிய தேவை என்ன? சாயங்காலம் என்றால் வேலைகளைச் செய்து முடித்துவிட்டுப் படுத்துக் கொள்ளப் போகிறாள் என்று நினைக்கலாம். வீட்டுத் திண்ணையில் படுத்து உறங்குவதனால் மருமகளுக்கு நஷ்டம் ஒன்றும் ஏற்பட்டுவிடாது, தூங்குவதற்கு வீட்டுக்குப் போவது நியாயம். ஆனால் உச்சி வெயிலில் போய்விட்டு எதற்காக நடையை இரட்டிப்பாக்கிக் கொள்ள வேண்டும்? அது தான் எனக்குப் புரியவில்லை.

இப்படியே சில நாட்கள் கழிந்தன. ஒருநாள் என் மனைவி சொன்னாள்: "இந்தக் கிழவிக்கு மாத்திரம் பாசம் அதிகம்."

"என்ன அப்படி?"

"சோறு தண்ணி போடாத போனால் மகன் என்ன, மருமகள் என்ன, பேரன் பேத்தி என்ன வேண்டிக் கிடக்கிறது? நாள் தவறாமல் வெயிலிலே வீட்டுக்குப் போய், பேரன் பேத்திகளைப் பார்க்காமல் போனால் தலை வெடிச்சுப் போகிறதாம்! சாதம் கீதங் கூட அங்கேதான் கொண்டு போறாப் போல இருக்கிறது. "நேற்றைக்கு ஒரு பழம் புடைவையைக் கொடுத்தேன், குளிர் கிளிர் இன்னாப் போத்திக் கொள்ளட்டும் இன்னு. கிழவி வழக்கம் போல் வீட்டுக்குப் போனாளாம். மருமகள் கேட்டாளாம்: 'தினம் வீட்டை உருமத்திலே ஒரு வாட்டி, ராத்திரி ஒரு வாட்டி வந்து பாத்துட்டுப் போறியே, அது பறந்து போயிடுமா? இல்லாட்டி நாங்க வித்துச் சாப்பிட்டுருவமா? இன்னு கேட்டாளாம். கிழவி என்ன பதில் சொல்வாள்? பதில் பேசாமல் நான்

கொடுத்த புடைவையை நாலா மடிச்சுப் போட்டுப் படுத்துக்கிறதற்காக உட்கார்ந்தாளாம். கேக்கறதுக்குப் பதில் சொல்லாமெ என்ன விறைப்பு வந்துடிச்சு? மாதலாளி ஊட்டிலே புடவை கிடைச்சுப் போன பெருமையா? இன்னூட்டுப் புடைவையை எடுத்து இரண்டாக் கிழிச்சு ஓட்டு மேலே எறிஞ்சுட்டாளாம். அதுக்கும் பதில் பேசாமே கிழவி வெளியே போயிட்டாளாம். அந்த மகாலட்சுமியை ஒரு தரம் பார்க்கணும் போல இருக்கு" என்றாள்.

"வேண்டாவரம் எத்தனையோ உலகத்தில் இருக்கிறது. அதுதான் அதிகம். இவள் மகன் என்னதான் செய்கிறானாம்?" என்றேன்.

"கேட்டால் காளி அவனைக் கிழிச்சு மாலையாகப் போட்டுக் கொண்டு விட மாட்டாளா?"

"அவன் ஒரு பக்தன் போல் இருக்கிறது. ஒரே உறவுடன் திருப்தி அடைபவன் தானே பக்தன்?"

"அந்தத் தத்துவமெல்லாம் எனக்குத் தெரியாது. எல்லாம் தலைவிதி!" என்று மூன்று விரலால் தன் தலையைத் தட்டிக் காண்பித்தாள்.

இந்தச் செய்தியைக் கேட்டது முதல் அந்த மகா லட்சுமியைப் பார்த்துப் பேசவேண்டுமென் ற விநோதமான ஆசை எனக்கும் மூண்டுவிட்டது. சந்தர்ப்பத்தை எதிர்பார்த்துக் கொண்டிருந்தேன்.

ஒரு நாள் விடுமுறை வந்தது. கிழவியின் வீட்டைப் பார்த்துவிட்டு வருவோம் என்று சாப்பிட்டு விட்டுப் புறப் பட்டேன். ஒரு சந்து வழியாகப் போன பொழுது ஒரு காட்சியைக் கண்டு திகைப்படைந்தேன். கிழவி ஒரு கிளப் வாசல் திண்ணையில் ஒரு காலை நீட்டிக் கொண்டு எதையோ புடைத்துக் கொண் டிருந்தாள். அவள் என்னைப் பார்க்கவில்லை. பளிச்சென்று எனக்கு ஒரு ஞாபகம் வந்தது. மத்தியான்ன வேளைகளில் ஒரு வேளை இங்கேதான் வந்து

ஏதாவது தட்டு முட்டுக் காரியங்களைச் செய்கிறாளோ என்னவோ? பெரிய வேலை ஒன்றும் நிச்சயமாய்ச் செய்துவிட முடியாது. வயிற்றுக் கொடுமையுடன் வகையற்ற குடும்பமும் வேண்டாவரமாகிய தீர்க்காயுளும் சேர்ந்துவிட்டால், ஒட்டகமாக இருந்தாலன்றி வாழ்வு வேப்ப இலையாய்த்தான் இருக்கும் என்ற எண்ணம் மிதந்தது. ஒட்டகத்தின் ஞாபகம் எப் படியோ என்னை மிருகக்காட்சிச் சாலைக்கு இழுத்துக் கொண்டு போய்விட்டது. வாழ்வில் காணும் புண்ணுக் கெல்லாம் இயற்கைதானே மருந்து? காடுதானே வைத்திய சாலை?

மறுநாள் கிழவி வீட்டுக்கு வந்தபொழுது நான் கேட்டேன்: "அந்தச் சந்துக் கிளப்பில் வேலை செய்கிறாயா என்ன?"

கிழவிக்குத் தூக்கிவாரிப் போட்டது.

"இல்லே. நீங்க பாத்தீங்களா?"

"ஆமாம். நேற்று என்னவோ திண்ணையில் புடைத்துக் கொண்டிருந்தாயே."

"ஆமாங்க ; எதுனாச்சும் இப்பிடிச் சில்லறை வேலைங்களும் செய்யறேன். இல்லாட்டிப் பொழைக்க முடியுங்களா?"

வாஸ்தவந்தான் என்று என் மனம் ஆமோதித்த போதிலும் மருமகளை மறந்துவிட்டாயே என்றது.

மறுநாள் கிழவியின் வீட்டுக்குப் புறப்பட்டேன். கிழவி இருக்க மாட்டாள்; மருமகளைப் போய் விசாரித்தால் அவள் கட்சியையும் கண்டுகொண்டுவிடலாம் என்ற நினைப்பு.

கிழவியின் வீட்டுவாசலண்டை போனதும் நின்று விட்டேன். பதினாலு அடிக்கு மேல் அகலம் இருக்காது: ஓட்டு வீடு. அங்கும் இங்கும் ஓடு புரண்டு கிடந்தது. எப்படி உள்ளே நுழைவது என்று யோசித்துக் கொண்டிருந்தேன். நல்ல வேளையாக வீட்டிற்குள்ளிருந்து இரண்டு பெண்கள்

வாசற்புறம் வந்தார்கள். இருவருக்கும் மூன்று நான்கு வயசு வித்தியாசம் இருக்கலாம். பெரியவளுக்குப் பன்னிரண்டு வயசு இருக்கலாம். இரண்டு பேரும் ஒரே மாதிரிப் புடைவையைச் சுற்றிக் கொண்டிருந்தார்கள். கிழவிக்கு என் மனைவி கொடுத்த புடைவையை மருமகள் கிழித்துப் போட்டுவிட்டதாகச் சொன்னது ஞாபகம் வந்துவிட்டது.

வீட்டுவாசலில் ஏறி, "இதுதானே வேண்டாவரத்தின் வீடு?" என்று கேட்டேன்.

"ஆமாங்க. என்ன வேணும்? அப்பாயி ஊட்டிலே இல்லிங்களே. நீங்க யாரு?"

"இல்லாட்டிப் போகட்டும். ஓங்க அம்மாவைக் கூப்பிடேன்."

"யார் அம்மா?"

"ஓங்கம்மாதான்."

"எங்கம்மாவா? யாரு, எங்கம்மாவா? நீங்க ஊடு தட்டுக்கிட்டு, கேக்கறாப் போல இருக்குதே. நீங்க யாரைப் பாக்குறீங்க?'

"வேண்டாவரம் வீடுதானே இது?"

"ஆமாம்."

"அவுங்க, ஓங்க அப்பாயிதானே?"

"ஆமாம்."

"உங்களுக்கு அம்மா இருக்குதல்ல, அதைக் கூப்பிடு."

"எங்கம்மா இல்லீங்களே!"

"எங்கே போயிருக்கு?"

"அது செத்து அஞ்சாறு வருசமாச்சே. ஓங்களுக்குத் தெரியாதுங்களா?"

எனக்கு விவரிக்க முடியாத அதிர்ச்சி ஏற்பட்டது. "உங்கள் அப்பா-"

"அவர்தான் பைத்தியம் பிடிச்சு எங்கேயோ ஓடிப் பூட்டாரே."

என் அதிர்ச்சி பூகம்பம் ஆகிவிட்டது. குழந்தைகளை ஊன்றிப் பார்த்தேன். உடம்பும் முகமும் அரைப் பட்டினிக் களை. அவர்களுடன் மேலே பேச முடியவில்லை. சொல்லொணாத ஆத்திரத்தோடு வீட்டுக்குத் திரும்பினேன். சாகப்போகிற கிழவியின் அண்டப்புளுகு இரவு முழுவதும் என் தூக்கத்தில் குறுக்கிட்டுக் கொண்டே இருந்தது.

மறுநாள் காலையில் கிழவி வழக்கம் போல் வந்தாளே ஒழிய முகத்தில் தெளிவு இல்லை. பாத்திரங்களை எடுத்துக் கொண்டு என் பக்கம் திரும்பாமல் போய்விட்டாள்.

"ஏன் கிழவி,உங்க வீட்டை நான் நேற்றுப் பார்த்தேனே" என்றேன்.

கிழவியின் முகத்தில் மறைந்திருந்த கலவரம் கொடி மின்னல் போல் தோன்றி நெளிந்து மறைந்தது. ஆனால் அவள் பதில் ஒன்றும் சொல்லவில்லை.

"உன் மருமகளைக் கண்டு சண்டைப் பிடித்தேன்."

பாத்திரங்கள் தேய்ப்பதை விட்டுவிட்டு, என் அருகில் வந்து, கூனி இருந்த உடம்புக்கு ஒரு கையால் முட்டுக் கொடுத்துக் கொண்டு கிழவி ஒரு விநாடி நின்று என்னைப் பார்த்தாள்.

"மருமவளைப் பார்த்துட்டு வந்தூட்டீங்களா? என் பேத்திங்க நேத்து ராவைக்குச் சொன் னாங்க- யாரோ ஒத்தரு என்னை உருமத்திலே வந்து விசாரிச்சாங்கன்னூட்டு. நீங்கதானா?"

"ஆமாம், ஏன் கிழவி, மகன், மருமகள் என்று என்ன என்னவோ பொய் சொல்லிவிட்டாயே; சொல்லலாமா?"

"கூடாதுதானுங்க, நீங்க மவராசராய் இருப்பீங்க. சொல்கிறேன் கேளுங்க. எங்கே அம்மாவைக் கூடக் காணும்?"

"எங்கேயாவது பக்கத்து வீட்டுக்குப் போயிருப்பாங்க."

"அதான் பார்த்தேன். ஜட்ஜ வீட்டை விட்டதுல யிருந்து நான் எங்கேயும் வேலை செய்யாமெத்தான் இருந்தேன். மருமவ போனது கூடப் பெரிசாத் தோணல்லை. மவன் மூளை கலங்கி ஓடிப்பூட்டப்பறம் என்னாலே சும்மா இருக்க முடியல்லே. இந்த ரெண்டு பேத்திங்களுக்கும் சோறு போடணுமே. மருமவளும் அநாதி; நானும் அநாதி. ஊடு கூட்டிப் பிழைக்க ஆரம்பிச்சேன், ஒரு ஊட்டிலே நெசத்தைச் சொல்லி வேலை கேட்டேன்; குடுத்தாங்க. ஒரு நாள் வேலை செய்யறப்போ பாத்திரம் ஒண்ணு கைதவறி விழுந்து விரிசல் கண்டுச்சு. அம்மாவுக்கு என் மேலே கெட்ட கோபம். 'கெயவி, இங்கே நீ வேலை செஞ்சி பேத்திங்களைக் காப்பாத்தறது போதும். தினம் ஒரு பாத்திரத்தைப் போட்டு உடைக்க இங்கே பாத்திரக் கடை இல்லை. நீ போயிட்டு வா இன்னுட்டாங்க. நான் கெஞ்சினேன். ஒழைச்சுப் பொழச்சு அதுங்களைக் காப்பாத்தித்தானே ஆகணும்? ஏதோ கைதவறிடுச்சு இன்னேன். பேத்திங்களை வேலை செய்யச் சொல்லேன் இன்னாங்க. அவ்வளவுதான். இந்தப் பேத்தீங்களைப் பாத்தீங்களே - இவுங்க வேலை செஞ்சா நாங்க பொழைக்க முடியும்? அப்பொத்தான் நெசத்தைச் சொல்லாமெ இருந்தா பாவம் கிழவின்னு இரக்கப்படுவாங்கன்னு தோணிச்சு. இந்த வயசிலே என் வேலைக்காக யாருங்க வச்சுப்பாங்க? அதிலே இருந்து இப்படிப் பொழுதை ஓட்டிக்கிட்டு வர்றேன். பெசகுதாங்க. வேறே வழி?"

பதில் சொல்ல நான் வாயைத் திறக்குமுன் என் மனைவி வெளியிலிருந்து உள்ளே நுழைந்தாள். என்னையும் கிழவியையும் அவநம்பிக்கையுடன் ஒரு தரம் பார்த் தாள்.

"கிழவி, வீடு வாசல் பிள்ளை,குட்டி என்றால் இப்படித்தான் இருக்கும். போய்க் காரியத்தைப் பார்" என்றேன்.

"கிழவி என்ன சொல்கிறாள்?" என்றாள் மனைவி.

"எல்லாம் அவள் மருமகள் புராணந்தான்."

மனைவி சமையற்கட்டுக்கும் கிழவி முற்றத்திற்கும் போய்விட்டார்கள். ஒட்டகத்தையும் வேப்பமரத்தையும் பற்றிய நினைப்பு என்னைப் பிடித்துக் கொண்டு விட்டது.

இதற்குப் பிறகு கிழவி ஒரு வாரந்தான் வீட்டுக்கு வேலை செய்ய வந்தாள். பூவன்தாறு உதிர்ந்துவிட்டதோ அல்லது வேறு யார் வீட்டிலாவது நுழைந்திருக்கிறதோ தெரியவில்லை.

# கிறுக்கன்

எம்.ஏ.படித்திருந்தால் மட்டும் என்ன? ஊர்க்காரர்கள் கிறுக்கன் கிறுக்கன் என்று ஓர் இளைஞனை விமர்சனம் செய்து விட்டார்கள்.

'ஏன் தம்பீ! ஏதாவது வேலைக்குப் போகவில்லையா?'

'எதற்காக?'

'வேலை பார்க்கத்தான்.'

'பார்த்து என்ன ஆகவேண்டும்? எனக்குச் சம்பாதித்துத்தான் ஆகவேண்டுமா?

"வேண்டியதில்லை.மெய்தான். இருந்தாலும் சம்பாதித்து நல்ல காரியத்திற்குச் செலவழித்தால் எவ்வளவு பெருமையாக இருக்கும்!'

வாஸ்தவம்தான். ஆனால் நல்லது எது பொல்லாதது எது என்று இப்பொழுதெல்லாம் புரியவில்லையே! இந்த ஓணானை இவர் பச்சை என்கிறார். அதன் வாயைப் பிளந்து மூக்குப் பொடியைப் போட்டுவிட்டுப் பார்; சிகப்பா இல்லையா என்று அவர் கேட்கிறார். இரண்டும் இல்லை ஊதா என்று அவர் பிற்பாடு காட்டுகிறார். ஓணான் கண்ணை முடிக் கொண்டு எல்லாவற்றிற்கும் தலையை ஆட்டுகிறது. கருங்கல்லை உடைத்து இவர்கள் ரோடு போடுகிறார்கள். அங்கே செதுக்கி லிங்கமாக்குகிறார்கள். சாமி நெஞ்சில் இருக்கிறதா? கல்லில் இருக்கிறதா? இதைத்தான் கண்டு பிடிக்க வேண்டும்.

"அப்பொழுது கொட்டை கட்டிச் சாமியாராய்ப் போய்விடலாமே!"

'ஐயாவுக்கு நான் ஒரு மகன் தானே! நிலம் நீச்சுக் கிடக்கிறது. வீட்டிலே இருந்துகொண்டே சிந்தித்தால், கைவல்யம் கிட்டாதா?'

இப்படிச் சம்பாஷணை நடந்தால் சாதாரண மக்கள் சிவலிங்கத்தினிடம் எப்படி மேலே பேச முடியும்? இந்த மாதிரி ஒரு கிறுக்கன் பெற்றோர்களுக்கு வாய்த்தானே என்று ஒளிவு மறைவாய்ப் பேசுவார்கள்.

பெண்களிடத்திலாவது சகஜமாகப் பேசுவதுண்டா என்றால், அதுவும் கிடையாது.

பக்கத்து வீட்டுக் கிழவி ஒரு நாள் வந்திருந்தாள். வந்தவள் வந்த காரியத்தைப் பார்த்துக் கொண்டுதான் போக மாட்டாளே!'என்ன தம்பீ! வேலைக்குப் போகல்லே இன்னு சொல்லீட்டியாமே?' என்றாள்.

'ஆமாம்.'

'நானே சொல்லணுமின்னு நெனைச்சேன். வேலைக்குப் போனால் பண்ணை கேட்பாரத்துப் போகும். ராசாத்தி மாதிரி ஒத்தியைக் கட்டிக்கிட்டு, வீட்டோடெ வாசலோடெ பெரியவங்க பெயரை எடுத்துக்கிட்டு இருந்தாலே போதுமே. ஆமாம்; ஒன் மாமன் மவள் செவப்பாயிதான் இருக்குதே. ஒங்க ஐயா ஏன் சும்மா இருக்கிறாரு?'

'பின்னே ஆடுவாரா?'

'அதென்ன தம்பி அப்பிடிப் பேசறே? ஐயாவுக்குத் தெரியாட்டி, ஆயாகிட்டெச் சொல்றது. முருகனை ஒண் ணுக்கு ரெண்டாக வச்சுக் கும்பிடாமெ இருந்தா என்னன்னு கேளேன்.'

'அவுங்களுக்குத்தான் தெரியுமே.'

'என்னத்தை?'

'நான் கல்யாணம் பண்ணிக்கொள்ள மாட்டேன் என்று.'

"ஏன்?"

'கல்யாணம் என்றால், ஒரு பெண்பிள்ளையோடு எத்தனை துன்பப்பட வேண்டி இருக்கிறது! உங்க வீட்டு ஐயா இருந்தாங்களே-'

'இந்தா, அந்தப் பேச்சை எடுக்காதே!'

'பெண்பிள்ளை உங்களுக்கே இவ்வளவு வயசுக்குப் பிறகும் நெனைச்சாலே கசப்பாக இருக்குதே. இதை எல்லாம் நினைத்துச் சும்மா இருக்கலாம்' என்று பார்க்கிறேன்.

'கொட்டை கட்டிச் சாமியாராய்ப் போயிடு. ஓங்க குடும்பம் இந்தத் தலைமுறையோடு முடிஞ்சு போயிறட்டும்..நல்ல கிறுக்கு.. ஆண்டிப் பண்டாரமாய்ப் போயிடு' என்று ஆசீர்வாதம் செய்துவிட்டுக் கிழவியும் போய்விட்டாள்.

இப்படி எல்லாம் பல சேர்ந்து சிவலிங்கத்திற்குக் கிறுக்குப் பட்டத்தைச் சம்பாதித்துக் கொடுத்துவிட்டன.

அதுவரை மின்சாரம் வராமலிருந்த ஊருக்கு மின்சாரம் வந்து சேர்ந்தது. வந்த ஒரு வாரத்திற்குள், ஒரு நாள் காலை தெருவில் எதிர்பாராத விதமாக ஜன நடமாட்டம் கண்டது.

ஆளோடிக்கு வந்த சிவலிங்கத்திற்கு இது புதுமையாக இருந்தது. எல்லோரும் ஒரு பக்கமாகவே போய்க் கொண்டிருந்தனர். சிவலிங்கமும் ஆளோடியை விட்டு இறங்கிப் பின்புறமாகச் கையைக் கட்டிக்கொண்டு எல்லோரையும் போல் சென்றார். தெருக்கோடியில் ஒரே கும்பல்! காரணத்தை அறிய வெகு நேரம் ஆகவில்லை. மின்சாரக் கம்பத்து நுனியில் ஒரு குரங்கு விறைத்துப் போய்த் தொங்கிக் கொண் டிருந்தது!

சிவலிங்கத்துக்குப் பக்கத்திலிருந்த ஒரு பெரியவர், 'பாவம்! வாயில்லாச் சீவன்! ஏதோ எசகேடாக மாட்டிக் கிட்டுப் போயிடுச்சு. அதை மரியாதையாய் அடக்கம் செய்யணுமே! எப்படி எடுப்பாங்களோ!' என்று அங்கலாய்த்துக் கொண்டிருந்தார்.

இதற்குள் யாரோ ஒரு வாலிபன் கையில் ரப்பர் உறைகளைப் போட்டுக் கொண்டு மின்சாரக் கம்பத்தில் ஏறினான். குரங்கை எடுத்து இடுப்பில் ஒரு கயிற்றைக் கட்டிக் கீழேவிட்டான்.

உடனே கூட்டத்தில் ஒரு புது விதமான பரபரப்புத் தென்பட்டது. பழக்கடை ராஜூ எங்கிருந்தோ ஒரு ரோஜா மாலையை அவசர அவசரமாகக் கொண்டு வந்து, குரங்கின் கழுத்தில் மாட்டினான். குங்குமத்தை எடுத்துப் பட்டையாக ஒரு நாமத்தை நெற்றியில் தீட்டினான். அதற்குப் பிறகு யாரோ இரண்டு பேர் இரண்டு தட்டுகளை எடுத்துக் கொண்டு, கும்பலுக்கிடையே புகுந்து புகுந்து புறப்படத் தலைப்பட்டனர். டொப் டொப் பென்று காசுகள் தட்டில் விழுந்தன. சிவலிங்கத்துக்கு அருகில் வந்ததும், அவர்களுக்கு ஒரு தயக்கம் வந்துவிட்டது. அவர் கிறுக்கு ஊரறிந்த விஷயந்தானே! ஆனாலும், அவரை ஒதுக்கி விட்டுப் போக முடியவில்லை. பெரிய மனுஷர் வீட்டுப் பிள்ளையை அவமானப்படுத்துவது போல் ஆகி விடாதா? எனவே, ஒருவர் தட்டைக் கொணர்ந்து நீட்டினார். சிவலிங்கமாவது சும்மா இருந்திருக்கலாம். அப்படித்தான் இருக்கமாட்டாரே!

'ஏனய்யா! நான் ஒரு ஒத்தாசை செய்தால், நீ அதை நினைத்துக்கொள்ள வேண்டாமா?' என்றார்.

'நல்லா நெனைக்கணும். உங்களுக்குத்தான் ராமாயணம் தெரியுமே!'

"நல்லா இருக்கு! அஞ்சு வயசுலே இருந்து தெருக் கூத்து ராம நாடகம் ஆடி இருக்கோமே!"

"சடாயு செத்த பொழுது ராமர் சடங்கு செய்தா ரென்று அதில் வருதல்லவா?"

'ஆமாம்.'

'தெற்கே தூக்கிக்கொண்டு போனார் என்று சொன்னதற்காக ராமர் சடாயுவுக்குச் சடங்கு செய்தாரே! இலங்கைக்குப் போகப் பாலம் கட்டிக்கொடுத்தவர்கள் குடும்பத்தில் நல்லது பொல்லாதது என்றால், கவனிக்க வேண்டாம்! ராமரை அழைத்து வைத்து, ஹநுமாரை அவரிடத்திலே சிவனே என்று ஒப்படைத்துவிட்டுப் போவீர்களா. பிரமாதமாகத் தட்டைத் தூக்கிக்கொண்டு வந்து விட்டீர்களே!'

இதற்குப் பிறகு தட்டுக்காரர் அங்கேன் நிற்கிறார்? சிவலிங்கத்திற்கும் தான் பிறகு அங்கு என்ன வேலை?

திரும்பி வீட்டு ஆளோடிக்கு வந்து சிந்தனையில் ஆழ்ந்து விட்டார்.

அன்று சாயங்காலம் பண்ணையாள் கறுப்பன் வெகு உத்சாகமாக வீட்டுக்கு வந்தான்; ஹனுமாரைக் கௌரவமான முறையில் ஊர் திரண்டு தங்கள் மணல் மேட்டு வயலுக்கருகில் சமாதி வைத்து விட்டார்கள் என்ற செய்தியைத் தெரிவித்தான். சிவலிங்கம் தனக்குத்தானே சிரித்துக்கொண்டார்.

ஒரு வாரம் கழிந்தது. பழக்கடை சோமுவும் தெருக் கூத்துத் தட்டுக்காரரும் குளத்தங்கரையில் பல் துலக்கிக் கொண்டிருந்தார்கள்.

'ஏன் அண்ணே!'

'மணல் மேட்டு வயல்கிட்டே சிவலிங்கம் கருங்கல் லாலே என்னவோ கட்டிடம் கட்டறாரே எதுக்குத் தெரியுமா?

'அதுதான் கிறுக்காச்சே!'

'கிறுக்குத்தான். இருந்தாலும் கட்டறது பிள்ளையார் கோவில் மாதிரி அல்லவா இருக்குது?'

"ஆமாம் ஆமாம்! இவரு கோவில் கட்டிப் பிள்ளையாரை முளைக்க வைத்துக் கும்பாபிஷேகம் பண்ணப் போகிறார்!"

'பின் எதற்காக?'

'அது கிறுக்குக்குத்தான் புரியும்' என்று சொல்லிக் கொண்டிருந்தார்கள்.

மற்றவர்களுக்கும் இதுதான் பேச்சு. எப்படித் திடீரென்று சமய உணர்வு முளைத்து, கோவில் கட்டும் அளவுக்குத் தழைத்துவிட்டது என்பதுதான் அவர்களுக்குப் புதிராக இருந்தது. கிறுக்கு நல்ல வழியில் திரும்பிற்றே என்று ஒருவாறு ஆறுதல்.

பின்னொரு பத்து நாள் ஆயிற்று. ஒரு நாள் ஊரிலிருந்த பிரமுகர்களுக்கெல்லாம் அழைப்பொன்று வந்தது. நாளும் தேதியும் நேரமும் குறிப்பிடப்பட்டிருந்தது.

'மணல் மேட்டில் ஹனுமார் நிலை நாட்டப்பட்டுக் கோயில் திறந்து வைக்கப்படும்' என்று பத்திரிகை கூறிற்று. எல்லோரும் பயனடைய வேண்டும் என்று சிவலிங்கம் விழைவதாகக் கண்டிருந்தது. இந்த அழைப்பு, பெருத்த பரபரப்பை உண்டாக்கிவிட்டது.

குறித்த தினத்தில் மணல்மேட்டில் ஒரே கூட்டம். 'ஈ புகுந்தால் இறகு ஓடியும்' என்று நாட்டுக் கவி கூறுவதுபோல் இருந்தது. காலை வெயிலில் அழகாகக் கோயில் மின்னிற்று. காற்று லேசாகக் கோவிலை வலம் வந்து கொண்டிருந்தது.

சிவலிங்கம் அடக்கமாக ஓரிடத்தில் நின்றுகொண்டிருந்தார். சில நிமிஷங்களுக்குப் பிறகு கூட்டத்தை ஒரு தரம் சுற்றி நோட்டம் பார்த்தார். எல்லாம் சரியாக இருந்தது.

அடுத்த நிமிஷம் சிவலிங்கம் கையைத் தட்டினார். இரண்டு பேர் துணியால் மூடிய ஒரு சிறிய பொருளைத் தூக்கிக் கொண்டு கோவிலுக்குள் சென்றனர். இரண்டு கொத்தனார்கள் கூடவே கையும் கரணையுமாக நுழைந்து கோயில் கதவைச் சாத்திக் கொண்டார்கள்.

கோவில் முகப்பில் ஒரு நெற்றிக் கல் பதிக்கப்பட்டிருந்தது. துணி போர்த்தப்பட்டிருந்ததால், அதில் என்ன இருக்கிறதென்பது தெரியவில்லை. யார் பூசாரி? என்ன கோவில் என்பதும் மர்மமாகவே இருந்தது.

அரை மணி ஆயிற்று. சிவலிங்கம் மறுபடி கையைத் தட்டினார். மூடி இருந்த கதவுகள் திறக்கப்பட்டன. சிவலிங்கம் சூடத்தை ஏற்றி, சிலைக்கு முன் காட்டினார். கர்ப்பக் கிரகத்தில் கூப்பிய கைகளுடன் ஒரு ஹனுமார் சிலை நின்று கொண்டிருந்தது. ஜனங்கள் எல்லோருக்கும் தாங்கமாட்டாத மகிழ்ச்சி. 'குரங்கு இறந்ததற்கு நாலணா கொடுக்கமாட்டேன்' என்று சொன்ன மகாராஜன், இப்பொழுது ஹனுமாருக்குக் கோவிலே கட்டி வைத்து விட்டார்! உண்மையில் பக்தி அவருக்கதிகமா தங்களுக்கா என்ற சந்தேகமே வந்துவிட்டது.

சந்தேகத்துடன் சந்தோஷமும் பொங்கிற்று. ஆஞ்சனேயருக்கு ஜே!' என்று யாரோ ஒரு பக்தர் குரல் கொடுத்தார். 'ஜே!' என்ற கோஷம் வானைப் பிளந்தது.

அதற்குப் பிறகு நடந்த சம்பவந்தான் எல்லாவற்றிற்கும் சிகரமாய் அமைந்தன. கோவிலின் நெற்றிக் கல்லை மூடி இருந்த துணியைச் சிவலிங்கம் களைந்தெறிந்தார். கறுப்புப் பளிங்குக் கல்லில் பொன் எழுத்தில் 'டார்வினாலயம்' என்று பொறிக்கப்பட் டிருந்தது! புரிந்து கொண்ட பேர் புரிந்து கொண்டார்கள். பெரும்பாலோர் பேந்தப் பேந்த விழித்தனர், ஒன்றுமே புரியவில்லையே என்று. கொடுத்த வெற்றிலை பாக்கு, பழத்தை வாங்கிக் கொள்ளாமல் இருக்கலாமா? வாங்கிக் கொண்டார்கள். டார்வினா லயம் என்றால்?

# 365 நண்பர்கள்

மவுன்ட்ரோடில் பஸ் நிற்கும் இடத்தை நோக்கிப் போய்க் கொண்டிருந்தேன். வழுக்கை மண்டையும் வாணக்குழாய் மூக்கும், அமைந்த ஓர் உருவம் கண்ணில் பட்டது. எனக்கு நன்றாய்ப் பழக்கமான முகம். அவர் என்னைப் பார்க்கவில்லை. 'யாரது? யாரது?' ஒரு விநாடி கழித்து ஞாபகம் வந்துவிட்டது.

அந்த ஊரில் இருந்தபொழுது என் நண்பர் கோர்ட் குமாஸ்தாவுடன் என் வீட்டுக்கு வந்தாரே சோமு, அவரே தான்! இன்னார் என்று தெரிந்தவுடன் அவர் கண்ணுக்குப் படாமல் தப்பித்துக் கொள்ள வேண்டுமே என்று கவலை உண்டாய் விட்டது

கவலைப்படுவானேன் என்றால் மத்திய வகுப்பாரின் பொருளாதாரம் அப்படி இருக்கிறது! விருந்தினர்கள் வீட்டிற்கு வரமாட்டார்களா. வந்தால் சில நாட்கள் தங்கமாட்டார்களா என்று ஏங்கிய காலம் ஒன்று உண்டு. ரூபாய்க்கு ஐந்து பட்டணம் படி அரிசி விற்றகாலம் அது. ஆனால் இப்பொழுதோ? பிறக்கும் குழந்தை குடும்பத்திற்குப் பளுவாகி விடப் போகிறதே என்று கணக்குப் பார்த்து, குழந்தையே பிறக்காமல் செய்வதற்கு வழி வகுக்கும் கால மாயிற்றே! கொடிக்குக் காய் கனமாகி விட்டதே! இந்த யுகத்தில் விருந்தினர்களாவது, இல்லறத்தின் தர்மமாவது! தட்டுத் தடுமாறி விருந்தினர்கள் வந்துவிட்டாலும், மின்னுவதெல்லாம் பொன்னாகாது என்று சொல்வார்களே அந்த மாதிரியும் நேர்ந்து விடுவது உண்டல்லவா.?

சோமு ஒரு நாள் சாயங்காலம் என் நண்பர் ஒருவருடன் என் வீட்டிற்கு வந்தார். இவர்தான் சோமு என்னுடைய நண்பர். என்னைப் பார்க்க வந்திருக்கிறார் என்று என் நண்பன் அறிமுகப்படுத்தி வைத்தான். சோமுவின் வழுக்கை மண்டையும் வாணக்குழாய் மூக்கும் அரைக்கைச் சட்டையும் பார்க்கக் கொஞ்சம் தமாஷாய் இருந்தது. ஆனால் தோற்றத்தைக் கொண்டு ஒருவரை மதிப்பிடலாகாது என்ற எண்ணம் எழவே புத்தியை வேறு திசையில் திருப்பினேன். அதற்குள் குழந்தைகள் எங்கள் எல்லோருக்கும் காபி கொண்டுவந்துது கொடுத்தனர். நாங்கள் எல்லோரும் காபி சாப்பிட்டோம்.

சோமு பொடியை இரண்டு முறை உறிஞ்சி விட்டுக் காபிக்கொட்டை உற்பத்தியிலும் விற்பனையிலும் நடந்துவரும் பித்தலாட்டங்களைப் பற்றிச் சிரிக்க சிரிக்கப் பேசினார். நான் பிரமித்தே போய்விட்டேன். பிறகுதான் சோமுவின் கண்ணோட்டம் அறையைச் சுற்றிச் சென்றது. மூலையில் ஒரு ஹார்மோனியம் இருந்தது.

"இது எதற்கு?" என்றார்.

"குழந்தைகள் பாடும். அதற்காக" என்றேன்.

"தம்புரா?"

"அந்த இலாகாவே என் சம்சாரத்தைச் சேர்ந்தது" என்று சொன்னவுடன் என் நண்பரும் சோமுவும் சிரித்து விட்டார்கள்.

'பாட்டைக் கேட்கக் காலையில் வருகிறேன்' என்று சொல்லிவிட்டுச் சோமு என் நண்பருடன் போய் விட்டார்.

சொன்னபடியே மறுநாள் காலையில் சோமு மட்டும் வந்தார். வந்தவர் சுவாதீனமாக ஈஸிசேரில் உட்கார்ந்ததைப் பார்த்ததும் எனக்கே மகிழ்ச்சி உண்டாகிவிட்டது. வித்தியாசமில்லாமல் வறட்டு ஜம்பமில்லாமல் நட்புக்கு லாயக்காய் உலகத்தில் அதிகம் பேர் அகப்படுவதில்லை. அந்தச் சிறுபான்மைக்

கோஷ்டியைச் சேர்ந்தவர்தான் சோமு என்ற எண்ணம் தலை தூக்கிற்று. காபி சாப்பிடும் வேளையில் ஒருவர் வந்தால் காபி கொடுக்காமல் எப்படி இருக்கமுடியும்?

காபி சாப்பிட்ட பிறகு குழந்தைகளைப் பற்றிச் சோமு விசாரித்தார். இருக்கிறார்கள் என்று சொன்னதும், "எவ்வளவு வர்ணம் வரும்? எவ்வளவு உருப்படிகள் வரும்? ஸ்வரம் பாடுவார்களா? பல்லவி இரண்டுகளைச் சவுக்கம் பாடமுண்டா?" என்று ஓர் அடுக்குக் கேள்விகளைச் சொரிந்தார் . நான் ஔரங்கசீப்பின் கோஷ்டியைச் சேர்ந்தவன். சங்கீதம் என்றால் ஆறடி ஆழம் தோண்டிப் புதை என்று சொல்லக்கூடியவன். போதாக் குறைக்கு என் குழந்தைகளின் சாரீரத்தைப்பற்றி அவ்வளவு நல்ல அபிப்பிராயம் கிடையாது. இருந்தாலும் பாசம் என்று ஒன்று இருக்கிறதல்லவா?"

"எல்லாம் ஏராளமாக வரும்" என்றேன்.

"கூப்பிடுங்களேன். பாடச் சொல்லுவோம். தங்கள் பாட்டைப் பற்றிப் பேச்சு வார்த்தை நடந்த காரணத்தாலோ என்னவோ நான் கூட்பிட்டவுடன் குழந்தைகள் வந்துவிட்டனர். பாட்டைப்பற்றிப் பேச்சு வந்தால் சம்மன் இல்லாமல் ஆஜராவதற்குக் குழந்தைகளின் தாயார் தயங்குவதில்லை."

"இரண்டு பாட்டுப் பாடுங்களேன்; கேட்போம்" என்று சோமு சொன்னதும் என் மனைவியும் ஒத்துப் பாடினாள். மூன்று நான்கு பாட்டுக்கள் பாடினார்கள்.

'அபாரமாகப் பாடுகிறார்களே! எனக்குப் பாட்டென் றால் உயிர். இன்னும் கேட்கவேண்டும் போல் இருக்கிறது. ஆனால் பொழுதாகிவிட்டது. நாளைக்கு வருகிறேன்' என்று போய்விட்டார்.

அதுமுதல் ஒருவாரம் தினந்தோறும் காலையிலோ, மாலையிலோ என் வீட்டுக்கு வருவதும் அபிராம் மார்க் முக்குப்பொடி செய்யும் விதம் முதற்கொண்டு எப்படி அகப்பட்டுக் கொள்ளாமல் பாக்குப் பொடியில் கலப்படம்

செய்யலாம் என்பது வரையிலும், சந்திரமண்டல யாத்திரை முதற்கொண்டு ஆற்றுமணலில் இருக்கும் இரும்பை எடுக்கத் தொழிற்சாலை அமைப்பதைப் பற்றிய வரையிலும் எல்லா விஷயங்களைப் பற்றியும் அலசிப் பேசாமல் போகமாட்டார். 'இவ்வளவு உலக அறிவு உள்ளவரைப் பார்த்ததில்லையே!' என்று வியப்படைந்தேன். பார்த்துத்தான் என் நண்பன் தனக்கொரு நண்பனைப் பிடித்துக் கொண்டிருக்கிறான் என்ற பொறாமைகூட எனக்கு ஏற்பட்டுவிட்டது.

ஒரு வாரத்திற்குப் பிறகு ஒரு ஞாயிற்றுக்கிழமை பகல் பன்னிரண்டு மணிக்குச் சோமு வீட்டிற்கு வந்தார். "என்ன,சாப்பா டாகிவிட்டதா?" என்று குசலம் விசாரித்தேன்.

"இன்னும் இல்லை."

'ஏன்?"

"பின்னே என்ன சார்! அதனால்தான் எனக்கு உறவினர்கள் என்றாலே பிடிப்பதில்லை. வருஷம் 365 நாளும் சிநேகிதர்களுடனே இருப்பதற்கு வழி இருக்கிறது. இந்தப் பிள்ளையாண்டானுடைய பெண்டாட்டி என்னவோ பிரமாதப்படுத்துகிறாள்! நான் டிகாணா போட்டிருக்கிறேன். என்று சொல்வதுபோல முகத்தை வைத் துக்கொண்டு எனக்கு உணவு பரிமாறுகிறாள். எனக்கு இன்று காலை கிடைத்த காபி, வக்கீல் விடும் நோட்டீஸைப் போல் இருந்தது. அவ்வளவுதான். சாயங்காலமாக ஊருக்குப் போகலாம் என்று பார்க்கிறேன்" என்றார்.

"அதற்காகப் பட்டினி கிடப்பானேன்? இங்கே சாப்பிட்டு விட்டு இஷ்டம் போலச் செய்யுங்களேன்' என்றேன்.

உடனே சாப்பாடு ஆயிற்று. ஆனால் சாயங்காலமாக அவர் ரயிலுக்குப் போகவில்லை. என் வீட்டிலேயே இருந்தார். ஒரு வேளை காலையில் போவார் போல் இருக்கிறது என்று நினைத்துக் கொண்டேன்.

மறுநாள் காலையில் நான் சிறு வேலையாக வெளியே சென்றுவிட்டு வீட்டுக்குத் திரும்பி வந்த பொழுது சோமு, கூடத்தில் ஹார்மோனியத்துக்குச் சுருதி போட்டுக் கொண்டிருந்தார் குழந்தைகள் பாடிக்கொண்டிருந்தன. என் மனைவி சமையல்கட்டு வாசலில் நின்றுகொண்டு ரசித்துக் கொண்டிருந்தாள். பாட்டு முடிந்தது; "உங்களுக்குப் பாட்டு ரொம்ப நன்றாக வரும்" என்று ஆசீர்வாதம் செய்தார்.

அன்றும் அவர் ரயிலுக்குக் கிளம்பவில்லை. என்ன அவசரம்? நாளைக்கு ரயிலுக்குப் போனால் போயிற்று என்று மனைவி சொல்லியிருக்கக் கூடும். குழந்தைகளின் பாட்டை ரசிப்பவர் அல்லவா? முதல் நாள் சாப்பாட்டுடன் இருந்தது; இரண்டாவது நாள் டிபனும் சேர்ந்து கொண்டது. இப்படியே விளையாட்டுப் போல் ஒரு வாரம் ஆகிவிட்டது. காலையிலோ மாலையிலோ வீட்டில் சங்கீதம் முழங்காமல் இருக்காது. சோமு சுருதி போடத் தவறுவதில்லை.

இதற்கிடையில் இரண்டாவது நாள் என் வீட்டுக்கு நண்பர் வந்தார். சோமு சுருதி போட்டுக் கொண்டிருந்தார். "ஏன் சோமு! ஊருக்குப் போவதாகச் சொல்லி விட்டுச் சென்றாயே, இங்கேயா இருக்கிறாய்?"

"ஆமாம்; சொன்னேன். இவரிடத்தில் சொல்லிக் கொண்டு போகலாம் என்று வந்தேன். 'ஒருவேளை சாப்பிட்டு விட்டுப் போகக்கூடாதா? என்ன அவசரம்?' என்று இவர் சொன்னார். அதான்' என்று பதில் சொன்னார்.

இந்தக் கப்சா என்னைப் பிரமிக்க வைத்துவிட்டது. சோமு பெரிய பேர்வழி என்ற சந்தேகம் ஊர்ஜிதம் ஆகி விட்டது. அவருக்குத் தங்கத்தின் பக்கபலம் இருக்கும் பொழுது நான் என்ன நினைத்தால் என்ன?

ஒருவாரம் கழிந்தபிறகு என் மனைவி ஒரு ரகசியத்தை என்னிடம் தெரிவித்தாள். 'வீட்டுவரி அவசரமாக அனுப்ப வேண்டி இருக்கிறது. முதலாளியிடமிருந்து வரவேண்டிய பணம் வரவில்லை' என்று சொல்லி ஒருவாரத்தில் திருப்பிக்

கொடுத்து விடுவதாகப் பதினைந்து ரூபாய் தன்னிடம் சோமு கைமாத்து வாங்கிக் கொண் டிருப்பதாக மனைவி சொன்னாள். "கோவிந்தா" என்று சுருக்கமாகப் பதில் கூறினேன்.

"அப்படியா செய்வார்?" என்று மனைவி வெட்கிப் போய் விட்டாள்!

இனியாவது ஊருக்குப் போய்விடுவார் என்று நினைத்தேன். அவர் அப்படிச் செய்யவில்லை.பணத்தைத் திருப்பிக் கொடுத்துவிட்டுத்தான் ஊருக்குப் போகவேண்டும் என்று என் மனைவியிடம் சொல்லிவிட்டார். பணம் கொடுத்துவிட்டே ஊருக்குப் போவதிருக்கட்டும். வரா விட்டால் இங்கேயே இருந்துவிடுவது என்று அர்த்தமா என்று நான் விரித்துக் கூறியபொழுது என் மனைவி அயர்ந்தே போய்விட்டாள்.

மறுநாள் சோமு ஹார்மோனியத்தை எடுத்து வைத்துக்கொண்டு குழந்தைகளுக்காகக் காத்துக் கொண்டிருக்கும்படி ஆகிவிட்டது. என் மனைவி சமையல் கட்டின் வாசற்படியில் வந்து நிற்கவில்லை. "எங்கே குழந்தைகளைக் காணோமே?" என்று சோமு கேட்டபொழுது, “பாடிப் பாடிக் குழந்தைகளுக்குத் தொண்டை புண்ணாகி விட்டது" என்று மனைவி சமையல்கட்டிலிருந்தே பதில் சொன்னாள்.

விஷயம் அதோடு நிற்கவில்லை. அன்றைத் தினம் சமையலும் வயணமாக இல்லை. வெறும் வேப்பம்பூ ரசம் எனக்கே பிடிக்காது. 365 சிநேகிதர்கள் உள்ள சோமுவுக்கு எப்படிப் பிடிக்கும்? அன்றைத் தினம் சாயங்காலம் விடை பெற்றுக்கொண்டு ரயிலேறி விட்டார்....

இவ்வளவு பிரதாபம் நிறைந்தவரைக் கண்டதும் அவர் கண்ணில் படாமல் தப்பிக்கவேண்டுமே என்று நினைத்ததில் என்ன பிசகு? மெதுவாக நகர்ந்து ஒரு வேப்பமரத்துடன் போய் ஒட்டிக்கொண்டேன்.

அதுவரை தன் 365 நண்பர்களில் ஒருவருடன் பேசிக் கொண்டிருந்தது முடிவடைந்து விட்டது. இருந்தாலும் அவர் பஸ்ஸை எதிர்பார்த்துக்கொண்டு நிற்கத் தொடங்கியதும் எனக்குத் திகிலே உண்டாகிவிட்டது. 10-ஆம் நம்பர் பஸ், 11,21,3 எவ்வளவோ பஸ்கள் வந்துபோயின. அவர் ஒன்றிலும் ஏறவில்லை; நின்று நின்று அலுப்போ என்னவோ? மெதுவாக நான் இருந்த பக்கத்தை நோக்கி நடந்து வந்தார். ஓணான் மரத்தில் எறும்பொழுது மனிதனைக் கண்டால் மறையுமே அதுபோல நான் வேப்ப மரத்தின் மறுபக்கம் நகர்ந்தேன். அப்பொழுதும் மனத்திற்குச் சமாதானம் உண்டாகவில்லை.

குடையைப் பிரித்து முகத்தை மறைக்கும்படி பிடித்துக்கொண்டு நிம்மதியாக நின்றேன். என்னை இப்பொழுது நிச்சயமாக அவர் பார்க்க முடியாது. ஆனால் என்னால் அவரைப் பார்க்க முடியும். அடுத்தாற் போல் ஒரு பஸ் வந்தது சோமு பஸ் கண்டக்டரிடம், போய், 'இது அடையாறு போகுமா?' என்று கேட் டார். 'போகாது' என்று சொன்னவுடன் திரும்ப நடை பாதைக்கே வந்துவிட்டார்.

இவர் அடையாறு போகிறார் என்ற தகவல் ஒரு புதிய சங்கடத்தை உண்டாக்கிவிட்டது. ஏனென்றால் நானும் அதே பஸ்ஸில்தான் ஏறி ஸ்ரீராம் நகர் போகவேண்டும். அவரும் நானும் ஒரே பஸ்ஸில் போக வேண்டிய நிலைமை ஏற்பட்டால் எப்படி இருக்கும்! துணியைப் பிடித்துக் கொள் என்று ஒட்டுப் பில்லுக்குச் சொல்லியா தெரிய வேண்டும்? இதற்காக என் ஜாகைக்கு நடந்து போய் விடுவதென்றால் நடக்கக்கூடிய காரியமா? ஆனால் ஒரு நம்பிக்கை; புளிமூட்டை போல் அடைந்திருக்கும் பட்டணம் பஸ்ஸில் முன் சீட்டில் இருப்பவரைக் கூடச் சரியாகத் தெரிவதில்லையே. பார்த்துக் கொள்ளலாம் என்று மனத்தைச் சமாதானப்படுத்திக் கொண்டேன்.

ஆழ்வார்ப் பேட்டைக்குச் செல்லும் பஸ் ஒன்று வந்தது. விர்ரென்று சோமு அதில் போய் ஏறிக்கொண்டு சென்றுவிட்டார். அடையாற்றுப் பஸ்ஸுக்காகக் காத்துக்

கொண்டிருந்தவர் ஏன் ஆழ்வார்ப்பேட்டைப் பஸ்ஸில் ஏறிப் போனார் என்பதுதான் எனக்கு விளங்கவில்லை. யோசித்துக் கொண்டே இருந்தேன்.

தென்ன மரத்தில் தேள் கொட்டினால் புன்னை மரத்துக்கு நெறி ஏறுவானேன் என்ற பழமொழி ஞாபகம் வந்தது. அத்துடன் என் பஸ்ஸூம் வந்துவிட்டது.

பிறகு கவலையின்றிப் பஸ்ஸில் ஏறிக்கொண்டு வீடு போய்ச் சேர்ந்தேன். வீட்டிற்குள் நுழைந்ததும் நிலை வாசற்படி தலையில் இடித்தது போன்ற உணர்ச்சி உண்டாயிற்று. ஏனெனில் வழுக்கை மண்டைச் சோமு என் வீட்டுக் கூடத்தில் உட்கார்ந்து கொண்டிருந்தார். அவருக்கு முன்னால் கடிதாசியில் கட்டிய பொட்டலம் ஒன்று இருந்தது. என்னுடைய ராசி பலனைப் பற்றிய யோசனை உண்டாகிவிட்டது.

"என்னைத் தெரிகிறதா?" என்று அவர் கேட்டதும் என் ஆராய்ச்சி கலைந்து போய்விட்டது. "தெரியாமல் என்ன?" என்றேன்.

"நீங்கள் இங்கே வந்துவிட்டீர்கள் என்று அம்மா அன்று மயிலாப்பூர்க் கோவிலில் கண்டபோது சொன்னார். உடனே குழந்தைகளைப் பார்க்கவேண்டுமென்ற ஞாபகம். இன்று வரையில் முடியவில்லை. சௌக்கியந்தானே?"

"சௌக்கியம்தான்" என்று பதில் சொன்னேனே ஒழிய நினைப்பெல்லாம் என் மனைவியின் அசட்டுத்தனத்தின் மேல்தான். ஆனால் பானை உடைந்த பிறகு பரிதவிப்பதில் என்ன பயன்? மனிதர்களுடன் பழகுவது என்றால் மனத்தின் சலனங்களைப் பிறர் காணமுடியாமல் நடக்கக் கற்றுக் கொள்ளுவது என்றுதானே பொருள்.

இந்த வித்தை பெண்களுக்கு எங்கே வரப்போகிறது. ஆண்கள் தான் பிறந்தவர்கள்!

"நீங்கள் வந்ததில் ரொம்ப சந்தோஷம்' என்றேன்.

"நான் ஊரைவிட்டுப் போனதிலிருந்தே குழந்தைகளின் ஞாபகந்தான். மறுபடியும் எப்பொழுது பார்க்கப் போகிறோம் என்ற தவிப்பு. ஆண்டவனாகப் பார்த்து இந்தச் சந்தர்ப்பத்தைக் கொடுத்துவிட்டான்."

இப்படிச் சொல்லிக்கொண்டே எதிரிலிருந்த பொட்டலத்தை அவிழ்த்தார். நார்ப்பட்டுத் தாவணி ஒன்று. சில்கோ என்னவோ ஜாக்கெட் ஒன்று: குழந்தைகளைக் கூப்பிட்டு அவற்றை நீட்டினார்.

"இதெல்லாம் அநாவசியமாக எதற்கு?"

"என்ன பிரமாதம்!"

சோமுவைப் பற்றிய என் எண்ணம் எல்லாம் தவறு என்று சொல்வது போல் அவர் காரியத்தைச் செய்திருந்தார். அதே மாதிரிதான் என் மனைவியும் நினைத்திருக்க வேண்டும். ஏனென்றால் அடுத்த நிமிஷம் எங்கள் இருவருக்கும் டிபன், காபி வந்து சேர்ந்தது.

"உங்கள் வீட்டுக் காபியை மறக்க முடியாது என்று சொல்லிக் கொண்டே காபியைக் குடித்தார்.

அவருடைய அமெரிக்கையைப் பார்த்த பிறகு எனக்கு ஓர் உண்மை புலப்பட்டது. பொருளாதார நெருக்கடியில் சிக்கி உழலும் மக்கள் எந்த விஷயத்தைப் பற்றியும் உண்மையான மதிப்பீடு செய்ய முடியாது பொருளாதாரச் சிக்கல் கண்ணை அவ்வளவு தூரம் மறைத்துவிடும். அப்பொழுது மனம் பிழையுள்ள கண்ணாடியைப் போல் உருவங்களைச் சப்பையாகவும் உப்பலாகவும் கோணலாகவும் திரித்துக் காட்டிவிடுகிறது. இந்தமாதிரி எண்ணங்கள் தோன்ற ஆரம்பித்த உடனே சோமுவைப் பற்றி நான் முன்பு நினைத்திருந்ததை எல்லாம் வாபஸ் பெற்றுக் கொண்டுவிட்டேன்.

சோமு அணுகுண்டுகளைப் பற்றிப் பேசத் தொடங்கினார். சோதனைகளை எதிர்ப்பதற்குப் பதிலாக பிரமிக்கும் வகையில் ஆதரவு காட்டிப் பேசிவிட்டு விருட்டென்று எழுந்திருந்து விடை பெற்றுக் கொள்ளலானார்.

"சாப்பிட்டுவிட்டு நாளைக்குப் போகலாமே" என்றேன். '

'நான் சாப்பிடுகிற சாப்பாடெல்லாம் உங்கள் சாப்பாடுதான். அன்புதான் சாப்பாடு. மனுஷனுக்கு வேறு என்ன வேண்டும்?" என்று சொல்லிவிட்டு விடை பெற்றுக் கொண்டார்.

'நல்லவனைக் கெட்டவன் ஆக்கி விட்டாயே பாழும் மனமே!' என்று என் மனத்தைக் கடிந்துகொண் டேன்.

ஆசிரியர் குறிப்பு:

(இந்த வரலாறு அச்சேறிய பிறகு கதாசிரியரிட மிருந்து ஒரு தபால் வந்தது. அதை இங்கே பிரசுரித்திருக் கிறோம்):

நான் எழுதி அனுப்பியதுடன் தயவுசெய்து இதையும் சேர்த்துக் கொள்ளவும். மனத்திற்கு அதிசயிக்கத்தக்க சக்தி இருக்கிறது. தர்க்க அறிவுக்கு அப்பாற்பட்ட உள் ளுணர்ச்சி ஒன்று இருக்கிறது. மனத்தில் தோன்றிய எண்ணம் பொய்யானது போல் வெளிப்படையாக முதலில் தோன்றினாலும் பின்னர் மனத்தின் உள்ளுணர்ச்சியே உண்மை என்பதைக் காண்போம். அதாவது சோமு எங்கள் வீட்டில் இப்பொழுது ஒரு வாரமாகத் தங்கி வருகிறார். அவருடைய 365 நண்பர்களில் நானும் ஒருவன் ஆகிவிட்டேன். குழந்தைகளின் பாட்டுக்கு அவர் ஹார் மோனியச் சுருதி போட்டுக் கொண்டிருக்கிறார்.

# புரியாதது

அன்புள்ள டாக்டருக்கு,

என் மனைவியின் உடல் விஷயம் புரியவே இல்லை என்று பல தடவை சொல்லியிருக்கிறீர்கள். அவள் மனத்தின் விஷயமும் புரியவில்லை என்று இப்போது சொல்லித் தான் ஆகவேண்டும்.

இரண்டு நாளுக்கு முன் ஒன்று நடந்தது. இவளைப் பெண் என்று நினைப்பதா, பேய் என்று நினைப்பதா புரியவில்லை. இவள் படித்துப் பட்டம் பெற்றதைப் பொய் என்று நினைப்பதா, மெய் என்று நினைப்பதா? அதுவும் புரியவில்லை. தற்காலப் படிப்பு மனிதர்களை நாகரிகப் படுத்தியதாக வேஷம் காட்டினாலும், உண்மையில் மக்களின் அறியாமையை அசைக்க வலிமையற்றது என்று நினைப்பதா? புரியவில்லை.

இவள் ஏன் என்னை மணந்தாள் என்பது புதிராகவே இருந்து வருகிறது. என் படிப்புக்காக இருக்க முடியாது. இவளும் என்னைப் போன்ற பட்டம் பெற்றவள் தானே? என் சொத்துக்காகவா? ஆனால் அது அவ்வளவு பெரிய விஷயமா என்ன? வேறு சொத்துக்காரன் இவள் கண்ணில் தட்டுப்படாமல் போய்விட்டானா என்ன?

அது போகட்டும்; வீட்டிற்கு வந்த பிறகும் இந்தப் புதிர் சிக்கலாகிக் கொண்டே வந்தது. அந்த விவரங்களை எல்லாம் இப்பொழுது வளர்த்திப் பயனென்ன ? படித்தவள் உத்தியோகத்தைத் தேட மறுத்ததில் ஏனோ எனக்கு அதிக வியப்பு ஏற்படவில்லை. ஆனால் வியப்பு வேறொரு விஷயத்தில் ஏற்பட்டது.

நானாவது கொஞ்சம் பழம் பசலிப் பேர்வழி: சாஸ்திரத்தை நம்புகிறவன் : குழந்தை பிறக்காவிட்டால் நரகம் என்பதை ஒப்புக்கொள்ளக்கூடும். சாஸ்திரம் சொல்லும் கரகம் எப்படி இருக்குமோ தெரியாது. ஆனால் குழந்தை இல்லாத வீடு நிச்சயம் நரகந்தான். ஒரு நீலக் கண்ணா. வீட்டை எதிரொலிக்கச் செய்யும் அழுகையா—என்ன உண்டு? இதற்காக நான் வருந்தினால் பொருத்தமாக இருக்கலாம். அல்லது எங்கள் குடும்பச் சொத்து அனந்தர வாரிசுக்குப் போகவாவது என்று நான் கவலைப்பட்டா லும் சரிதான்.

ஆனால் இவளோ படித்தவள்; சாஸ்திரக் கந்தலைக் கசக்கி எறிந்தவள். எங்களுக்குக் குழந்தை இல்லாததனால் இவளுக்கு உண்டான துயரம் சொல்லிமுடியாது. எதை எல்லாம் இவள் நம்பமாட்டாள் என்று நினைத்தேனோ அதிலெல்லாம் ஈடுபட்டாள். என்னை ஈடுபடச் செய்தாள். கந்தசஷ்டி, காசியாத்திரை, சேதுஸ்நானம், அன்ன தானம், அவ்வளவும் செய்துவிட்டோம். மாறுதல் இல்லை. இவ்வளவும் ஒரு வருஷத்திற்கு முன்பு வரையில்.

இந்த ஒரு வருஷமாக இவள் மாறிவிட்டாள். பரிகாரங்களில் நம்பிக்கை போய்விட்டது. உடலில் ஏதேதோ கோளாறுகள் ஏற்பட்டன. நீங்கள் ஒரு வருஷ காலமாகத்தான் எங்கள் வீட்டிற்கு வரும்படி ஏற்பட் டிருக்கிறதென்பதை நினைப்பு மூட்டிக்கொள்ளுங்கள். ஆனால் இவள் மனத்தின் விசித்திரத்தில் மட்டும் மாறுதலைக் காணோம். ஏதாவது எதிர்பாராத விதமாகவே இவள் மனம் வெளிப்பட்டுக் கொண்டு வருகிறது.

ஒரு வருஷத்திற்கு முன்பு நடந்த சம்பவத்தை நான் சொல்லியதில்லை. இதுவரையில் தங்களிடம் சின்ன விஷயம் என்று தள்ளிவிட்டேன்.

எங்கள் வீட்டு முற்றத்தைத்தான் உங்களுக்குத் தெரியுமே; சூரியனே வீட்டிற்குள் பதுங்குகிறானோ என்று நினைக்க இடம் கொடுக்கும் முற்றம். தென்னங்கீற்றுகளை

வரவழைத்து, முக்கால் பங்குக்குமேல் முற்றத்தை அடைத்து விட்டாள். 'காற்று வராதே, வெளிச்சம் போய் விடுமே' என்று சொல்லிப் பார்த்தேன். "மொட்டை மரத்திற்குக் காற்றும் வெளிச்சமும் இருந்தாலும் ஒன்று தான்; இல்லாவிட்டாலும் ஒன்றுதான்" என்றாள்.

பேச்சு என்னவோ குழந்தை இல்லாதவர் எல்லோருமே சொல்லக் கூடியதுதான். ஏக்கம் நிலைத்து வேரூன்றிய பிறகு மனக்கொடியில் வெடிக்கக்கூடிய கசந்த கனிதான். இருந்தாலும் இந்தச் செய்கை ? இன்பத்தை நாடி, அம் முயற்சியில் தோற்றவர்கள் தாமாகவே பிறகு துயரத்தை வலிய அணைத்துக் கொண்டாட வேண்டிய அவசியம் ஏற்படுகிறதோ என்னவோ! ஒளி எல்லாம் கண்ணைக் குத்து கிறதோ என்னவோ ! இப்படி ஏதோ சங்கடம் அடைந்து தான் அவள் முற்றத்தையும் இருட்டாக்க முயன்றிருக்க வேண்டும். ஆனால் இது எப்படி ஆறுதல் அளிக்கும் என்பது எனக்குப் புரியவில்லை.

இது நடந்த மறுநாள் நானும் அவளுமாகப் பங்களா வாசலில் உட்கார்ந்திருந்தோம். எத்தனையோ நூற்றுக் கணக்கான முறை அவள் சுற்றிவந்த அரசமரத்தின் நுனிக்கிளை எட்டாக்கையில் ஆடி அசைந்துகொண் டிருந்தது. பெரிய கொப்புளங்கள் போல் மேகங்கள் மிதந்து கொண்டிருந்தன. திடீரென்று ஒரு காற்று, ஓர் இடி, ஜோவென்று மழை பிடித்துக் கொண்டது. இவ்வளவு கனத்த மழை எங்கிருந்து முளைத்தது என்று ஆச்சரியப் பட்டுக்கொண்டிருந்தேன். இந்த வியப்பில் கண்முன் நடந்ததைக் கவனிக்கவில்லை.

சிறிது நேரத்திற்கெல்லாம் யாரோ தூக்கத்தில் எழுப்பியது போன்ற உணர்ச்சி உண்டாயிற்று. திடுக்கிட்டுப் பார்த்தேன். பங்களா வாசலில் - மோட்டார் வண்டி வந்து நிற்கும் முகப்பில் - ஒரு நாய் பள்ளம் பண்ணிக் கொண்டிருந்தது. அரை அடி ஆழத்திறக்குமேல் தோண்டியாகி விட்டது. இவ்வளவையும் என் மனைவி சும்மா பார்த்துக் கொண்டுதான் இருந்தாள். எனக்குக் கோபம் தாங்கவில்லை.

"இதென்ன, பந்தல் கால் முகூர்த்தம் என்று பார்த்துக் கொண்டிருக்கிறாயா?" என்று கடிந்து கொண்டு கையை ஓங்கினேன்.

"நமக்கென்ன நத்தை ஜன்மமா, வீட்டை முதுகிலே தூக்கிக்கொண் டிருக்க? பள்ளத்தை மூடிவிட்டால் போகிறது. வாயில்லா ஜீவன்! மழைக்குச் சூடான இடத்தைத் தேடுகிறது. அதனிடத்தில் நம்முடைய பாத்தியத்தைக் கொண்டாடாவிட்டால் என்ன மோசம்?"

இப்படிப் பதில் சொல்லிவிட்டு வாசல் படிக்கட்டண்டை போய் நின்றாள்.

ஊத்தறியும் சக்தி நாய்க்கு வெகு அதிகமல்லவா? பள்ளம் பறிக்கும் வேலையை விட்டுப் படியேறி வந்தது.

மிகவும் அழகிய நாய் என்று சொல்வதற்கில்லை. கலப்படம். உடலுடன் மயிரெல்லாம் ஒட்டிக் கொண்டிருந்தது. பெண் நாய். விலாவின் பக்கத்தில் வயிறு கொஞ்சம் புடைத்தாற்போல் இருந்தது.

அவள் என்ன நினைத்துக்கொண்டாளோ தெரியவில்லை. உள்ளே போய் ஒரு சாக்கைக் கொண்டுவந்து சுவரோரமாகப் போட்டாள். நாய் உடலைச் சிலிர்த்து உதறிற்று. உடனே வாலைத் தணித்துக் கொண்டு, சாக்கில் போய்ப் படுத்துவிட்டது. இந்தக் காரியத்தை என்னால் சகிக்க முடியவில்லை.

அன்றைத் தினம் வந்த நாய்தான் : இரண்டு நாள் முன் வரையில் - அதாவது சுத்தமாக ஒரு வருஷம் - இவள் அதை வளர்த்தாள். நாயினிடம் காட்டிய அன்பையும் செய்த பணிவிடைகளையும் விவரிக்க இடம் போதாது. சொந்தப் பெண் இருந்தால் எவ்வளவு செய்வாளோ அந்த அளவுக்குக் குறைவில்லை.

இவ்வளவு அன்பு காட்டியவள் முந்தாநாள் ஒரு காரியம் செய்தாள். விளங்காத பேரேட்டில் இது மற்றோர் பதிவு.

பொழுதுசாயும் வேளை: பங்களா முகப்பில் நின்று கொண்டிருந்தேன். தெருப்புறமாகப் பார்த்துக் கொண்டு இவள் நாற்காலியில் உட்கார்ந்திருந்தாள்.

இந்த நாய் நாற்காலியை நோக்கி வந்துகொண்டிருந் தது.

என்னைக் கண்டாலே அதற்குப் பிடிக்காது. ஆகையால் என்னைப் பார்த்தவுடன் முதல் யோசனையை விட்டு விட்டுக் காம்பவுண்டு வாசலண்டை போய் நட்ட நடுவில் நின்றது.

யாரையோ எதிர்பார்ப்பது போல் தலையைத் திருப்பித் திருப்பிப் பார்த்தது.

அப்பொழுது லேசான தூற்றல். தூற்றலையும் நாயையும் சேர்ந்தாற் போல் கண்டதும் நாய் வந்த முதல் தினத்தின் நினைவு வந்தது. மறு நொடியில் ஓர் உண்மை புலப் பட்டது. நாய் வந்தபொழுது அதன் கழுத்தில் பட்டம் ஒன்றும் இல்லை. எஜமானி வளர்க்க ஆரம்பித்த பிறகு அதன் கழுத்தில் பட்டம் ஏறிற்று. ஆனால் இன்றோ ? பட்டத்தைக் காணோம். பட்டம் என்னவாயிற்று? தானாக விழுந்திருக்க முடியாது? பின் யார் கழற்றியிருப்பார்கள்? எனக்குப் புரியவில்லை.

"கழுத்துப் பட்டம் எங்கே?" என்று கேட்டேன்.

"விழுந்திருக்கும்" என்று அலட்சியமாகப் பதில் சொன்னாள். சொன்ன மாதிரியிலிருந்து அது பொய் யென்று பட்டது. அடுத்த சில நிமிஷத்தில் பொய்தான் என்பது உறுதியாகி விட்டது.

வெளிவாசலின் நடுவில் நாய் நின்றுகொண்டிருந்த தல்லவா? ஒரு மூங்கில் குச்சியும் அதன் நுனியில் கட்டி யிருந்த கம்பி வளையமும் வெகு திருட்டுத்தனமாக நாயின் முகத்தண்டை வந்துகொண்டிருந்தன. ஆள் மட்டும் தெரியவில்லை. எனக்கு

என்னவோ தோன்றிற்று; மனைவியின் பக்கம் திரும்பினேன். அவளும் வாசல் பக்கத்தைத் தான் பார்த்துக் கொண்டிருந்தாள். ஆனால் அவள் முகத் தில் எவ்விதக் கலவரமும் இல்லை; தான் வளர்த்த நாய் என்ற பரிவைக் காணோம்.

நான் மறுபடி வாசற்பக்கம் திரும்பிப் பார்ப்பதற்குள் அந்த வளையம் நாயின் கழுத்தில் புகுந்து சுருக்காகி விட் டது. நாயொழிப்பு இயக்கத்தின் தொண்டன் - தோட்டி மாரி- நாயைக் கட்ட முயன்று கொண்டிருந்தான்.

எனக்கு என்னவோ நாயினிடத்தில் அன்பொன்றும் இல்லை. இருந்தாலும் அந்தக் காட்சியைத் தாங்க முடியவில்லை. 'டேய்!" என்று சத்தம் போட்டுக்கொண்டு கிளம்பினேன்.

"நீங்கள் கத்துவானேன்? அவனவன் வேலையைச் செய்கிறான்" என்று திடுக்கிடும்படியாக என் மனைவி குறுக்கிட்டாள்.

"உன் நாய் ஆயிற்றே! ஒட்டன் இழுத்துக் கொண்டு போகிறானே !" என்றேன்.

"என் நாய்தானே? உங்களுக்கு என்ன?" என்று வெடுக்கென்று கேட்டாள். எனக்கு மூச்சு முட்டிற்று.

"இத்தனை நாளாக இவ்வளவு அருமையாக வளர்த் திருக்க வேண்டியதில்லையே !" என்றேன்.

"மொட்டை மரத்தில் ஒன்று போதாதா?" என்றாள்.

இவள் தான் நாயின் கழுத்தில் இருந்த பட்டத்தைக் கழற்றியிருக்கிறாள். சந்தேகம் என்ன?

இவளுடைய குரூரத் தன்மை எனக்குப் புரியவில்லை. உங்களுக்குப் புரிகிறதா?

அன்புள்ள...

# பிரமை

"நீங்கள் யார்?"

"நானா?"

"இந்த நேரத்திலே.. இந்த இருட்டிலே அதுவும் இந்த மெத்தைக்கு எப்படி..?"

"என்னைத் தெரியவில்லையா? என் பெயர் மயக்கி. அப்படி ஒன்றும் கிழப்பிணம் ஆகிவிடவில்லையே! என்னை எப்படி அவ்வளவு சுத்தமாக மறந்துவிட்டாய்."

"மயக்கியா? அந்த மாதிரி யாரும் எனக்கு அறிமுகமில்லையே பார்த்தால்."

"நன்றாகப் பார்."

"உங்களைப் பார்த்தால் இந்த உலகத்து ஸ்திரீயாகவே தோன்றவில்லையே! கையிலிருப்பது எழுதுகோலா, வீணையா?"

"பாவம், உனக்கு உண்மையிலேயே புத்தி பேதலித்து விட்டது. மனத்தின் மடையைத் திறந்து காவியத்தில் புதுமை காட்டிய கவி எங்கே? என்னை யார் என்று கேட்கும் இந்த வறட்டு ஆள் எங்கே? இந்த இரண்டு ஆளும் உனக்குள்ளே இருந்திருக்கிறார்களே - அதுதான் ஆச்சரியமாய் இருக்கிறது!'

"என் கவிதையைப் பற்றிப் பேச வந்திருக்கிறீரா? பாவம்! எந்தக் கல்லூரியில் படிக்கிறீர்களோ! இளமையில் சிந்தனை இல்லை. ஆகையால், மேகங்களில் உருவங்களைப் பார்க்கிறோமே, அதைப் போல் எங்கும் கலையைப் பார்க்கிறோம். அது ஒரு போதை என்பது நமக்குத் தெரிவ

தில்லை. அந்தப் போதை தெளிய வேண்டும். அதற்குக் கொஞ்ச காலம் ஆகிவிடுகிறது.'

'உனக்கு அந்தப் போதை தெளிந்துவிட்டது என்று சொல்ல வருகிறாய். அதனால்தான் நீ எழுதுவதை விட்டு விட்டாய் என்று சொல்ல வருகிறாய்!'

"நான் ஒன்றையும் விடவுமில்லை; பிடித்துக் கொள்ளவும் இல்லை. விடவும் பிடித்துக் கொள்ளவும் அறிந்து விட்டால் ஞானி ஆகிவிடமாட்டோமா! போதை தெளியாவிட்டால் இரண்டு ஆபத்துக்களுக்கிடையில் கலைஞன் சிதறிப் போகிறான் - ஒன்று வயிறென்னும் பெரும் பாறை; மற்றொன்று - காமமென்னும் பெரும் பள்ளம், நல்ல வேளையாக......"

"நீ உளறுகிறாயா, உண்மை பேசுகிறாயா என்று தெரியவில்லை. ஆனால் ஒன்று; உனக்குப் பிடித்துக் கொள்ளவும் தெரியாது. விடவும் தெரியாது என்பது மட்டும் உண்மை ... நீ நல்ல கருவி என்று நினைத்துத்தான் உன்னை நான் வந்து பிடித்தேன். அழகாக, அற்புதமாகக் காவியம் செய்தாய். நான் பூரித்துப் போனேன். ஏன் நீயும் பூரித்துத்தான் போனாய். ஆனால் இப்பொழுது என்னைப் பட்டினி போட்டுவிட்டாய். எனக்குத் துரோகம் இழைத்துவிட்டாய். அதுமட்டுமோ? என்னை யார் என்று கேட்கும் எல்லைக்கும் வந்துவிட்டாய்!"

"அந்தக் கதை எல்லாம் எனக்குத் தெரியாது. உன்னைப் பட்டினி போட்டேன் என்கிறாய். இல்லாவிட்டால் நான் பட்டினி கிடக்க வேண்டியதுதான். நான் மட்டுமா? மனைவியும் மக்களும் உள்பட! உன்னை விடக் கொடியவள் ஒருத்தியின் வசப்பட்டிருக்கிறேன். என் சக்தியையும் சுதந்திரத்தையும் அவள் சிறைப்படுத்தி விட்டாள். பிழைப்புக்கு அடிமையாகி விட்டேன். போர் அடித்த வைக்கோலைப் பார்த்திருக்கிறாயே? உனக்கென்று வாழ்வை

ஒதுக்கி வைக்காதவனால் உனக்குப் பயன் உண்டாகாது; பெருமை உண்டாகாது."

"புது உபதேசங்கள் செய்கிறாயே - அதை எழுதுவது தானே"

"எழுதுவதைவிட எழுதாமை உயர்ந்தது. ஓசையை விட ஒடுக்கம் உயர்ந்தது. மரத்தைவிட விதை உயர்ந்தது. வெளிப்படுவதை விட உட்படுவது உயர்ந்தது. கடனைக் கழிப்பதே கலை. கற்பனையின் சிறகை விரித்தால் மனம் வேண்டுமானால் பறக்குமே ஒழிய, உடல் பறக்காது. பூமிக்கு ஆகர்ஷண சக்தி உண்டு..."

"உன் கருத்துப் பிறருக்குப் பயன்தரக் கூடுமே."

"ஒன்றும் பயனளிக்காது. தற்கால முறையையே ஆக்ஷேபிக்கிறேன். கண், பார்ப்பதற்காக ஏற்பட்டது; கேட்பதற்காக அன்று. கருத்துக்களைக் கண்ணுக்கு விஷய மாக்கினால் கண்காட்சிதான் வலுவடையும்; புஸ்தக வியாபாரந்தான் பெருகும். மனம் கனியாது; மண்ணை விண்ணாக்கமுடியாது. உள்ளொளி இல்லாத எழுத்தை அள்ளிக்கொட்டி உலகை ஏன் குப்பை மேடாக்க வேண்டும்."

"நீ சொல்வதில் உண்மை இருக்கிறது. ஆனால் ஒப்புக் கொள்ள முடியவில்லையே.."

"முடியாதுதான். கலை முடியும் இடத்தில் கடவுளின் உலகம் தோன்றும். கடமையின் ஆட்சி புலனாகும்."

"இனி உன்னிடம் கவிதையை எதிர்பார்க்க முடியாது. அப்படித்தானே?"

"அதுவும் எனக்குத் தெரியாது. நிகழ்காலம் என் ஒரே காலத்தைத்தான் நான் அறிவேன். இறந்த காலமும் எதிர்காலமும் எனக்கில்லை. வெறும் பசு கூட எவ்வளவோ மேல். புல்லைத் தின்று மர நிழலில் ஒதுங்கிவிட்டு வருந்தாமல் பால் தருகிறது. தன்னைப்பற்றி அது பெருமை

பேச வருவதில்லை. பிறர் பெருமைப்படுத்திப் பேசினாலும் துள்ளிக் குதிப்பதில்லை; அவரவர்கள் கடமையை உணர் வது முதல் படி. அதுவே கடைசிப்படியும் ஆகும்."

"ஆகையால். கனவுலகை விட்டு கடமையின் உலகில் ஆழ்ந்துவிட்டேன் என்கிறாய்?"

"அப்படியே இருக்கட்டும். ஒருவன் ஒருத்தியைத்தான் காதலிக்கலாம்; மணக்கலாம். கனவை மணப்பவன் அத்துடன் நின்றுவிடவேண்டும். கடமைகளை மறக்க வேண்டும். இல்லாவிட்டால் கனவை மறந்து கடமையில் ஆழவேண்டும். இரண்டையும் நடத்திச் செல்வேன் என்றால் முடியாது. இரண்டு பெண்டாட்டிக்காரன் கதை தெரிந்திருக்குமே! இப்பொழுது சட்டம் ஆகிவிட்டது, 'இருதார மணம் சட்டத்திற்கு விரோத மென்று. தெரியுமா தெரியாதா?'

"யாரோடு கூட பேசிக்கொண்டிருக்கிறீர்கள் - இந்த நேரத்திலே! என்ன அதிசயம்! யாரையும் காணோமே! தனக்குத்தானே?"

"யாரையும் காணோமா! இவ்வளவு நேரம் கல்லூரிப் பெண் போல் ஒருத்தி பேசிக்கொண்டிருந்தாளே -- அவள் எங்கே?"

'உங்களுக்கு பிரமை முற்றிப் போய்விட்டது. முதல் காரியமாக நாளைக் காலை டாக்டரிடம் போய் வாருங்கள்.'

# வெண்கலப் பானையின் கதை

வெண்கலப் பானைக்கு வந்த அலுப்புச் சலிப்பிற்கு அளவே இல்லை. 'தினம் காலையில் எழுந்திருப் பது: வேலைக்காரி முகத்தில் விழிப்பது; அவள் சாம்பலையும் கல்லையும் போட்டுக் கர கரவென்று தேய்த்துக் குளிப்பாட்டி வைப்பது; அப்புறம் வீட்டு எஜமானி அம்மாள் விபூதி பூசினாற் போல் பச்சை மாவைத் தன் மேலே தடவி வைப்பது, பிறகு உடம்பெல்லாம் அடுப்புக் கரியைத் தீத்திக் கொள்வது, சாதம் சமையலாகும் போதும் பிறகும் கரண்டியாலே குட்டுப்படுவது, கடைசியாக முன் மாதிரி வேலைக்காரி இடம் திரும்ப வந்துவிடுவது- இதுதானா ஜன்மத்திலே வேலை? ஓர் ஒய்ச்சல் ஒழிவு வேண்டாம்?" என்று யோசித்து ஒரு தீர்மானம் செய்தது.

மத்தியான்னமாக வீட்டு வேலைக்காரி பத்துப் பாத்திரங்களை எல்லாம் சுத்தமாய்த் தேய்த்துக் கிணற்றங்கரையில் வைத்திருந்தாள். எஜமானி அம்மாள் குழந்தைகளுக்குச் சடை போட்டுக் கொண்டிருந்தாள். இது நல்ல சகுனம் தான் என்று வெண்கலப்பானை வேப்பமரத்தைப் பார்த்து வணங்கிவிட்டு, நாலு வேப்பிலையை வாயில் போட்டுக் கொண்டு வெளியே கொல்லை வழியாகக் கிளம்பிவிட்டது.

வெளியே கிளம்புகிறது தான் சிரமம். கிளம்பி விட்டால், வேகத்துக்குக் கேட்பானேன்? வெகுதூரம் அலைந்ததில் அதற்கு நோவு எடுத்து விட்டது. ஒரு வீட்டு வாசலில் மாடும் கன்றும் கட்டி இருந்தது. திண்ணையில் ஒரு கயிற்றைத் தவிர யாரையும் காணவில்லை. அப்பாடா என்று அங்கே போய் உட்கார்ந்தது; கால்மணி நேரம் வரையில் காற்றாட ஒரு வார்த்தை கூடப் பேசாமல் உட்கார்ந்திருந்தது. அதற்குப் பிறகு

வியர்க்க விறுவிறுக்கக் கோனார் ஓடி வந்து கயிற்றை எடுத்ததும் முதலில் அதற்குப் பயமாகப் போய் விட்டது. நல்ல வேளை! கயிற்றை எடுத்து மாட்டின் பின்காலில் கட்டினான். 'சொம்பு கொண்டா!' என்று கத்தினான். பால்காரி இருந்தால் தானே! வெண் கலப் பானை சிரித்தது. பெண்ணும் புஷ்பமும் பாத்திரமும் சிரித்தால் உலகத்தில் விட்டு வைப்பார்களா?

கோனார் பாத்திரத்தை எடுத்து அணைத்துக்கொண்டு பாலைக் கறந்து திண்ணையில் வைத்துவிட்டுத் திரும்பினார். அதற்குள் பால்காரி வந்துவிட்டாள். பாலை அளந்து எல்லோருக்கும் கொடுத்த பிறகு வழக்கத்திற்கு அதிகமாகவே பால் மிச்சப்பட்டிருந்தது. ஆச்சரியத்துடன் ஒரு தரம் வெண்கலப்பானையைப் பார்த்தாள். இது ஏது என்று கேட்பதற்குள் கோனார் ஓடி விட்டார். வெண்கலப் பானை சிரித்தது. பால்காரியும் சிரித்துக் கொண்டே பாத்திரத்தை எடுத்துக் கொண்டு வீட்டுக்குக் கிளம்பி விட்டாள்.

அன்று முதல் பால்காரி காலையும் மாலையும் வெண்கலப் பானையைப் பளபளவென விளக்கிப் பசுமாட்டுடன் எடுத்துச் சென்றாள். மற்ற வேளைகளில் அதை ஒரு மாடப்பிறையில் வைத்திருந்தாள். அடுப்பு வாசனை கூட அந்தப் பக்கம் வரக்கூடாது.

வெண்கலப்பானையின் வாழ்க்கை வெகு சுகமாக இருந்தது. ஆனால் வேறு கஷ்டம் ஒன்று முளைத்தது. மாடப்பிறையிலே போகிற கறப்பான் பூச்சி பிசுபிசு வென்று ஒட்டிக்கொள்ளும் தன் கால்களோடு இந்த வெண்கலப்பானையின் மேல் நடந்து போகலாயிற்று. ராமபாணப்பூச்சி அவ்வப்பொழுது வெள்ளித் தூள்களைக் கொண்டுவந்து மேலே உதறிவிட்டுப் போயிற்று. அந்தப் பூச்சிகளை வேட்டையாட ஒரு பல்லி பானையின் விளும்பில் ஒண்டிக் கொள்ள வந்தது. இந்த மாதிரி நல்ல இடம் கிடைத்ததே என்று பல்லியும் பூச்சிகளுமாகச் சேர்ந்து வெண்கலப்பானையை ரணகளம் ஆக்கிவிட்டன. வெண்கலப் பானைக்கு வந்த வெறுப்புக்கு அளவில்லை. மறுபடியும் வெளியேறிவிட வேண்டும் என்ற வேட்கை பிறந்தது.

ஒருநாள் ஒரு பல்லியும் தேளும் ரணகளத்திற்கு வந்து சேர்ந்தன. எத்தனை தரம் வெண்கலப்பானையை வலம் இடம் வந்தன! முடிவிலே பல்லி தேளைப் பிடித்து விட்டது. எக்கச் சக்கமாகத் தேள் அகப்பட்டுக் கொண்டுவிட்டது. வந்த கோபத்தில் வாலைச் சாய்த்து அடித்தது; பல்லியை ஒன்றும் செய்ய முடியவில்லை. அதற்குப் பதில் வெண்கலப்பானை கொட்டை வாங்கிக் கொண்டது. லேசான துவாரம் அதில் விழுந்தது. அன்றைத் தினம் பால் கறந்து வைத்தபொழுது பால் காரிக்கு இந்த உண்மை புலப்பட்டுவிட்டது.

மறுநாள் தெருவிலே வெண்கல வியாபாரி போனான். பால்காரி அவனிடம் பாத்திரத்தை எடை போடச் சொன்னாள். பிறகு ஏதோ தக்ஷிணையும் சேர்த்துக் கொடுத்துவிட்டு வேறு பாத்திரத்தை வாங்கிக்கொண்டாள். யுத்த களத்தை விட்டுக் கிளம்பி விட்டோம் என்ற மகிழ்ச்சியில் வியாபாரியின் மூட்டையுடன் வெண்கலப் பானை கிளம்பிற்று.

அன்று மாலை வியாபாரி வெண்கலப் பானையை எடுத்துக் கொண்டு கன்னான் பட்டறைக்கு வந்து சேர்ந்தான். "ஏன் தம்பி! இந்தப் பொத்தலுக்கு ஒட்டுப்போட முடியுமா?" என்றான். "முடியாது அண்ணே! தூங்கையிலே வாங்குகிற மூச்சு, அது சுழிமாறிப் போனாலும் போச்சு: இதுக்குச் சுழி மாறிப்போச்சு" என்றான் கன்னான்."ஆனால் சரி; நிறைபோட்டு எடுத்துக்கொள்.

வெண்கலப்பானை கன்னான் கைக்கு வந்தது. அவன் அதை உடைத்துப் பஞ்சலோகத்துடன் கலந்து ஓர் அழகிய விக்கிரகத்தை வார்த்தான். ஆதியிலே வெண்கலப் பானையாக வெளிக்கிளம்பியது இப்பொழுது விளக்குத் தாழி விக்கிரகம் ஆகிவிட்டது, இன்றைக்கும் வாராஹி கோவில் சன்னதியில் அது இருக்கிறது. அந்த விளக்கு நாச்சியாரையும் அவள் விடும் சுடரையும் கண்டு மோகிக்காத பக்தர்களே இல்லை.

ஆனால் விளக்கு நாச்சியாருக்கு மட்டும் மனத்தில் திருப்தி இல்லை. சதா நெய்யும் களிம்புமாக விளங்குகிற என் அழகு ஒன்றே போதுமே!' என்று வருந்திக் கொண்டிருக்கிறது.

# மாய மான்

நேற்றுத் தபாலில் ஒரு பளுவான கவர் வந்து சேர்ந்தது. அவ்வளவு கனமான கவர் அதுவரையில் எனக்கு வந்ததில்லை. என்றாலும் அதை உடனே பிரித்துப் பார்க்கவேண்டும் என்ற ஆத்திரம் உண்டாகவில்லை. எலி தப்பி ஓட முடியாதென்று நிச்சயமாகப் பூனைக்குத் தெரியும்பொழுது தானே பூனை வேட்டையின் முன் விளையாடிப் பார்க்கிறது ! அதைப்போல உறையை அப்படியும் இப்படியும் திருப்பிப் பார்த்தேன். விலாசத்தை யார் எழுதி இருக்கலாம் என்று எண்ணி எண்ணிப் பார்த்தேன். ஒன்றும் விளங்கவில்லை.

விளையாட்டு வினையாயிற்று. உறையைக் கிழித்தேன். மணி மணியான எழுத்தில் எனக்கென்று ஒரு கடிதம் எழுதியிருந்தது; அதுவும் முன்பின் அறியாதவருடைய கையெழுத்தாக இருந்தது. அதைத் தவிர, கச்சிதமாக மடித்துவைத்த சில தாள்கள் இருந்தன. கடிதத்தைப் படித்தேன்; வெகு ரசமாக இருந்தது. வெளியிடத் தேவை இல்லை. சில வரிகளையாவது வெளி அதை முழுவதும் யிடத்தான் வேண்டும்.

"தன்னை அறியப் பல வழிகள் உண்டு. எழுத்தும் ஒரு வழி. இந்த உண்மையை நமது முன்னோர்கள் அதிகமாக வற்புறுத்தியதாகத் தெரியவில்லை. அவர்களுடைய கவனமெல்லாம் கர்மம், பக்தி, ஞானம் முதலிய மார்க்கங் களைப் பற்றியே சென்றது. மார்க்கத்தில் செய்கைக்குத் தானே முதன்மை? எழுத்தென்னும் வழியில் சொல்லே செய்கை. இந்த அடிப்படைகளுக்கு மாறாகச் சொல்லைக் கையாள்வது குற்றம்.?

"அதனால்தான் பணத்திற்கோ வற்புறுத்தலுக்கோ தயா தாட்சிண்ணியத்திற்கோ எழுத்தை ஆளாக்கக் கூடாது. கொடாப்புப் போட்டுப் பழுக்கவைத்த பழத்தின் ருசி எப்படி இருக்கும்! எவ்வளவு சீக்கிரத்தில் பழம் கெட்டு விடும்! தன்னை அறியவும், தன்மையை விளக்கவும் பிறந்தது எழுத்து. அவ்வெழுத்தில்தான் அழியாமை தங்கும்."

எனவே எழுத்தை அகவாழ்வின் பாலம் எனலாம். மெய்யறிவின் ஏணி எனலாம். இந்தக் குணங்களுக்காகத் தான் எழுத்தின் மீது நமக்கு மோகம் உண்டாகிறது.

"சோம்பேறிகளுக்காகப் பைத்தியங்கள் கற்பனை செய்வதற்குப் பெயர் கலை என்று யாராவது நையாண்டி செய்தால் கூட நாம் வருந்த வேண்டியதில்லை. ஏனென்றால் பெருத்த பைத்தியக்காரத்தனத்தின் விளைவுதானே இந்தச் சோம்பேறி உலகம்!"

"இத்துடன் 'மாய மானை' அனுப்பியிருக்கிறேன். உங்களைச் சுற்றிப் பல வேடர்கள் திரிகிறார்கள் - இலக்கிய வேடர்கள். வேடர்கள் என்ற சொல் வேடதாரிகள் என்ற பொருளுடன் தொனிக்காதென்பது எனக்குத் தெரியும். தொனித்தால் நல்லது! அவர்களில் யாருக்காவது 'மாய மானை' இலக்காக்கி விடுங்கள். அச்செய்கைக்கு நன்றி! இல்லாவிட்டாலும் நன்றி! ஒரு சோம்பேறியாவது இந்தப் பைத்தியத்தைப் படித்துத் தன் இயலை அறிந்துகொண்டிருப்பான் அல்லவா?"

இவைகளைப் போன்ற பிற விசித்திரமான கருத்துக்கள் அடங்கிய அந்தக் கடிதத்தைப் படித்தேன் ! இரண்டு மூன்று முறை படித்தேன். யானைக்கு அங்குசம் போல் என் அறிவுக்குக் கடிதம் அமைந்தது. பின்னர் மானை எடுத்தேன். ஆனால் அதைப்பற்றி நான் சொல்வானேன்? நீங்களே பார்த்துக்கொள்ளலாம்:

## மாய மான்

பாழ்! வெறும் பாழ்! இவ்வளவு பொட்டலாக என் மனம் இருந்ததே இல்லை. ஒன்றிலும் ஊக்கமில்லை: உணர்வில்லை. காலையில் எழுவதும், வெந்ததும் வேகாதது மாக எதையோ சாப்பிடுவதும், ஆபீசுக்கு ஓடுவதும், திரும்புவதும், தூங்குவதும் வாழ்வின் கொடுமையைப் பகலில் தாங்குவது போதாதென்று கனவில் காண்பதும்- இதுவா வாழ்வு? இதற்கா பிறந்தோம்? வருஷம் முழுவதும் இதே கதையானால் மனத்தில் அமைதி நிலைக்குமா? தொழிலில் இன்பம் தெரியுமா? உயிரில் ஊக்கம் இருக்குமா? அந்த மாதிரியான சோர்வும் சலிப்பும் நிறைந்த நிலையில் இருந்தேன். இதற்கு மாற்று? இன்பத்தின் ஊற்றுக் கண் எனக்கு அகப்பட்டால் அல்லவா? அமைதியின் அடித்தளம் அண்டினால் அல்லவா?

யோசித்து யோசித்து ஒரு முடிவுக்கு வந்தேன். உத்தியோகம் பார்ப்பவர்களுக்கு எந்த விதமான வேதனை உண்டானாலும் ஒரு தெய்வத்தைத்தான் சரணடைவது வழக்கம். அந்தத் தெய்வத்தைச் சரணடைந்தால் இந்தச் சலிப்பும் அயர்வும் மாறலாம் என நினைத்து ஒரு வாரம் ரஜா எடுத்துக் கொண்டேன். செய்கிற தொழிலைச் செய்து கொண்டிருப்பது மட்டும் நமது அலுப்பிற்குக் காரணமாகாது. ஒரே இடத்தில் இருந்து கொண்டு போன தெரு வழியே போய்க் கொண்டு, பார்த்த முகங்களையே பார்த்துக் கொண்டு நாளைக் கடத்த வேண்டிய தலைவிதி ஏற்பட்டிருப் பது மற்றொரு முக்கிய காரணம்.

ஆகையால் சென்னைக்குக் கிளம்பினேன். நான் இருக்கும் ஊரைவிட்டு ரெயிலேறினால் செங்கற்பட்டில் இறங்கி ஏறாமல் சென்னைக்குச் செல்ல முடியாது. ஜங்க்ஷனை அடைந்த பொழுது சென்னை செல்லும் ரெயில் வரவில்லை. விசாரித்ததில், வர மூன்று மணி தாமதமாகும் என்று தெரிந்தது.

என்ன செய்வது? உத்தியோகம் பார்த்துப் பழக்கம் ஆகிவிட்டதால் கீழே உட்கார மனம் வரவில்லை. அங்கே கிடந்த ஒரு பெட்டியின் மேல் உட்கார்ந்தேன். என்னுடன் பொழுதும் உட்கார்ந்து விட்டது. உட்கார்ந்தால் தான் என்ன? சும்மா இருக்கக் கூடாதா? பெருமூச்சு விட்டுக் கொண்டே இருந்தது. காற்றுப் பட்டால் காற்றாடி சும்மா இருக்குமா? மனத்திலுள்ள காற்றாடியின் மீது பெருமூச்சுப் படப்பட அது சுழன்றுகொண்டே இருந்தது. என்ன என்னவோ எண்ணங்கள் எழுந்தன.

பகலுக்குப் பின் இரவும், விழிப்புக்குப் பின் தூக்கமும் வெறும் பௌதிக உலகத்து நிகழ்ச்சிகளா? அல்லது ஓவியனைப் போல் சித்திரம் ஒன்று எழுதி வேறொரு மறை பொருளைச் சுட்டிக்காட்டும் தந்திரமா? பகலென்னும் உருவெடுத்துக் காண இயற்கை முயல்கிறதா? தொழிலில் கிட்டாத அமைதி ரஜாவில் கிட்டிவிடுமா? கர்மத்தில் காணாத இன்பம் பக்தியில் காணுமா? ஸ்தல யாத்திரை யின் மர்மம் இதுதானா? அயர்வும் சலிப்பும் சிருஷ்டி வேதனையா அல்லது சீரழிவின் தொடக்கமா?....

இந்த மாதிரியான பல எண்ணங்கள் எழுந்து கொண்டே இருந்தன. பக்தி, ஸ்தலயாத்திரை என்ற விஷயம் நினைவுக்கு வந்தவுடன் கவனம் பிளாட்பாரத்துக்குத் திரும்பிவிட்டது. அங்கே ஏராளமான யாத்திரிகர்கள். அவர்களுடைய மூட்டைகளையும் முடிச்சுகளையும் பார்த்த பொழுது எனக்கு ஒரு பைத்தியக்கார விருத்தி தோன்றிற்று. தங்களிடமுள்ள எல்லாவித அழுக்குகளையும் மூட்டை கட்டிக்கொண்டு, வெளுப்பதற்காக என்று புண்ணிய ஸ்தலங்களைத் தேடிச் செல்கிறார்களோ என்று நினைத்தேன். அவ்வளவு அழுக்கு! எண்ணெய்ப் பிசுக்கு! நாற்றம்!

யாத்திரிகர்களில் சில ஸ்திரீகள் ஒய்யாரமாகச் சுருட்டைப் பிடித்துக் கொண் டிருந்தார்கள். இரண் டொருவர் பொட்டுக் கடலையும் பொரியுமாகக் கலந்து இடது கையால் வாயில் அறைந்து கொண்டிருந்தனர்.

இவர்கள் எல்லாருமே என்னைப்போலத்தான்! நான் ஒரு பித்தில் கிளம்பியிருக்கிறேன்; ஏறக்குறைய அதே மாதிரிப் பித்தில்தான் அவர்களும் கிளம்பியிருக்கிறார்கள். இந்தப் பித்தே தெரிந்தும் தெரியாமலும் ஒவ்வொரு மனிதனையும் பிடித்துக் கொண்டு வாழ்வைப் பாழாக்குகிறது. இந்தப் பித்தைத் தெளியவைக்கும் மருந்தின் விஷயத்திலாவது தெளிவு இருக்கக் கூடாதா? இந்தக் கூட்டத்தைப் பார்த்துக் கொண்டிருந்தபொழுது எனக்குப் பின்புறத்தில் பேச்சுக் குரல் கேட்டது. ஆணும் பெண்ணும் ஆங்கிலத்தில் பேசிக் கொண்டிருந்தார்கள். நான் திரும்பிப் பார்க்கவில்லை.

பேச்சைமட்டும் கவனித்தேன். ஜனன விகிதத்தைக் கட்டுப்படுத்த வேண்டிய அவசியத்தையும், இல்லா விட்டால் ஏற்படக்கூடிய கஷ்டங்களையும் பற்றிப் பேசிக் கொண்டிருந்தார்கள். பேச்சின் விஷயத்திற்கும் பேசிய நூல்களுக்கும் சற்றும் பொருத்தமில்லை. இந்த வியப்பில் திரும்பி ஜன்னல் வழியாகப் பார்க்காமல் இருக்க முடியவில்லை. இரண்டாம் வகுப்புப் பிரயாணிகள் ! கணவனும் மனைவியும் என்று மனம் பதிவு செய்துவிட்டது. குழந்தைகள் கிடையாதென்றும் மனம் பதிவு செய்துவிட்டது. எந்த ஆதாரங்களைக் கொண்டு இந்த மாதிரி பதிவு செய்தாய்?' என்று கேட்டால் மனம் நிச்சயமாக விழிக்கும். பதிவுதான் ஆகிவிட்டதே, சும்மா இருக்கலாகாதா? 'சாத்திரத்தில் சோறில்லை என்றால் இலை பொத்தல்' என்ற பழமொழியை நினைத்துக் கொண்டது. அந்தப் பழமொழியைப் போட்டு நாய் எலியைக் குதறுவதுபோல் குதறத் தொடங்கிவிட்டது.

இந்த மாதிரியான பிளாட்பாரக் காட்சிகளை மனம் பதிவு செய்துகொண்டிருந்த போதிலும் சலிப்பு மட்டும் அடங்கவில்லை. பத்தடி தள்ளிப் பிளாட்பாரத்தில் ஹிக் கின்பாதம்ஸ் புத்தகக் கடை தென்பட்டது. என் கை தானாகச் சட்டைப் பைக்குள் சென்றது. அங்கே கிடந்தது மூன்று ரூபாய். கனவுக்குள் கனவைப் போல மற்றொரு யோசனை தோன்றிற்று. சலிப்பையும் அயர்வையும் போக்கப் பிரயாணத்தைத் தொடங்கினோம்.

பிரயாணமோ தடைப்பட்டு விட்டது. 'ஏதேனும் நல்ல புஸ்தக மாகக் கிடைத்தால் பொழுதையும் ஓட்டிவிடலாம்' என்று நினைத்தேன். ஒரு ருஷியக் கதைப் புத்தகத்தை இரண்டு ரூபாய்க்கு வாங்கிக் கொண்டு அதே பெட்டிமேல் வந்து உட்கார்ந்தேன். மொத்தம் மூன்றே கதைகள்; 205 பக்கம். 'பாலை வனத்தில் பிரயாணம் செய்கிறவர்கள் தோல் பைகளில் தண்ணீரை எடுத்துச் செல்வார்களே; அந்த மாதிரி இந்த ஒரு புத்தகம் ரெயில் பிரயாணம் முடியுமட்டும் போதுமானது என்று நினைத்துப் படிக்கத் தொடங்கினேன்.

சுமார் இரண்டு மணி நேரந்தான் கழிந்திருக்கும். புத்தகத்தின் கடைசி ஏடு வந்துவிட்டது.

ரஸமான புத்தகம். புத்தகம் முடிந்ததும் கூட்டுக்குத் திரும்பும் குருவி போல் பழைய சூனியம் வந்தடைந்தது.

கண்ணை மூடினேன். ஒரு சல்லடையும் அதன் மீது ஒரு புஸ்தகம் உருகி நீராகக் கொட்டுவது போன்ற சித்திரமும் தெரிந்தன. 'எதற்காகப் பணத்தை வீணாக்கிப் புத்தகம் வாங்கினாய்? சல்லடையில் ஜலம் நிற்குமா? என்ன இன்பம் மிஞ்சிற்று?' என்று அந்தச் சித்திரம் குத்திக் காட்டுவது போல் இருந்தது.

அப்பொழுது "யாரையா பெட்டி மேலே? அதென்ன நாற்காலியா?" என்று ஒரு குரல் அதட்டவே, திரும்பிப் பார்த்தேன். ரெயில்வேச் சிப்பந்தி! அதிகாரத்தின் முன் அகப்பேய்ச் சித்தர் கூட என்ன செய்யமுடியும்? அவன் அதட்டலைக் கேட்ட என் தத்துவ விசாரமெல்லாம் நண்டு போல் வளைக்குள் பதுங்கிவிட்டது. விட்டு நகர்ந்தேன். ஆனால் பொழுதும் அந்தச் சுமையும் அந்த இடத்தை என்னை விட்டு நகரவில்லை.

இப்படியே நரக வேதனையாக அரை மணி கழிந்தது. அதற்குப் பிறகு சொர்க்கவாசல் திறந்தது. ரெயில் ஆரவாரத்துடன் எதிரில் வந்து நின்றது. வெகு ஆறுதலடைந்து அதில் ஏறினேன்.

சென்னை சேரும் வரையில் அதிகச் சங்கடம் இல்லை. ஸ்டேஷனை விட்டு என் நண்பன் வீட்டுக்குச் சென்றேன். ஆபீஸ் தவளை என்று நண்பன் என்னைப் பரிகாசம் செய்வதுண்டு. ஆகையால் என்னைப் பார்த்தவுடன் எதிர் பாராத மழையை வரவேற்பதுபோல், உத்ஸாகம் பொங்க "வா ரிசியசிருங்கா!" என்று வரவேற்றான்.

பிறகு சிறிது நேரம் குடும்ப சுகங்களைப் பற்றிப் பேசிக் கொண்டிருந்தோம். காலை உணவு ஆயிற்று. பொழுது அப்பொழுதும் சுமையாக உட்கார்ந்திருந்தது. ஆபீஸ் இல்லை. வேறு வேலையும் இல்லை. என்ன செய்வது?

நண்பனை அழைத்துக்கொண்டு வெளியே புறப்பட்டேன். ஒரு திட்டமும் இல்லை, ஒரு குறிப்பும் இல்லை. சுற்றினோம், சுற்றினோம், அப்படிச் சுற்றினோம்! பகல் பன்னிரண்டு மணிக்குக்கூடக் கடற்கரையில் இருந்தோம்.

திரும்பி வரும்பொழுது அதுவரையில் சும்மா வந்த நண்பன் கால் கண்டைச்சதையைப் பிசைந்துகொண்டே கேட்டான்:

"ஏழு மைலாவது நடந்திருப்போமே; எதற்காக?"

"சும்மாத்தான்."

நண்பன் நல்ல மதியூகி.

"சும்மாத்தானா? அதாவது வாழ்வில் பிடிப்பு விட்டுப் போய் அயர்வு தோன்றிவிட்டதென்று பொருள். மாய மான் சிக்கவில்லை என்ற வருத்தம். வண்டு, தேனைத் தேடுவது போல் பித்துப் பிடித்து அலைகிறாய். மோட்டார் வண்டியும், தார் போட்ட வீதியும், சிமிட்டி மாடியும், வீடில்லா அநாதையும், டிராம் வண்டியும், ஒண்டுக் குடித்தனங்களும், ஆலைகளும் தரித்திரமும் நிறைந்த நகரம் புஷ்பமா என்ன - உனக்குத் தேன் அளிப்பதற்கு? நீ டாக்டரைக் கலந்து ஆலோசிக்க வேண்டும்" என்றான்.

எனக்கு ஒரு குலுக்குக் குலுக்கிற்று; இந்த அயர்வென்னும் வியாதியைக் கண்டுபிடித்து விட்டானே என்று.

பிறகு வீடு வந்து சேர்ந்தோம். சாப்பாடு முடிந்ததும் எனக்குத் தூக்கம் வந்துவிட்டது. தூங்காவிட்டால் மனத் திகிரியிலிருந்து என்ன என்ன விதக் கருத்துக்கள் உரு வெடுத்திருக்குமோ?

இரண்டரை மணிக்கு எழுந்தேன். அப்போது கூடப் பொழுதென்னும் வௌவால் எனக்குள் தலைக் கீழாகத் தொங்கிக் கொண் டிருந்தது. "நல்ல சினிமாவாக ஏதேனும் இருக்கிறதா?" என்று கேட்டேன். ஒரு படத்தின் பெயரைச் சொல்லிவிட்டு, "முதல் ஆட்டத்துக்குப் போகலாம்" என்றான்.

"மூன்று மணி ஆட்டம் இல்லையா"

"உண்டு; என்ன அவசரம், வெயில் வேளையில்?"

"சும்மாத்தான்."

அதற்குமேல் நண்பன் தர்க்கம் செய்யவில்லை. ஆட்டத்துக்குக் கிளம்பினோம். ஆட்டம் அரை மணிக்குமேல் ரஸிக்கவில்லை. எழுந்து போய்விடலாமா என்றுகூட தோன்றிற்று. ஆனால் டிக்கெட்டுக்குப் பணம் நான் கொடுக்கவில்லை என்ற நினைப்பு அதற்கு ஒரு தடை செய்தது. சும்மா உட்கார்ந்திருந்தேன். பெரிய மாம்பழத்தை அணில் கொறிப்பது போல் மனத்தைப் பொழுது கொஞ்சம் கொஞ்சமாகத் தின்று கொண்டிருந்தது. ஆட்டம் முடிந்து வீடு திரும்பினோம்.

இரவுச் சாப்பாட்டிற்குப் பிறகு தனியாகக் கடற்கரைக்குச் சென்றேன். நிலவின் ஒளியில், அலையின் ஏற்றத்தாழ்வில் ஒரு சுடர் தெரிந்தது வீடு திரும்பி வந்து படுத்துக் கொண்டேன். படுத்ததும் சிந்தனை ஓடிற்று.

கஸ்தூரி மான் என்கிறார்களே, அது உண்மையா? கஸ்தூரி வாசனையைத் தேடிக் காடு முழுவதும் மான் அலைகிறது

என்பதும் உண்மையா? அந்த மாய மானைப் போலத் தான் மனமா? தனக்குள் இருக்கும் நிலையான ஊற்றை அறியாது அதைத் தேடிப் பிரயாணத்தையும், ஸ்தல யாத்திரையையும், புஸ்தகப் படிப்பையும், சினிமா பார்ப்பதையும் மேற்கொள்வது சரியா?"

இதே சந்தேகத்துடன் மறுநாள் காலையில் எழுந்தேன். ராஜாவை ரத்துச் செய்துவிட்டு ஊருக்குத் திரும்ப வேண்டும் என்ற ஒரே எண்ணம் மேவி நின்றது. நண்பனிடம் விடை பெற்றுக்கொண்டு கிளம்பினேன்.

ஊருக்கு வந்த மூன்றாம் நாள் நண்பனிடமிருந்து கடிதம் வந்தது. நான் புதுப் புஸ்தகம் ஒன்றை மறந்து வைத்து விட்டுத் திரும்பியதாக எழுதியிருந்தான்.

புஸ்தகத்தை ஞாபகம் இல்லாமல்தான் வைத்து விட்டுத் திரும்பியிருந்தேன். ஆனால் இப்பொழுது அந்த மாதிரி தோன்றவில்லை. 'பிரயாணத்தில் இன்பம் தெரியவில்லை. சினிமாவில் தெரியவில்லை. புஸ்தகத்திலும் தெரியவில்லை; இவைகளால் என்ன பயன்?' என்று எனக்குள் இருக்கும் எதுவோ ஒன்று கருதி, அந்த அறிவின் அறிகுறியாகப் புஸ்தகத்தை வேண்டுமென்றே மறந்துவிட்டு வந்ததாகத் தோன்றிற்று.

இந்தத் தெளிவான ஞானம் வந்ததும் நண்பனுக்குக் கடிதம் எழுதினேன். "மான் கஸ்தூரியைத் தேடி இனி மேல் அலையாது. இனிமேல் புஸ்தகம், சினிமா ஒன்றும் தேவை இல்லை. டாக்டரும் தேவை இல்லை. இந்த முடிவின் விளைவாகத்தான் புஸ்தகத்தை விட்டு வந்தேன். இனிமேல் செய்யும் தொழிலில் இன்பம் காணப்போகிறேன்" என்று ஒரு பதில் எழுதினேன். சரிதானே?

இப்பொழுது மாய மானின் குளம்போசை நெஞ்சிலே கேட்கிறது.

## புதிர்கள்

"அடாடா!

"என்ன?"

"காபிதான்."

நண்பன் 'காபிதான்' என்று சொன்ன போதிலும், காபியைப்பற்றி அபிப்பிராயம் தெரிவித்ததாக என்னால் நினைக்க முடியவில்லை.

"காபியைப் பற்றிச் சொல்லுகிறாயா அல்லது....?" வாக்கியத்தை முடிக்க நண்பன் விடவில்லை.

"இல்லை, அதுவுந்தான்.

" ரகு ஏன் தோழன். நான்கு வருஷத்திய பிரிவுக்குப் பிறகு நேற்றுத்தான் கல்கத்தாவிலிருந்து திரும்பி வந்திருந்தான். கடிதப் போக்குவரத்து மட்டும் உண்டு. காலை பத்து மணிக்கு வந்தவன் குளித்தான். சாப்பிட்டான், தூங்கினான், அரட்டை அடித்தான். பிறகு டிபன். பிறகு இராச் சாப்பாடு; அதுவும் முடிந்துவிட்டது."

தெருத் திண்ணையில் வம்பு பேசிக் கொண்டிருந்தோம். சந்திரகிரகணம் பிடித்த இரவைப் போல் எங்கும் மங்கிக் கிடந்தது. நிலவும் இல்லை; இருட்டும் இல்லை.ஓர் இலை கூட ஆடவில்லை.

"காலத்தைப் போன்ற இரு தலைப் பாம்பு கிடையவே கிடையாது" என்று ஆரம்பித்தான்.

நான் நிமிர்ந்து உட்கார்ந்தேன். "வேலை செய்தாலும் ஆளைக்கொல்லும்; சும்மா இருந்தாலும் ஆளைக்கொல்லும்; அதுதான் காலத்தின் தன்மை."

நண்பன் மனநிலை ஒரு மாதிரி இல்லாத வரையில் அதற்கு மாறான வேதாந்தப் பேச்சு அவனிடமிருந்து புறப்படும் வழக்கம் இல்லை. அவன் மனம் ஒரு புதிர் அதனாலேயே அவனை அருணகிரிநாதர் என்று நாங்கள் கூப்பிடுவது உண்டு. இப்பொழுது அந்தப் போக்கில் இறங்கி விட்டான்.

"அதற்கு நாம் என்ன செய்யலாம்?" என்றதும் அவன் சீறி விழுந்தான்.

'காலத்தை நிறுத்திவிடலாம்; நிறுத்தவும் வேண்டும்; அது எனக்கு வழக்கமாகிவிட்டது.'

"என்னால் முடியாத காரியம். முடியாத காரியத்தில் தோழமை பாராட்ட முடியுமா?"

அவன் எழுந்திருந்து குறுக்கும் நெடுக்குமாக ஆளோடியில் உலாவினான். அந்தக் குறி எனக்குத் தெரியாமலா போகும்?

"நீ போய் வா. ஆனால் ஒன்று; அந்தத் தெரு பதினாறாம் நம்பர் வீட்டுக்குப் போ" என்றேன்.

குளிப்பதற்குத் தண்ணீரில் இறங்கும் லாகவத்துடன் அவன் தெருவில் நழுவி விட்டான். நிழலைப் போல் செல்பவனைத் தெருக்கோடி வரையில் பார்த்துக் கொண் டிருந்தேன். அவன் திருவிளையாடல்களைப் பற்றிய நினைப்பு அலையலையாக எழுந்தது. கண்ணுக்கு மறைந்ததும் கதவைச் சாத்திக்கொண்டு உள்ளே போய்விட்டேன்.

பிறகு காலையில் காபி குடிக்கும் நேரத்தில் தான் அவனைக் கண்டேன். அப்பொழுது அவன் புகழ்ந்தது காபியைத்தான் என்று நிச்சயமாகக் கருத முடியவில்லை. பதினாறாம் நம்பர் வீட்டைக் குறித்ததாகப் பட்டது.

"உண்மையாக, காபியைப் பற்றி நினைத்தா பேசினாய்?" என்று வக்கீல் அதட்டிக் குறுக்கு விசாரணை செய்வது போல் கேட்டேன்.

"நீ நினைப்பது சரிதான்" என்று சிரித்தான்.

"அந்தப் பதுமையிடத்தில் என்ன புதிதாகக் கண்டு விட்டாய், அப்படி வசமிழந்து போக?"

"சரியான வார்த்தை! அதை ஒரு பதுமை என்றுதான் சொல்லவேண்டும். அந்தத் தெருவிற்கு லாயக்கில்லை."

"ஏன்?..... பின் எதற்குத்தான் தகுதி?'

"குடும்பத்திற்கு."

"சரி. அவள் குடும்பத்திற்குத் தகுதியாயிருந்தால், குடும்பம் அவளுக்குத் தகுதியாய் இருக்க வேண்டாமா?

"நீ சொல்வது எனக்குப் புரிகிறது. கணவனை ஏமாற்றக் கூடாதா?"

"அது இருக்கட்டும். எதைக் கொண்டு அவள் அந்தத் தெருவிற்கு லாயக்கில்லை என்று முடிவு கட்டினாய்?"

"நல்ல கேள்விதான்....சாதாரணமாக அந்த மாதிரி வீடுகளில் காணப்படும் நாகரிக அலங்காரம் ஒன்றையுமே அங்கே காணோம். மருந்துக்குக் கூடச் சுவரில் ஒரு படம் இல்லை. நாற்பது ஐம்பது வயசில் கூடப் புஷ்பங்களை வைத்துக்கொண்டு வண்டுகளை வருந்தி அழைக்கும் கூட்டத்தில் இருபத்தைந்து வயசுள்ள ஒருத்தி புஷ்பம் வைத்துக் கொள்ளவில்லை என்றால் என்ன நினைப்பது? தவிர வெற்றிலைத் தட்டை வைத்தபோது முகத்தை நெருக்கத்தில் பார்த்தேன். அதில் மாறாத சோகம் தோய்ந்திருந்தது. அதை என் கற்பனை என்று நினைப்பதற்கில்லை. ஏனெனில் அவள் நீண்ட பெருமூச்சு விட்டாள். தட்டு என்ன அரிசி மூட்டையா, பளுவினால்

களைத்து விட்டாள் என்பதற்கு. 'தினம் இந்தக் கதைதானா?' என்பது போல் இருந்தது அந்த நெடுமூச்சு. ஒரு சமயம் வீட்டை விட்டு வெளியேறி விடலாமா என்று கூட யோசித்தேன். ஆனால் வேறு ஏதோ கவர்ச்சி பிடித்திழுத்தது. இன்னதென்று உணர முடியவில்லை. வெற்றிலை பாக்குப் போட்டுக் கொண்டேன். உன் நினைப்பு, திடீரென்று வந்தது.

'அவர் இங்கு வருவது உண்டா?' என்று உன்னைக் குறிப்பிட்டுக் கேட்டேன்.

'இல்லை' என்றாள்.

"ஆனால் அவரைத் தெரிந்துகொண்டது எப்படி?" என்று கேட்டபொழுது, அவர் இந்த 'வட்டத்து நகர சபை அங்கத்தினர்' என்றாள். வேறு எதுவும் சொல்லவில்லை. அவள் சொன்ன மாதிரியிலிருந்து எதையும் மறைத்துப் பேசுவதாக நினைக்க முடியவில்லை. அதனால் அந்த விஷயத்தை நானும் தொடரவில்லை.

'இது உன் குலத் தொழிலல்லவே?' என்று பளிச்சென்று அடுத்தபடி கேட்டதும் அவள் வேர்த்துப் போனாள்.

உங்களைப் பார்த்தால் உலக அநுபவம் முதிர்ந்தவர் போல் தோன்றுகிறது. 'ஆம், இது என் குலத் தொழில் அல்ல, விதிவசம்' என்று கண் கலங்கினாள்.

'விதியை நான் நம்புவதில்லை' என்றதும் தன் கொடுமையைச் சொல்ல ஆரம்பித்தாள்."ஆனால் உனக்குத்தான் அந்த விவரமெல்லாம் தெரிந்திருக்குமே?"

"எனக்கு முழுவதும் தெரியாது."

"உண்மையாகவா?" என்று நண்பன் தயங்கினான்.

"ஆம், உண்மையாக" என்றதும் அவள் ஆரம்பித்தாள்.

"அவள் நல்ல குலத்தில் பிறந்தவள். ஆனால் ஏழை. தகப்பனார் மளிகைக் கடையில் சொற்பச் சம்பளத்திற்கு அமர்ந்திருந்தார். பிள்ளையும் பெண்ணுமாக நாலைந்து குழந்தைகள், ஏழைக் குடும்பமென்றால், நாளோட்டுவதே கஷ்டமாக இருக்கிறது. பெண்ணுக்குக் கல்யாணம் செய்யவேண்டுமென்றால் கேட்பானேன்?

"தகப்பனார் தவித்துக் கொண்டிருந்தார். ஓர் அதிர்ஷ்டம் அடித்தது. அடுத்த தாலுகாவைச் சேர்ந்த ஒரு வரனைப் பற்றி ஒருவர் அவரிடம் பிரஸ்தாபித்தார். கடிதப் போக்குவரத்து நடந்தது. பிறகு பையன் பெண்ணைப் பார்க்க வந்தான். பார்வைக்கு அவன் அழகாகத்தான் இருந்தான். கண்ணாடி போன்ற வழவழப்பான முகமும் பெரிய கண்களும் சிவப்பான நிறமும் இவர்களை வசீகரித்தன. தவிர அவன் பணக்காரன் என்றும் தெரிந்தது. வேறு என்ன வேண்டும்?"

கல்யாணம் நடந்தது.

பெண் கணவன் வீட்டுக்குச் சென்ற முதல் தினம் இரவு. மேளமும் தாளமும் விருந்தும் சந்தனமும் வாசனையும் சங்கீதமுமாக இருந்தன.

இந்த ஆடம்பரத்திற்கிடையே பள்ளியறைக் கோலம்! பையனும் பெண்ணும் தனிமையில் இருந்தார்கள். மல்லிகைப் புஷபங்களால் அலங்கரிக்கப்பட்ட கட்டில்கள் ஒருபுறம், பெரிய நிலைக்கண்ணாடி பதித்த அலமாரிகள் ஒரு புறம், சோபாக்கள் ஒரு புறம். நடுவில் கருங்காலி மேஜை. அதில் பலவிதப் பழக் குவியல்கள் நிறைந்த தட்டுகள். அவைகளுக்கு நடுவிலிருந்து அம்பர் ஊதுவத்தியின் வாசம் எழுந்துகொண் டிருந்தது. மூலையில் ஒரு குத்துவிளக்கு. பெண் வெட்கி ஒதுங்கி நின்றுகொண்டிருந்தாள். பையன் எவ்விதப் புதுமையையும் உணரவில்லை. அவனாகவே வெற்றிலை போட்டுக் கொண்டுவிட்டுக் கட்டிலில் போய்ப் படுத்தான். படுத்த ஐந்து ஆறு நிமிஷத்திற்குள் குறட்டை விடும் சத்தம் பெண்ணின் காதில் விழுந்தது. பெண்ணுக்கு

எப்படி இருக்கும்? கற்பனை செய்து பாரேன்! அந்தக் குறட்டைதான் பெண்ணுக்கும் பையனுக்கும் இடையே ஏற்பட்ட வேற்றுமையின் பிள்ளையார் சுழி.

பிள்ளையார் சுழி போட்டு ஆரம்பித்தால் காரியம் வெற்றி என்பார்கள். அதே மாதிரி அந்த வேற்றுமை வெற்றியே பெற்றது. பொறுமையாக ஆறுமாதம் வரையில் அவள் இருந்தாள். அவள் வதனத்தில் தோன்றிய சந்தேகம் தெளிந்துவிட்டது. தன் கணவன் கல்யாணமே செய்து கொள்ள லாயக்கில்லாதவன் என்பதைத் தெளிவாக உணர்ந்தாள். ஆனால் சிந்திய பாலை என்ன செய்ய முடியும்?

ஒன்றும் செய்ய முடியாதுதான். ஆனாலும் கோபத்தில் பாத்திரத்தை உடைத்து விடலாம் அல்லவா? அதைத்தான் அவளும் செய்தாள். பார்த்தால் பசுப் போலத்தான் இருந்தாள். இருந்தாலும் கணவன் தன்னை ஏமாற்றிய குற்றத்தை மறக்கவில்லை. அதற்கு மாறாகத் தன் மனத்தைத் திரையிட்டு மறைத்து விட்டாள்.

எதிர்வீட்டில் ஒரு நாடோடி வைத்தியன் இருந்தான்; அழகிய இளைஞன். அவளுக்குத் திடீரென்று நோய் தோன்றிற்று. இந்த வைத்தியன்தான் மருந்து கொடுக்க அகப்பட்டான். நோய் குணமாகிவிட்டது.

மண வாழ்க்கையில் தேக சம்பந்தத்திற்கு எவ்வளவு முக்கியமான பங்கு உண்டென்பதைச் சில பெரியோர்கள் உணர்வதே இல்லை. இந்தக் குறையினால் அவனுடன் நட்பு முளைத்தது. அந்த இளைஞனுடன் எங்கோ போய் விட்டாள்.

அதற்குப் பிறகு, கணவன் போக்குத்தான் எனக்குப் புரியவில்லை. வண்ணானுக்குச் சட்டையைப் போட்டு விட்டால், அடுத்த சட்டையைத் தேடுவது போல, மறு தாரத்திற்கு அலைந்தான். அங்கே இங்கே தேடினான். ஓர் ஏழைப் பெண்ணைப் புள்ளி வைத்தான். முகூர்த்தமும் குறித்தாகி விட்டது.

இந்த விஷயம் இவள் காதிற்கு எப்படியோ எட்டி விட்டது. புருஷனை விட்டு வந்தவளுக்கு இதைப் பற்றிய கவலை தேவை இல்லை. ஆனால் அவள் வெதும்பினாள். கணவனுக்காக அல்ல; பெண்ணுக்காகத்தான். கணவனைப் பற்றிய உண்மை அவர்களுக்குத் தெரிந்திருக்க முடியாது. மற்றொரு பெண்ணையும் மோசம் செய்யப் போகிறான். அதைச் சகித்துக்கொண்டிருப்பது நியாயமா என்ற யோசனையில் ஆழ்ந்து தீர்மானமாக ஒரு முடிவுக்கு வந்தாள்.

முகூர்த்த தினத்து இரவு நிச்சய தாம்பூலத்திற்குப் பிள்ளை வீட்டார் பெண் வீட்டுக்கு வந்திருந்த சமயம். வாசலில் மேளம் முழங்கிக் கொண்டிருந்தது. ஸைகிளில் ஒரு சேவகன் வந்து பெண்ணின் தகப்பனாரிடம் ஒரு தந்தியைக் கொடுத்துச் சென்றான். கை நடுங்கத் தந்தியைப் பிரித்துப் படித்தார்.

"நீங்கள் செய்வது கல்யாணமல்ல, மரக்கட்டைக்குப் பெண்ணைக் கோடுக்கிறீர்கள், எச்சரிப்பது என் கடமை. ராஜலக்ஷ்மி."

அவர் தலை சுழன்றது. வாய் திறக்கவில்லை. என்ன என்னவென்று பக்கத்தில் இருந்தவர்கள் கை நீட்டினார்கள். மௌனமாகத் தந்தியை மாப்பிள்ளையிடத்தில் நீட்டினார். அவன் படித்து விட்டுத் திருடனைப் போல் விழித்தான். அவனுடைய மாமா அந்தத் தந்தியைப் பிடித்து இழுத்து வாசித்தார். அவர் முகம் ரௌத்திராகாரமாகப் பொங்கிற்று.

"அது யார் ராஜலக்ஷ்மி?" என்று தகப்பனார் மெதுவாகக் கேட்டார்.

'அந்தக் கழிசறைதான்" என்றார் பெண்ணின் மாமா.

பெண்ணின் தகப்பனாருக்குப் புரிந்துவிட்டது. "இந்த மாதிரிப் பெண்களைச் சுட்டுக் கொளுத்த வேண்டும்!" என்றார் மாமா.

பெண்ணின் தகப்பனார் மாப்பிள்ளையின் காதில் ஏதோ சொன்னார். மாப்பிள்ளை மாமாவிடம் சொன்னார். மாமா

சாஸ்திரிகளிடம் சொன்னார். அவ்வளவுதான். திடீரென்று மேளம் நின்றுவிட்டது. கல்விழுந்த காக்கைக் கூட்டம் போல் ஒரு நிமிஷத்திற்குள் வீடு காலியாகி விட்டது.

அதற்குப் பிறகு நடந்ததுதான் இன்னும் ஆச்சரியம். தந்தி அடித்தால் இன்ன ஊரிலிருந்து வருகிறதென்று தெரியும் அல்லவா? அதைக் கொண்டோ என்னவோ அவன் இவள் இருப்பிடத்தைக் கண்டுபிடித்து விட்டான்.

ஒரு நாள் இரவு. மணி ஒன்பது இருக்கும். நாடோடி வைத்தியன் வீட்டில் இல்லை; கதவு சாத்தியிருந்தது. இவள் மட்டும் வெற்றிலை போட்டுக் கொண்டு வீட்டில் இருந்தாள். யாரோ வாசல் கதவைத் தட்டும் சத்தம் கேட்டது.

"யார்?" என்றாள்.

"நான்தான்" என்று பதில் வந்தது.

அந்த 'நான்' யாரென்று புரியவில்லை. விளக்கெடுத்து வந்து கதவைத் திறந்தாள். தன் மாஜி கணவன்! அவளுக்கு இன்னது செய்வதென்றே புரியவில்லை. திகைப்படைந்து நின்றுகொண்டிருக்கும் பொழுதே, ரொம்பப் பழகிய வீடு போல் அவன் உள்ளே போய் ஒரு நாற்காலியில் உட்கார்ந்தான். அவளும் திகிலடைந்து உள்ளே சென்றாள். கூடத்தில் ஒரு தூண். அதன் நிழலில் மௌனமாய் ஒண்டி நின்றாள்.

மண்டபத்திலிருந்து ஜலத்தில் குதிப்பவர்போல் அவன் ஆரம்பித்தாள்.

"நான் சண்டை போடுவதற்காக வரவில்லை. நீ என் வீட்டை விட்டுப் போய்விட்டாய்; அது வரையில் சரி. நான் மற்றொரு பெண்ணைக் கல்யாணம் செய்து கொள்வதில் உனக்கு என்ன நஷ்டம் என்றுதான் கேட்க வந்தேன்" என்றான்.

அவள் பதில் சொல்லவே இல்லை.

"வீடு வாசல் நிலபுலம் இருக்கிறது. கௌரவமாய் இருந்தோம். நீ வந்து விட்டுப் போன போது ஒரு தடவை மானம் அழித்தாய். ஒரு தரம் மானம் அழித்தால் போதாதா? எங்கள் குடும்பக் கௌரவம் போய்விட்ட து. ஸ்திரீ இல்லாத குடும்பத்திற்குச் சமூகத்தில் கௌரவம் ஏது?' என்று உணர்ச்சியற்ற குரலில் பேசினான்.

அப்பொழுதும் பதில் இல்லை.

"ஏதேனும் சொல்லேன், பார்ப்போம்" என்று வற்புறுத்தினான்.

புகையில் அமுங்கிய தீ எழுவதுபோல் ஒரே வாக்கியம் சீறிக்கொண்டு வந்தது.

"உன் லச்சனத்துக்கு ஒரு பெண் பாழாவது போதாதா?" என்றாள்.

அவன் பதில் பேசவில்லை. வாசற் கதவைத் திறந்து விட்டு ஒரு நிமிஷம் தயங்கினான்.

மறுபடி கூடத்திற்குள் நுழைந்தான்.

"அப்படி யென்றால் வீட்டிற்கு வந்துவிடேன். ஸ்திரீ இல்லாத வீடென்று எல்லோரும் அலக்ஷ்யம் செய் கிறார்கள்" என்று குழையும் குரலில் கோரினான்.

"நீ ஒரு அசடு. போ" என்றதும் போய்விட்டான்.

அவன் வந்ததன் நாட்டம் அவளுக்கு விளங்கவே இல்லை. சோர்ந்து கூடத்தில் உட்கார்ந்திருந்தாள். மணி பத்து அடித்தது. பன்னிரண்டு அடித்தது. இவர்கள் பேசிக்கொண்டிருந்த பொழுது அவன் வீட்டிற்குள் நுழைந்து பார்த்துவிட்டு ரகசிமாய் வெளியேறியது அவளுக்கு எப்படித் தெரிய முடியும்? இளைஞன் ஏன் வரவில்லை? வைத்தியத்திற்காகத் திடீரென்று வெளியூர் போய்விட்டதாக நினைத்துத் தூங்கினாள்.

மறுநாள் விடிந்தது, அஸ்தமித்தது. ஆனால் அவனைக் காணவில்லை. சஞ்சலமடைந்து அன்று இரவை எப்படியோ கழித்தாள். மறுநாளும் வரவில்லை. அடுத்த நாளும் வரவில்லை. அவள் மனம் எப்படி இருந்திருக்கும்? மாஜி கணவன் வீட்டுக்குப் போய்விடலாமா என்ற அவல் ஆசைகூடத் தோன்றிற்றாம். ஆனால் மனம் வருமா? விதியை நினைத்துக்கொண்டாள். வேசையாகி விட்டாள்.

"வேறு வழி?"

ரகு பெருமூச்சுடன் நிறுத்தினான்.

"ஆமாம். நீ எப்பொழுது நகரசபை அங்கத்தினன் ஆனாய்?"

"மூன்று மாதத்திற்கு முன்."

"நகரசபை அங்கத்தினர் பதவிக்கும் இந்தப் பெண்ணுக்கும் என்ன சம்பந்தம்?"

"ஒன்றுமில்லை, வோட்டுத்தான் சம்பந்தம்.'

"அவள் உனக்கு வோட்டுத் தந்தாள். அவ்வளவு தானே?"

"அவ்வளவுதான்."

"அப்படியென்றால் நீ வீட்டைக் குறிப்பிட்டு என்னை அனுப்பியதில் மர்மம் ஏதோ இருக்கிறது. அதை மறைக்கிறாய்."எங்களை

"மர்மமும் இல்லை. வெட்கப்பட வேண்டியதும் இல்லை. வோட்டுக் கேட்பதற்காக ஒவ்வொரு வீடாக ஏறி இறங்குவதென்று தேர்தல் சம்பிரதாயம் ஒன்று உண்டு. அந்த மாதிரி இவள் வீட்டுக்கும் போயிருந்தேன். என்னுடன் சில தேர்தல் புலிகள் வந்திருந்தனர். நாங்கள் வீட்டுக்குள் நுழைந்ததும் இந்தப் பெண் எங்களை வரவேற்றாள். வெற்றிலைத் தட்டைக் கொணர்ந்து வைத்தாள். எங்களில் ஒருவர் ஒரு மாதிரியான ஆள். வெற்றிலைத் தட்டை எடுத்து

வைத்துக் கொண்டு அங்கே இருந்த கட்டிலில் உட்கார்ந்து மெள்ள வெற்றிலை போட ஆரம்பித்தார். என்னைத் தவிரப் பாக்கி எல்லோரும் அதேமாதிரி செய்தார்கள். நான் மட்டும் நின்று கொண்டிருந்தேன்.

"அப்படி உட்காருங்கள்; நிற்பானேன்?" என்று. பெண் வற்புறுத்தினாள்.

எனக்கு உட்காரப் பிடிக்கவில்லை. நின்றுகொண்டே இருந்தேன். பல தரம் சொல்லியும் நான் கேட்கவில்லை. அவள் என்னையே பார்த்துக் கொண்டிருந்தாள்.

என்னுடைய தயக்கம் எப்படியோ எனக்குப் பெரிய மதிப்பைச் சம்பாதித்துக் கொடுத்தது. ஏனெனில் தேர்தல் விஷயத்தைப் பேசி முடித்துவிட்டு வீட்டைவிட்டு வெளியேறுகையில் வழியில் ஒரு துணி கிடந்தது. மற்றவர்கள் அதை மிதிக்காமல் போகும்பொழுது தான் அதை அவள் கவனித்தாள். கவனித்தவுடன் நான் அந்த இடத்திற்கு வருமுன்பே அதை அப்புறப்படுத்தினாள். ஒரு மகானுடைய காலை ஓர் அடி அதிகமாக எடுத்துவைக்கும்படி செய்யக் கூடாது என்ற எண்ணமோ என்னவோ!

பிறகு அவளைப்பற்றி நான் நினைக்கவே இல்லை.

ஒரு நாள் இரவு வீட்டில் உட்கார்ந்திருந்தேன். எவ்வித முன்னெச்சரிக்கையுமின்றி அவள் அங்கு வந்ததும் நான் ஓரளவு வெட்கிப் போனேன். பிறகு என்னையே தேற்றிக்கொண்டு, 'எங்கே இந்த வேளையில்?' என்றேன்.

உங்களிடந்தான்.

என்னால் நம்பமுடியவில்லை. எனக்கும் மற்ற ஸ்திரீ களுக்கும் எவ்விதத் தொடர்பும் இல்லை என்று என் மனைவியே உறுதி கூறக் கூடிய நிலையில் அவளுக்கு என்னிடம் என்ன வேலை இருக்கலாம் என்று நினைத்தேன்.

"நகரசபை சம்பந்தமாக வந்தீர்களா?" என்று ஊகித்துக் கேட்டேன்.

'இல்லை' என்று மயங்கினாள்.

"பின்?"

அவள் பதில் சொல்லவில்லை.

அவள் திடீரென்று எனக்கு நமஸ்காரம் செய்தாள். 'என்னைக் காப்பாற்றவேண்டும்' என்று தேம்பினாள்.

'விஷயத்தைச் சொன்னால் பார்ப்போம்."

'ஏதோ சட்டம் ஒன்று வந்திருக்கிறதாம். யாரேனும் ஒருவருக்குச் சொந்தமென்று போலீஸில் பதிவாகாமல் எதுவும் முடியாதாம். எனக்குப் பிழைக்க வழி இல்லை. நீங்கள்தாம் காப்பாற்ற வேண்டும்' என்று தன் முழு வரலாற்றையும் சொல்லி முடித்தாள்.

நான் யோசிக்கவே இல்லை. 'என் பேரைப் போலீஸில் பதிவு செய்' என்றேன்.

'உங்கள் பெயரையா?' என்று விம்மினாள்.

'சும்மா செய்' என்று வற்புறுத்தியதும் என்னை வணங்கிவிட்டுப் போய்விட்டாள்.

அவ்வப்பொழுது அவளைப் பற்றி விசாரித்து வருகிறேன். வெகு கண்ணியமான முறையில் தொழில் நடத்துவதாகக் கேள்வி. போதுமான பணம் சேர்ந்திருக்கிறதென்றும் இனிச் சும்மா இருக்கத் தீர்மானித்திருப்பதாகவும் இன்று காலையில்தான் ஒரு குறிப்பு அனுப்பினாள்.

'அதெல்லாம் சரி. அவள் வரலாறு தெரியாது என் இப்பொழுது பொய் என்று விளங்கிவிட்டது. என்னை அங்கு அனுப்பிய மர்மந்தான் விளங்கவில்லை.'

"எனக்குந்தான் ஒரு மர்மம் விளங்கவில்லை. கதை கேட்கவா ஒருவன் இப்படி இரவில் போவான்?"

"அதற்கா போனேன்? கதை கேட்க நேர்ந்தது. கேட்ட பிறகு, போகும் பொழுது இருந்த மனநிலையைக் காணவில்லை. என் மனசு ஒரு புதிராக இருக்கிறது. வேதாந்தமாக நான் பேசும்பொழுது மனசு சகதியில் புரண்டுகொண் டிருக்கும். மறு கணத்திற்குள் ஞானியைப் போன்ற உடலுணர்ச்சி உண்டாகிவிடுகிறது. இந்த விசித்திரத்தையும் அந்த வரலாற்றையும் மாறி மாறி எண்ணிக்கொண்டே அயர்ந்துவிட்டேன், அவ்வளவு தான்."

"உன் கேள்விக்கு விடை நீ சொன்னதிலேயே இருக்கிறது. உன்னை முழு அருணகிரி ஆக்க வேண்டு மென்றுதான் அங்கே அனுப்பினேன்.

"அது பலித்துவிட்டது; ஒரு நாளைக்கேனும். ஆனால் உன்னையும் அருணகிரியில் பாதி என்றுதானே இந்த ஊர்ப் பொலீஸ்காரர்கள் நினைப்பார்கள்?"

"அதுதான் இல்லை. நான் அந்தப் பக்கம் போவதில்லை என்பது எல்லோருக்கும் தெரியும். அதனால் இவர்களுக் கெல்லாம் நான் ஒரு புதிர்."

"எனக்கு மட்டும் உன் மனநிலை புரிகிறது" என்று ரகு தம்ளரில் கொஞ்சம் காபியை ஊற்றிக்கொண்டான்;

# பிழைப்பு

"என்ன ஐயர்வாள்! நல்ல வேலை செய்துட்டிங்களே!"

"வாங்க, உட்காருங்க.....அப்படி ஒண்ணும் செய்யவில்லையே."

"ஒப்புக்கொள்ளப் பயப்படுறீங்களா, இல்லாட்டி வெக்கப்படறீங்களா?"

"எதைப்பற்றிச் சொல்றீங்கோ?"

"நீங்க செஞ்சதைக் கேள்விப்பட்ட பிறகு நான் கூட அது மாதிரி செஞ்சால் என்னன்னு யோசிக்கிறேன். நான் கூட அவுங்ககிட்டியே ஒப்படைச்சூட்டு ஹாய்யாக இருக் கலாம். காட்டை அழிக்கிறதுன்னா தீவட்டியை வச்சுக் கொளுத்தியா ஆகும்? மூங்கிலும் மூங்கிலும் உரசிக் கொண்டால் தானே காடு அழிந்துபோகிறது. பொதுவுடைமை, அபேதவாதம், கிஸான் இயக்கம் இன்னும் இருக்கிற அவ்வளவு தொந்தரவுக்கும் இந்த வழிதான் நல்ல மருந்து. அவா கேக்கறதைக் கொடுத்தூட்டால் அப்பொ தானாத் தெரிந்து போறது! கையை இறுக்கமாக மூடிக் கிட்டால் என்னவோ இருக்கு என்று சண்டைக்கு வரான்கள். இப்பொ என்ன மோசம்! இத்தனை நாளாய் நாம் கொடுத்தோம், பண்ணையாள் வாங்கிக் கொண்டான். இப் பொழுது அவன்தான் கொடுக்கட்டுமே, நாம் வாங்கிக் கொள்கிறோம். என்ன நான் சொல்றது சரிதானே?"

"சரிதான் சரிதான். பண்ணையைப் பத்தியா?"

"ஆமாம். ஒண்ணாம் நம்பர் யோசனை. நிலம் சாகு படியாகாமெயும், நடவு நடாமெயும் அறுவடைக் கூலி சண்டை இல்லாமலும் போயிடும் பாருங்கோ...அதோடு இந்த இயக்கங்களும், கோவிந்தா ஆயிடும். அஞ்சு வாரத்துக்கு அப்புறம் இவங்களா வந்து, 'நிலமும் வேண்டாம், நீச்சும் வேண்டாம்; நீங்களே படி அளங்க'ன்னு சொல்வான்கள். பாருங்களேன். இருக்கட்டும். மெம்பராச் சேர்ந்தூட்டீங்களாமே?"

"மெம்பராச் சேர்ந்துட்டேன். அவுக ஒரு கடுதாசு கொடுத்தாங்க. அதில் கையெழுத்துச் செய்து கொடுத்திருக்கேன்."

*'சபாஷ்! அவுங்க ஒங்க மனசுக்குள்ளே பூந்து பார்த்தான்களா என்ன? முள்ளை முள்ளாலேதான் எடுக்கணும்!'*

"முள்ளை முள்ளால் எடுத்தால் சில சமயம் ரெண்டாம் முள் கூட உள்ளேயே ஒடிஞ்சு போறதும் உண்டு."

"நீங்க சொல்றது ஒரு மாதிரியாத் தோணுதே. ஆனால் நீங்க நிஜமாவே சேர்ந்துட்டேளா?"

"ஆனால் பொய்யா வேறே சேருகிறதுண்டா என்ன?"

"ஏன் இல்லே? திருடனைக் கண்டுபிடிக்கணுமின்னா நாமும் திருடன் ஆனால்தான் முடியும். அந்தமாதிரி யோசிச்சுத்தான் இந்த மாதிரி செய்திருக்கீங்க என்னு நினைச்சேன்."

"இல்லே, நிஜமாகத்தான்."

"என்னாலே நம்பவே முடியவில்லையே. போன வாரம் இதே திண்ணையிலே நீங்க பேசினது ஞாபகம் இருக்கோ இல்லியோ? அந்தப் பேச்சைக் கேட்ட எவனும் நீங்க இப்போ சொல்றதை நம்பமாட்டான். கட்டுத் தறியிலே இருக்கிற மாடு தொடந்தாப் போலே மூணு மாசமா விடியக்காத்தாலே செத்துக் கிடக்கிறதுன்னா யார் வேலைன்னு தெரியல்லியா?"

இன்னு உறுமினீங்களே. "சுவான்தாரனை நஷ்டப்படுத்து. அவன் வழிக்கு வரு வான்னு உபதேசம் பண்ணினவங்களை வைக்கறேனா பாரு!" என்று வரிந்து கட்டினீங்களே... அதெல்லாம் மறந்து போய், அவங்க சங்கத்திலேயே சேந்தூட்டேன் இன்னா எப்படி நம்பறது?'

"அப்போ பேசினது வாஸ்தவம். அப்போ கொதிச்சதும் வாஸ்தவம்தான். ஆனால் இப்போ ஒண்ணு நடந்தது. அதிலே இருந்து புத்தி மாறிப்போச்சு. நம்ப பேச்சு, வேகம் எல்லாம் அவ்வளவு நியாயமாகப் படவில்லை. காரியப்புலி விஷயமாத் தெரியுது- நன்னா நிதானமா யோசிச்சால் -'

"அப்படி என்ன நடந்தது? எனக்குத் தெரியாதே."

'கிணறு இறக்க வேண்டும் என்று சொல்லிக்கொண் டிருந்தேனா? மூணு நாளைக்கு முந்தி ஒட்டன் கிட்டே வேலையைப் பேசி விட்டேன். அவங்களோடே கூலி பேசி விடறதுக்கே பெரிய தொந்தரவாய்ப் போய்ட்டுது. ஒரு சமயம் கிணறும் வேண்டாம் ஒரு எழவும் வேண்டாமுன்னு கூடத் தோணிப்போயிட்டுது. ஆனால் ஆசை விடவில்லை. ஒண்ணுக்கு மூணாக் கூலியை ஒத்துக்கிட்டேன். இந்தக் கூலி ஜெரிக்காதுன்னு சொல்லியே ஒத்துக்கிட்டேன்.

"அவன்கள் வேலைக்குப் போயிட்டான்கள். சாயங்காலமாக என்ன வேலை ஆகி இருக்கு பார்ப்போம் என்று நான் புறப்பட்டுப் போனேன். காண்டிராக்டுக் கூலி இன்னால் கேக்கணுமா? பர பரவென்று வேலை செய்து கொண்டிருந்தான்கள். பதினைந்து ஆட்கள் வேலை செய்து கொண்டிருந்தான்கள். இரண்டு பேர் கிணற்றில் இடுப்பு மட்டும் தண்ணீரில் நின்றுகொண்டு மண்ணைக் கூடையில் வாரி மேலே அனுப்பிக் கொண்டிருந்தான்கள். இரண்டு பேர் கிணற்றுக்கு மேல் நின்று கொண்டு கூடையைச் சாரங்களில் இடிக்காமல் கொள்ளாமல் மேலே அனுப்பிக் கொண்டிருந்தான்கள். சாரத்திற்கும் மேலே இருவர் நின்று கொண்டு இந்தக் கூடைகளைக் கயிற்றினால் இழுத்துக்

கொண்டிருந்தான்கள். வேறு இருவர் மண்ணை வாங்கிக் கொட்டினான்கள். அப்பொழுது வேலை நடந்திருந்த கணக்குக்கு மறு நாள் வேலை முடிஞ்சுவிட வேண்டும்.

"என் மனசுலே ஒரு கணக்கு ஓடிக்கொண் டிருந்தது. 'ஒரு நாளைக்கு ஓர் ஆளுக்கு இரண்டு ரூபாய் வீதம் கூலிக் கணக்கு வைத்தால், இரண்டு நாள் வேலைக்கு அறுபது ரூபாய்தானே ஆகிறது. இந்த அறுபது ரூபாய்க்குமேல் கூலி கேட்பது அக்கிரமம்தானே! அவர்கள் இல்லாவிட்டால் காரியம் நடக்காதுன்னு தெரிந்துகொண்டுதானே நம்மை ஏமாத்தி மோசடி செய்கிறார்கள்! இந்த வேலைக்கு 180 ரூபாய்க்குக் குறையமாட்டேன் என்றான்களே! கூலியாட்களை ஏழை, அப்பாவிகள் என்று நினைக்கக்கூடாது. அவர்களைப் போல் பகற் கொள்ளைக்காரர்களை எங்கேயும் பார்க்கமுடியாது. ஏழைகள், வேலையாட்கள் பாடே தேவல்லை. பஞ்சப் பாட்டுப் பாடியே பிழைத்து விடுகிறான்கள். நல்ல கொள்ளை! ஆனால் நம்ம கதி! மகா வெட்கக் கேடு!'

"இதை எல்லாம் நினைக்க நினைக்க மனசு பொங்கியது. அவர்கள் வேலை செய்வதைப் பார்க்கப் பார்க்க எனக்குப் பற்றிக்கொண்டது. சஞ்சாயத்தில் வேலை செய்வதாய் இருக்கட்டும், இப்படியா வேலை செய்வான்கள்? எத்தனை தரம் வெத்திலை பாக்குப் போடுகிறேன் என்று உட்காருவான்கள்! எத்தனை தரம் ஒண்ணுக்குப் போவான்கள்! இல்லை என்றால் வேலை செய்யும் பொழுது எப்படி ஆடி அசைந்து கொண்டு வருவான்கள்! ஒரு தட்டுல ஒரு பிடி மண்ணைப் போட்டுக்கொண்டு தாங்கமாட்டாத பாரத்தைத் தூக்கிக் கொண்டு வருவது போல் முக்கி முனகி என்ன பாசாங்கு செய்வான்கள்! இப்போ காண்டிராக்டு வேலை! பறக்கிறான்கள்!'

"பாத்தீங்களா, அந்தப் பசங்களே அப்படித்தான்! மோசக்காரன்கள்."

'இதை எல்லாம் நினைக்க நினைக்க எனக்குத் தாங் கல்லே. அந்த இடத்தைவிட்டுப் போய்விட வேணுமின்னு தோணித்து. பாக்கி வயலை ஒரு சுத்துப் பார்த்துவிட்டு வரலாமின்னு கிளம்பிச் சுத்திக்கொண்டு வந்தேன்,பத்துப் பதினைந்து நிமிஷம் ஆகியிருக்கும். மாடு மேய்க்கிற பையன் வரப்பு வழியாக என்னை நோக்கி ஓடிவந்தான். கிணறு இறக்கறவன் காலிலே கடப்பாரையைப் போட்டுக் கொண்டுவிட்டான்' என்று சொன்னான். எனக்குத் திக் கென்றது.

"ரத்தம் வருகிறதா என்று கேட்டேன். அவனுக்குத் தெரியவில்லை. அதற்குப் பிறகு வயலைச் சுத்திப் பார்க்க மனசு வரவில்லை. கிணறு இறக்கும் இடத்திற்குத் திரும்பினேன். அப்பொழுது வேறு ஒரு யோசனை.

'கிணறு இறக்குவதற்குப் பலியாகத்தான் பெரிய பூசணிக்காய்க்குக் குங்குமமிட்டு அங்கே வைத்திருக்கிறான்களே. ரத்தபலி வேறு கிணத்துக்கு வேணுமா என்ன?' என்று யோசித்துக் கொண்டே வந்தேன்.

"கிணத்தண்டை ஒரே கும்பலாக இருந்தது. கும்பலின் நடுவில் ஓர் ஆள் படுத்துக்கொண்டிருந்தான். கண், மூடி இருந்தது. எனக்குப் பயமாகப் போய்விட்டது. மெதுவாகப் பக்கத்தில் இருந்த ஆளைப் பார்த்து. 'பலமாகப் பட்டுவிட்டதா என்ன?' என்று கேட்டேன். அவன் வாயைத் திறந்து பதில் சொல்லாமல் தலையை அசைத்தான். தலை அசைப்புக்கு என்ன அர்த்தம் என்று புரியவில்லை. ஆனால் அவனை வற்புறுத்திக் கேட்டால் எதாவது கவலைப்படும் படியாகச் சொல்லிவிடப் போகிறானே என்ற பயம். ஒன்றும் பேசாமல் படுத்துக்கிடந்த ஆளின் காலைப் பார்த்தேன். ஈரத் துணி சுத்தி இருந்தது. ஆனால் அதில் ரத்தக்கறையைக் காணோம். அது எனக்குத் தெம்பு கொடுத்தது. நல்லகாலம் என்று நினைத்துக் கொண்டு ரோட்டுப் புறத்துக்கு வந்துவிட்டேன். பாக்கி வயலைச் சுத்திப்பார்க்க மனசு வரவில்லை. என் வண்டியண்டை வந்து ஒரு விநாடி நின்றேன். வண்டிக்காரன்

மெதுவாகப் பின்னால் வந்து வண்டி ஏறினான். நான் வண்டி ஏறியதும் வண்டி புறப்படும் சமயம். கிணறு இறக்கற ஆட்களில் நாலஞ்சு பேர் திடு திடுவென்று ஓடிவந்தார்கள். திகிலுடன் ஒரு விநாடி வண்டி புறப்படுவதைத் தாமதப்படுத்தினேன். சாமி! வேலைக்கு வந்த இடத்திலே இப்படி ஆபத்தாப் போயிடுச்சுங்க. நீங்கதான் தயவுபண்ணனும்' என்றான்கள்.

"என்ன பண்ணணும்? ஆஸ்பத்திரிக்கு அழைச்சுக் கிண்டு போயேன்"

"போறோங்க; நீங்க ஆஸ்பத்திரியிலே சொல்லாட்டிச் சேக்கமாட்டாங்க. ஏழைங்களை ஏன் இன்னு கேக்கற பேர் யாரு?.. அவனுக்கு மயக்கமாய் இருக்கு. பிராந்தி வாங்கிக் கொடுக்கணும்."

"ஆஸ்பத்திரிக்குப் போய்ச் சொல்லிவிட்டுப் போகிறேன்' என்று உறுதி சொன்னதுடன் இரண்டு ரூபாய் எடுத்துக் கொடுத்தேன்."

"கூலியிலே கொடுத்தீங்களா அல்லது இனாமா?" என்று முதலியார் குறுக்கிட்டார்.

"அதை நான் கேட்கவும் இல்லை. அவர்கள் சொல்லவும் இல்லை. ஆனால் கூலியில் கழிப்பேன் என்று சொல்ல எனக்கு அந்தக் கலவரத்தில் தோன்றவில்லை.

பிறகு அங்கிருந்து ஆஸ்பத்திரிக்குக் கிளம்பினேன். வண்டி நகர்ந்ததோ இல்லையோ வண்டிக்காரன்,"பாவம்! நல்லா விழுந்தூட்டுது" இன்னான்.

"இல்லேடா,கொஞ்சந்தானே பட்டுது என்றான்கள். ரத்தங்கூடக் காணும். நீ இந்தமாதிரி சொல்றயே, நீ பாத்தியா?" என்று கேட்டேன்.

'நானு அங்கேதானே இருந்தேங்க. ஒரு ஆளு கட்டப் பாரையாலே மண்ணை இடிச்சு விட்டுக்கிட்டிருந்தான். இரண்டு மூணு ஆள் மாத்தி மாத்தி மண்ணை அள்ளிக் கிட்டிருந்தான்கள். அந்தக் குருட்டுப் பயல் கட்டப்பாரையைப் பார்த்துப் போடறதில்லே மண் அள்றவனாவது உஜாராய் இருக்கவேணாம்! கட்டப்பாரையை அவன் போட்டான் பாருங்க, 'ஐயோ!'ன்னான் மண் அள்றவன். ஓடிப்போய்ப் பார்த்தால் கட்டப்பாரை பாதத்துக்கு அடியில் பொத்துக் கொண்டு வந்துவிட்டது. பிறகு எல்லா ஆள்களுமாக மெதுவாக அந்தக் கட்டப்பாரையை எடுத்தாங்க. அந்த ஆள் அப்படியே மயக்கமாய் விழுந்தூட்டான். அவனைப் பிடிச்சுத் தூக்கி மோட்டில் கொண்டு வந்து சேர்த்தாங்க. யாரோ ஒருத்தன் எதோ எலையோ சாம்பலோ கொண்டுவந்து காயத்தின் ரெண்டு பக்கமும் வைத்து ஒரு துணியால் சுத்திக் கட்டினான். ரத்தம் ஒண் ணும் அதிகமா வரவில்லை. அதான் பயமாக இருக்கு.

இதைக் கேட்டதும் எனக்குத் தலை சுற்றியது. ஆள் பிழைக்கமாட்டானோ என்னவோ என்ற திகிலில் மயக்கமே வந்துவிட்டது. வண்டி கொஞ்சதூரம் போன பிறகு தான் மயக்கம் தெளிந்தது. நேரே ஆஸ்பத்திரி டாக்டரிடத்தில் நடந்த விஷயத்தைச் சொல்லி, ஆள் வருவான்; ஆஸ்பத்திரியிலே சேர்த்துக் கொள்ளுங்கள் என்று சொல்லி விட்டு வீட்டுக்கு வந்தேன். மறுநாள் காலையில் தெருத் திண்ணையில் உட்கார்ந்து கொண்டிருந்தேன். கிணறு வெட்டின ஆளில் நாலு பேர் திடீருன்னு முன்னே வந்து முளைச்சான்கள். எனக்குத் தூக்கிவாரிப் போட்டது. அந்த ஆள் பாடு முடிஞ்சுவிட்டது போல் இருக்கு. அப்படியானால் அவன்களுக்கு என்ன சமாதானம் சொல்லுகிறது? நான் ஏதோ குத்தம் செய்துவிட்டது போல் வேதனை உண்டாச்சு. இப்படி மனசைப் போட்டு அலட்டிக் கொண்டிருந்தேன்.

"நேத்து ராத்திரி ஆஸ்பத்திரிக்குப் போனாங்க..நீங்க வந்தூட்டுப் போனதாகச் சொன்னாங்க. டாக்டர் ஐயா அவனுக்கு மருந்து வச்சுக் கட்டிப்பிட்டு ஆஸ்பத்திரியிலே

பதினைஞ்சு நாளைக்கு இருக்கணும்னாரு. 'ராவைக்கு இவனை வீட்டுக்கு இட்டுப்போயிட்டுக் காத்தாலே அழச்சாறம். காத்தாலேயே பிடிச்சுப் பதினைஞ்சு நாள் இருக்கட்டும்'ன்னு சொன்னோம். 'அதெல்லாம் கூடாது. இப்பவே இங்கேயே அவன் இருந்தூடணும்' இன்னாரு. எங்களுக்கு வேறெ யோசனைங்க. எங்ககூடக் காலையிலே வேலைக்கு வந்தவன் சாயங்காலமா எங்களோடே வீட்டுக்கு வல்லே; ஆபத்தாயிடுச்சு; ஆஸ்பத்திரியிலே இருக்கான் இன்னு அவங்க வீட்டிலே யார் எப்படிப் போய்ச் சொல்றதுங்க? அவன் பொண்சாதி வேறெ முழுகாம இருக்குங்க. இப்பிடிச் சொன்னா அவ அலறிப் போயிடமாட்டா! காலம்பர அழைச்சாந்தூடறமின்னு அவனை ஊட்டுக்கு இட்டுக்கிட்டுப் போயிட்டோம். அந்தப் பொம்பிள்ளை புருசனைப் பார்த்ததும் ஹோன்னு அழுதூடுச்சி. ஒண்ணும் பயமில்லேன்னு தேத்தறபாடு தெய்வம் அறிஞ்சு போயிடுச்சு. அப்பறம் காத்தாலே இப்பொ அவனை இட்டுக்கிட்டுப் போனோம். டாக்டர் மருந்தைப் போட்டுக் கட்டிப்பிட்டு வீட்டுக்குப் போகச் சொல்றாரு. எங்களுக்கு வண்டியா காடியா வீட்டுக்கு அழைச்சுக்கிட்டுப் போக. அவன்தான் வீட்டிலே என்ன செய்வான்? பதினைஞ்சு நாளைக்குப் பிழைக்க வழி ஏது?

ஏது? புள்ளத்தாச்சி அவனுக்குச் சம்பாரிச்சி எப்பிடிப் போடுவா? இதை எல்லாம் சொன்னால் டாக்டர் கேக்கமாட்டேங்கறார். 'ராத்திரி ஏன் வீட்டுக்கு அழைச்சுக்கிட்டுப் போனே? இப்பவும் அழைச்சுக்கிட்டுப் போ' இன்னு வீம்பு பேசறார். பொம்பிள்ளை பயந்து போகுமேன்னு செஞ்சோமின்னா கேட்க மாட்டேங்கறாரு. நீங்க வந்து டாக்டர் கிட்டேச் சொல்லி ஆஸ்பத்திரியிலே சேத்துப்புடுங்க' இன்னான்.

"நான்தான் குத்தம் செஞ்சுட்டேன் இங்கிற நினைப்பாச்சா எனக்கு. போங்கோ வரேன்" என்று சொல்லிப் பிட்டு வண்டியைக் கட்டிக்கொண்டு ஆஸ்பத்திரிக்குப் போனேன்.

"ஆஸ்பத்திரிக்குப் போனீங்களா? அப்புறம், இன்னும் என்ன என்ன ஒத்தாசை செஞ்சீங்க?" என்று கண்ணை அகல விழித்து முதலியார் வியப்புற்றார்.

"ஆஸ்பத்திரிக்குப் போய் டாக்டர்கிட்டே சிபார்சு செஞ்சுட்டு வெளியே வந்தேன். ஒரு புள்ளத்தாச்சி வந்து விழுந்து கும்பிட்டு எழுந்தாள். அவள் வாயைத் திறக்கவே இல்லை. கைகளை அப்படியே கூப்பிக்கொண்டு நின்றாள். கண்களிலிருந்து தாரை தாரையாகக் கண்ணீர் பெருகியது. அவள் யார் என்று எனக்குப் புரிஞ்சு போச்சு. அவள் விழுந்து கும்பிட்ட பொழுதும் எழுந்திருந்த பொழுதும் அவள் கன்னத்திலுள்ள கதுப்பு வேதனையால் நெளிஞ்சு மறைஞ்சது கண்ணுக்கு முன் அப்படியே நிற்கிறது. இந்த மாதிரிக் கூலியாளுங்கதான் பகல் கொள்ளை அடிக்கிறான் இன்னு நாம்ப கட்சி பேசறோம். பதினைஞ்சு நாள் படுத்துக்கிட்டாச் சோறு யாரு சம்பாரிச்சுப்போடுவா?.... நம்ப கட்சி நமக்கு; அவா வேதனை அவாளுக்கு அதை நெனச் சுக்கிண்டாலே அந்தப் பிள்ளைத்தாச்சிதான் கண்ணிலே தெரியறாள்."

'இந்த நியாயத்தை நெலத்தை நினைச்சுத்தான் அவங்க கிட்டியே குடுத்துட்டேளா?" என்றார் முதலியார்.

"அதிலே இருந்துதான் மனசு மாறிப்போச்சு. இந்த ஏழைங்க பொழப்பைப்பத்தி நன்னா யோசிச்சால்..."

"அவுங்க கட்சி சரி இங்குறிங்க. அவ்வளவுதானே?" என்று கிண்டலாக முத்தாய்ப்பு வைத்தார் முதலியார்.

"பின்னே பொய்யா நான் சொல்றது. அந்தப் பொம்பிள்ளை பிரசவிச்சூட்டுது இன்னு நேத்துச் சாயங்காலமா ஒரு ஆளு வந்து கையைப் பிசைஞ்சான் ஒரு கலம் நெல்லுக் குடுத்தனுப்பினேன். நிலம் என்றாலே எனக்கு இப்போ தலை சுத்தறது. கொடிக்கால் மூலை மின்னறதா, சனிமூலை மின்னறதான்னு பாக்கறதும், வெளுப்பு மேகமா கறுப்பு மேகமான்னு வாதம் செய்யறதும், வெதை வாசி தேடறதும் பாதி ராத்திரியிலே மடையைத் திறந்துவிட்டானோ இல்லி

யோன்னு தூக்கத்திலே இருந்து முழிச்சுக்கறப்போ நெனைச்சுப் பாக்கறதும்... அப்பப்ப! இப்பொ ஒரு தொந்தரவும் இல்லை. ஹாய்யாக இருக்கேன். அப்பிடி மனசு தெளிஞ்சு போச்சு. அதான் அந்தக் கட்சியிலே சேந்தூட்டேன்.

"இப்பொ நன்னாப் புரிஞ்சு போச்சு. நல்ல தந்திரம், நிலத்தைச் சாகுபடி பண்ண! ஏமாந்தவனுக்குக் காதுகுத்த நல்ல கதை!" என்று துண்டை உதறி மேலே போட்டு கொண்டு முதலியார் நடையைக் கட்டினார்.

# பதினாறுகால் மண்டபம்

வரவர நம்பிக்கை குறைந்துவிட்டது - உலகத்திற் கென்று சொல்லவரவில்லை அதுதான் தெரிந்த விஷயமாயிற்றே! எனக்குத்தான் சொல்லுகிறேன். எதிரில் இருக்கும் பதினாறுகால் மண்டபத்தை இரவும் பகலுமாய்ப் பார்த்துக் கொண்டிருக்கிறேன். நம்பிக்கைக்கு அங்குரம் போல் ஊக்கமளிப்பதற்குப் பதிலாகக் குறைத்துக் கொண்டே போகிறது. சன்னதி வீதி முழுவதும் தாழ்ந்த ஓட்டு வீடுகள் நிறைந்திருக்க இந்த மண்டபம் மட்டும் ஆகாயத்தை எட்டிப் பிடிப்பது போல் உயர்ந்திருப்பதற்கும் பொருள் இருக்க வேண்டாமா? கட்டினவன் ஆன்மாவுக்குத் திருப்தியும் வானத்தில் ஓர் இடமும் தருவதாக இருக்கலாம்! ஆனால் அதை யார் கண்டது? இருந்தாலும் அந்தப் பேர்வழியின் பக்தியை என்னால் எண்ணாமலும் போற்றாமலும் இருக்க முடியவில்லை, செலவு பத்து நூறு ஆகி இருந்தால் அதை யார் சீண்டப் போகிறார்கள்? பத்தாயிரக் கணக்கில் மண்டபம் விழுங்கி இருக்குமே! புண்ணிய புருஷன்!

மண்டபம் வெகு அழகாக இருக்கிறது. பதினாறுகால்! தூண்கள் எல்லாம் யாளிகள் தலையினின்று முளைத் திருக்கின்றன. தூண்களின் நுனியோ பாயும் சிங்கங்களாகக் கிளைத்து மண்டபத்தின் மேல்பரப்பைத் தாங்கிக் கொண்டிருக்கின்றன. மண்டபத்தின் மேல் விழும் மழை ஜலத்தை வாங்கி விட நாலு பக்கமும் நாலு வாய்கள். தூண்களில்தான் என்ன வேலைப்பாடு! என்ன சிறபங்கள்! பிறந்த மேனிக்கு நின்றாலன்றிக் கடவுளின் அருளை அடைய முடியாது என்பதைக் காட்டும் கோபிகா வஸ்திராபஹரணம்! சிவத்தின் தோல்வியைக் காட்டும் காம தகனம்!

போதாக்குறைக்குக் கொக்கோகத்தின் சிற்ப உரை! இன்னும் பல மாதிரியான உருவங்கள், மலர்கள், கொடிகள்!

மண்டபம் கட்டிய புண்ணிய புருஷனைப் பற்றிய விவரம் நான்கு நாளைக்கு முந்தித்தான் தெரிந்தது. ஒரு சவுகார் கட்டினானாம்; சவுகார் என்றால் வடக்கத்தியான் அன்று. நம் நாட்டு லேவாதேவிக்காரன்தான்! அந்த விவரம் தெரிந்த சமயத்தில் லேசான மழை பெய்து கொண்டிருந்தது. அந்த விசித்திரம் என்ன வென்றே புரியவில்லை! விவரத்தைக் கேட்டவுடன் அந்த மண்டபம் மறைந்து போய்விட்டது. ஆனால் அந்த இடத்தில் மண்டபத்திற்கு அஸ்திவாரம் எடுக்கப்பட்டிருந்தது. சரிகைத் தலைப்பாகையுடன் ஓர் ஆள் உட்கார்ந்து ஒரு ரூபாயை விதைத்துக் கொண்டிருந்தான். ஒவ்வொருவராக ஆண்களும் பெண்களும் கூலி ஆட்களுமாக அவனிடம் வந்து பாத்திரங்களையும் நகை நட்டுகளையும் கொடுத்துவிட்டுச் சென்று கொண்டிருந்தார்கள். அவைகளெல்லாம் அந்த ஆள் கை நீட்டி வாங்கிய மறு நிமிஷமே நீராக மாறிப் பண விதைகளின் மேல் விழுந்தன.

லேசாகப் பெய்துகொண்டிருந்த மழையில் வேகமான காற்றொன்று திடீரெனப் புகுந்து அடிக்கத் தொடங்கியது. ஒரே கணத்தில் வெள்ளி அணுக்களாக வெளி முழுவதும் நிறைந்து விட்டது. அப்பொழுதுதான் மழைத்துளியைக் காற்றுப் பிளந்து காட்டும் விஞ்ஞான விந்தை! மறு கணத்தில் கண்ணுக் கெதிரே ஒரு பெரிய மரம் காற்றில் ஆடிக் கொண்டிருந்தது. மரக் கிளைகளில் கணக்கெழுதும் குமாஸ்தாக்கள் மாதிரி பலர் இருந்தார்கள். ஒரு குமாஸ்தா மட்டும் ஒன்றும் எழுதவில்லை. கையை நீட்டி நீட்டி எதெதையோ வாங்கிப் போட்டுக் கொண்டிருந்தான். இப்படி நடந்து கொண்டிருக்கும் பொழுதே மழையும் காற்றும் நின்று விட்டன. மறைந்து போன மண்டபம் மறுபடியும் கண்ணில் பட்டது.

அப்பொழுதுதான் சவுகாரின் சரித்திரத்தை மனம் படமாக்கிப் பார்த்துக் கொண் டிருந்த உண்மை விளங்கிற்று. சடப்பொருளைக் குட்டி போடச் செய்யும் மந்திரவாதி ஏன் மண்டபம் கட்டவேண்டும்? பணத்தில் ஆசை வைத்துப் பெருக்கியவன் பிறகு அதை ஏன் கரைத்துக் கல்லாக்க முயலவேண்டும்? பணம் ஓரளவு குவிந்த பிறகு நெஞ்சில் குடைச்சலை உண்டுபண்ணி விடுகிறதா என்ன? பணம் கனக்க ஆரம்பித்தால் அதற்கொரு சுமைதாங்கி வேண்டுமா? அல்லது பணப் பெருக்கத்தினால் பெருமை ஏற்பட்டு விடுவதில்லை என்பதை உணர்ந்து தற்பெருமையைத் தேக்கக் கல்லை ஏவி விட்டுவிடுகிறார் களா? அல்லது லேவாதேவியில் பணத்துடன் கிடைத்த பாவத்தை மழை ஜலம் அடித்துக்கொண்டு போகட்டும் என்று மண்டபம் கட்டி உச்சியில் அந்தப் பாவத்தை வைத்துவிடும் யோசனையா என்ன? கட்டினவன் என்ன நினைத்தால் என்ன? சுவாமி புறப்பட்டால் அங்கே தங்குகிறார். வெயிலுக்கு நிழலைத் தந்தால் விழலுக்கு இறைத்த நீரைப்போலா ஆகிவிடும்? கடவுளின் கடை க்கண் பார்வையேனும் விழும் என்று நம்பித் தானே ஆகவேண்டும்!

இந்த மாதிரி சந்தர்ப்பத்தை உத்தேசித்துச் சவுகார் மண்டபம் கட்டினானே ஒழிய இதர காரியங்களுக்கும் உபயோகமாகும் என்று எதிர்பார்த்திருக்க மாட்டான். பகல் வேளையில் அந்த மண்டபத்தைப் பார்க்க வேண்டும்! முறுக்கு, மசால்வடை, சுண்டல் விற்கும் கிழவி ஒருபுறம்! 'பிளாச்சுளை'யுடன் ஈயையும் விற்கும் கிழவி மற்றொரு புறம்! சர்பத் என்று கலர்த் தண்ணீரை விற்கும் அரை மீசைக்காரன் ஒருபுறம். வண்டிக்காரர்கள் வம்பிகளுடன் நடத்தும் பேச்சும் பரிகாசமும் மற்றொரு புறம்! அயர்விலும் நோயிலும் அடிபட்டு விழுந்துகிடக்கும் அநாதைகள் ஒருபுறம். மஞ்சள் குங்குமம், தேங்காய், பழம் விற்பவன் மற்றொருபுறம்!

இவ்வளவுக்கும் அது வியாபார ஸ்தலம். மண்டபத்தைக் கட்டியவன் நினைப்பு ஒருபுறம் இருக்க, மண்டபத்திலுள்ள வியாபாரிகளைப் பற்றிய வியப்பை முடியவில்லை. அரையணாவுக்குத் திருட்டுத் தேங்காயை வாங்கி மூன்றணாவுக்கு விற்கும் ஏழைக் கடைக்காரியின் திறமைக்கு ஆச்சரியப்படுவதா! மைதா மாவில் வர்ணத்தைக் கலந்து குங்குமம் என்று பெயரிட்டு விற்கும் குங்குமத்துடன் குட்டிப் பொட்டலம் ஒன்றையும் மங்கல வாழ்த்துக்களையும் அளித்து ஒன்றுக்குப் பத்தாகப் பணம் சம்பாதிக்கிறானே அவனுடைய மனத்தத்வ சாஸ்திர அறிவை வியப்பதா! விலையற்ற பொருளாகிய தண்ணீருக்கு விலைவைத்து விற்கிறானே ஷர்பத் கடைக்காரன் அவனை வியப்பதா? இவ்வளவு தகிடுதத்தங்களையும் நேரே பார்த்துக்கொண்டு மோனம் சாதிக்கும் சிவலிங்கத்தை வியப்பதா!

பகலில் மண்டபத்தின் நிலையைச் சொன்னேன்: இரவில் சொல்ல முடியாது. ஏனென்றால் அக்காட்சிகளைப் பார்க்க முடியாது மண்டபத்தில் அவ்வளவு இருட்டு! நகரசபையினர் கஜக் கணக்கைப் பாராட்டாமல் தெருவில் வெளிச்சம் போட்டிருந்தால் அந்த இடத்தில் விளக்கு இருக்கும். ஆனால் ஒன்று. இருட்டினால் ஒன்றும் முழுக்கக் கெட்டுவிடவில்லை. பார்க்க முடியாவிட்டால் கேட்கமுடிகிறது! பார்ப்பதும் கேட்பதும் ஒன்றுதானே!

நேற்றிரவு ஒரு காட்சியைக் கேட்டேன். நக்ஷத்திரங்களும் மையிருளும் கேட்டிருக்கும். சுவாமி பார்த்தும் இருப்பார்: கேட்டும் இருப்பார். அவருக்குக் கண், காது தேவையா என்ன? மண்டபத்தில் ஒரு பெண்ணின் பேச்சுக் குரல் கேட்டது, இல்லை, ஒரு ஸ்திரீயின் குரல் கேட்டது. அத்துடன் ஒரு புருஷனுடைய குரலும் கலந்திருந்தது. மின்னலும் உருண்டோடும் இடியும் என் நினைவுக்கு வந்தன, கொஞ்சநேரம் வரையில் இருட்டு, மோனம், நக்ஷத்திரங்களின் கண்ணிமைப்பு, காற்றின் பாம்புமூச்சு! பிறகு சில்லறைக் காசுகளின் ஓசை! சமூக நெறியையும் சவுகாரின் கனவையும் உடைத்தெறியும் பாவிகள் யார் என்று அறிய ஆசைதான்.

ஆனால் பாவிகளுக்கும் பரிவுகாட்டி இருட்டை இயற்கை அனுப்புகையில் உறுமுவதற்கு நான் யார்!... அதற்குப் பிறகு ஒன்றும் காதில் விழவில்லை. நானும் தூங்கி விட்டேன்.

பாதி ராத்திரியில் பளீர் என்று அடி விழுந்தது. எனக்கல்ல. இருந்தாலும் விழித்துக் கொண்டு விட்டேன். அடி யாருக்கு விழுந்ததென்று மறு விநாடிக்குள் தெரிந்து விட்டது. ஏனென்றால் இருளை இரு கூறாக்க முளைத்து, வானை நோக்கி வளரும் கத்தியைப் போல் ஒரு பெண் குழந்தையின் அழுகைக்குரல் தொடர்ந்தாற்போல் எழுந்தது. தூக்கக் கலக்கமாக இருந்த போதிலும் யார் யாரை ஏன் அடிக்கிறார்கள் என்பது எனக்கு எப்படியோ புரிந்துவிட்டது. தவிர அவரை போட்டால் துவரை முளைக்குமா? என்ற பழமொழியின் ஞாபகம். பாவத்தைப் போட்டுப் புதைத்து எழுப்பிய மண்டபத்தில் சன்மார்க்கம் எப்படிப் பூக்கும் என்ற அலட்சியம். ஆகையால் எழுந்திருந்து பார்ப்போம் என்று தோன்றவில்லை.

இந்த மாதிரியான அரைத் தத்துவ தரிசனத்திலிருந்தே பழைய தூக்கத்துக்குள் புகுந்துவிட்டேன்.

மறுநாள் அமாவாசை. மண்டபத்தின் கடைகளுக்கு விடுமுறை. யாருமே இல்லை, யாரோ ஒரு ஸ்திரீ படுத்துக் கிடந்தாள். அவளுக்கு எட்டாத தூரத்தில் பறட்டைத் தலையுடன் ஒரு பெண் குழந்தை அம்மணமாகத் தூங்கி கொண்டிருந்தது. மணி எட்டாகியும் அந்த ஸ்திரீ தூங்கிக் கொண்டிருந்தாள். அவள் யாரென்று எனக்குத் தானாகவே விளங்கி விட்டது. போரடி வைக்கோலைப் போல் கிடந்தாள். அவளைப் பிச்சைக்காரி என்று சொல்ல முடியாது. வயது சென்றவள் என்றும் சொல்ல முடியாது. ஆனால் யௌவனம் அன்று. அவளருகில் ஒரு தகரக் குவளையும் கந்தல் புடைவையும் தவிர வேறொன்றும் இல்லை.

பகலில் நான் வீட்டைவிட்டுக் கிளம்பிய பொழுதும் அவள் மண்டபத்தில்தான் இருந்தாள். ஆனால் அப்பொழுது

தூணிலுள்ள சிங்கத்தின் மேல் சாய்ந்து கொண்டிருந்தாள். அந்தக் குழந்தை கூழாங் கற்களை வைத்து விளையாடிக் கொண்டிருந்தது. ஸ்திரீயின் கண்கள் குழிவிழுந்து மங்கி இருந்தன. இருந்தாலும் நிமிஷத்திற் கொருதரம் அப்புறமும் இப்புறமும் ஆவலுடன் பார்த்துக் கொண்டிருந்தாள்.

ஒரு வேளை பசியோ? பசியில் பலவிதமாச்சே! எந்த விதமான பசியோ! ஆனால் யார் பசியை யாரால் ஆற்றமுடியும்? ஒரு நாள் இரண்டு நாள் என்றால் அன்ன தானம் செய்துவிடலாம். அன்னதானத்துக்கு மேலான தானம் இல்லை என்று அவுட்வாணம் விட்டுக்கொண்டிருக்கலாம். பாதி ஜனங்களுக்கு மேற்பட்ட நபர்களுக்கு நிரந்தரமாகச் சாப்பாடு போடுவதென்றால்? இவள் ஒருத்திதானா?....அவளுக்குப் பசி, குழந்தைக்கும் பசி. அதற்காக நான் என்ன செய்யமுடியும்? தத்துவ விசாரணைதான் செய்யலாம். இதை எல்லாம் நினைத்துக் கொண்டே வீட்டை விட்டுக் கிளம்பினேன்.

ஊர் சுற்றிவிட்டுத் திரும்பியபொழுது எனக்குப் பசி. மண்டபத்தைக் கவனிக்கவில்லை. சாப்பாட்டை முடித்துக் கொண்டு மேல்மாடிக்குச் சென்றேன். மண்ணுடன் எவ்வளவு நேரம் உறவாடுகிறோமோ அவ்வளவு நேரத்தில் கால் பங்காவது வெறும் வெளியுடன் உறவாடா விட்டால் எனக்கு அமைதி இருக்காது. பதினாறுகால் மேல்கட்டு எங்கள் மாடிக்கும் மேல் நின்றுகொண்டு என்னைப் பார்த்து இளித்தது; மாடியில் உலாவிக் கொண்டே மண்டபத்தைப் பார்த்தேன்.

அப்பொழுதும் அவள் உட்கார்ந்து கொண்டுதான் இருந்தாள். குழந்தை அவள்மீது சாய்ந்துகொண்டு உட்கார்ந்திருந்தது. பசி என்னும் உணர்ச்சியைச் சித்திரிக்க விரும்பும் சிற்பியாக இருந்தால், நான் அந்தக் காட்சியைத்தான் ஆஸாகக் கொள்வேன். அந்தக் காட்சியைக் கண்ட பிறகு என் புத்தி வேறெதிலும் செல்லவில்லை. கைப்பிடிச் சுவரைப் பிடித்துக்கொண்டு அவர்களையே பார்த்துக் கொண்டு

நின்றேன். தெரு ஓசைகளெல்லாம் அடங்கிவிட்டன. நிழல்கள் மட்டும் அங்கொன்றும் இங்கொன்றுமாக நடமாடின.

'படுபாவி, படுபாவி!' என்ற வசவு காதில் விழுந்தது. அவள் தான் யாரையோ வைதுகொண்டிருந்தாள். மறு நிமிஷம் எழுந்திருந்து மண்டபத்தில் வளைய வளைய வந்தாள். ஓர் இடத்தில் நின்று புடைவையைத் திருத்திக் கட்டிக் கொண்டாள். திரும்ப உட்கார்ந்து விட்டாள்; தொப்பென்று விழுந்தாள் என்று சொல்வதுதான் பொருத்தம்.

பிரமை பிடித்தவன் போல் மண்டபத்தையே பார்த்துக் கொண்டிருந்தேன். அரைமணி கழிந்தது. குவளையும் மண்டபத்தில் நுழைந்தான். கையுமாக ஒரு பையன் அவனைக் கண்டதுதான் தாமதம்; ஈசலின் மேல் பல்லி பாய்வது போல் அவள் பையன் மேல் பாய்ந்து சிண்டைப் பிடித்துக் கொண்டாள். "களவாணிக் கயிதே! காத்தாலே ஆறுமணிக்குப் போனவன்...!"

அவன் அழவில்லை, சிணுங்கக்கூட இல்லை.

'என்னை அடிக்கத்தானே போறே..அடி, அடி, சும்மா அடி..! எத்தினி வீடு ஏறி இறங்கினேன்னு தெரிஞ்சா அடிப்பியா?"

அவன் கையிலிருந்த குவளையை வெடுக்கென்று பிடுங்கினாள் ; ஒருதரம் குவளையைப் பார்த்தாள்.

"ஒரு நாய்க் குட்டிக்குக் கூடப் போதாதே ! இந்தச் சோத்தைச் சம்பாரிக்கவா முப்பத்தஞ்சு நாழி போறல்லே!" என்று கூச்சல் இட்டுக்கொண்டே குவளையைக் கீழே போட்டாள். அதிலிருந்த சோறு நாலா பக்கமும் சிதறி விழுந்தது. குவளையை எறிந்த கையாலேயே பையனை ஓர் அறை அறைந்தாள். பிசாசு அறையும் என்கிறார்கள். இப்படித்தான் இருக்கலாம். சின்னக் குழந்தையின் கவனம் சோற்றைத் தின்பதில் திரும்பிவிட்டது. அதைப் பார்க்க அவள் திரும்பிய பொழுது பையன் திமிறிக் கொண்டு ஓடிவிட்டான்.

எட்டப்போய் விளக்கடியில் நின்று கொண்டு நாய் குரைப்பதைப் போல் கத்தினான்.

"உனக்கு இதுனாச்சி கிடைச்சுதே! என் வவுத்தைப் பாரு " என்று சொல்லி வயிற்றில் அறைந்து காட்டினான்,

ஒட்டிய வயிற்றைக் காண்பிப்பதாக அவன் நினைப்பு, "வயிற்றைப் பாரு வண்ணான் சால்மாதிரி! எவ்வளவு இடத்திலே வளைச்சுத் தின்னூட்டுப் போதெப் போக்கிட்டு வந்தியோ?"

"ஆமா, ஆமா, வண்ணான் சால்தான்! கொழுப்பு! என்னெப் போல நாலு வீட்டிலே ஏறி இறங்கினாத் தெரியும்! எத்தினி ஊட்டிலே தலையிலே தண்ணியைக் கொட்டி விரட்டி அடிச்சாங்கன்னு எல்லையம்மனுக்கல்ல தெரியும்! மண்டபத்திலே குந்திக்கிட்டு மகாராணி மாதிரி முறுக்கறே!"

அதுவரையில் தூண் மாதிரி நின்று கொண்டிருந்தவள் அவனை நோக்கிப் பாய்ந்தோடினாள். இருளென்னும் நாட்டில் பசி என்னும் விலங்கு வேட்டையாடப் புறப் பட்டால் அப்படித்தான் இருந்திருக்கும்.ஆனால் அந்தப் பையனைப் பிடிக்க முடியவில்லை. அடிபட்ட மிருகம் சாவதற்கென்றே குகைக்குத் திரும்பிவிடுவது போல் அவள் மண்டபத்தில் சுருட்டி மடக்கிப் படுத்துக் கொண்டு விட்டாள். சின்னக் குழந்தை சிதறிக் கிடந்த பருக்கைகளைத் தின்றுவிட்டுக் குவளையைக் காலி செய்து கொண்டிருந்தது.

படுத்தவள் விம்மி அழும் ஓசை மிதந்து வந்தது. இடையில் சில வார்த்தைகள் காதில் விழுந்தன.

"அந்தக் கம்மனாட்டிப் பயல் சொன்னானே - ஒருநாள் நான் இல்லாமலே அந்தக் கழுதைங்களைக் கட்டி மேச்சுடுவியா இன்னு. சரியாப் போச்சே!... சம்பாரிச்சுப் போட வக்கில்லே- ஓடத் தெம்பில்லாத குதிரை வண்டியை உதைக்கிறாப் போல வார்த்தை மாத்திரம் சொல்லிட்டான்! அந்தக் கம்மினாட்டிக்குப் பொறந்ததுங்க தானே! எப்பிடி இருக்கும்!"

புலம்பலும் விம்மலும் பிறகு ஓய்ந்து விட்டன. விதி, பசி, புண்ணியம், நெறி இவைகளைப் பற்றி அயர்வடையும் வரையில் சிந்தித்துக்கொண்டே தூங்கி விட்டேன்.

இப்பொழுதெல்லாம் பதினாறு கால் மண்டபம் முன் போல அழகாக இல்லை. அதற்கு ஆட்டங் கண்டு விட்டது. வாழ்க்கை நெறியே ஆட்டங்கண்டு விட்டதே! மண்டபம் மட்டும் வாழுமா?

# ஐ. ஸி. எஸ்.

*வீட்டுச் சமையலறை. இடுப்பில் நாலுமுழச் சவுக்கத்தைக் கட்டிக்கொண்டு சாமிநாதன் நிற்கிறார். வாசற்படியில் பையனும் பெண்ணும் நிற்கிறார்கள். கிணற்றங்கரையண்டை சாமிநாதன் மனைவி பங்கஜம் புன்சிரிப்புடன் உட்கார்ந்து கொண்டிருக்கிறாள். சமையலறையிலிருந்து பார்த்தால் பங்கஜத்தைத் தெரியும்.*

*பையன்:* அப்பா, நீயே இன்னிக்கு அம்மாவாகணும்.

*சாமிநாதன் :* ஏண்டா?

*பையன் :* அம்மாவுக்கு லீவாமே.

*சாமி :* எனக்குச் சமைக்கத் தெரியாதேடா கிளப்பிலே இருந்து சாப்பாட்டை வரவழைக்கிறேனே.

*பெண் :* எங்களுக்கு எலிப்புழுக்கையும் கூழாங்கல்லும் பாகற்காய்க் கறியும் பிடிக்காது.

*பையன் :* என்னப்பா பிரமாதப் படுத்தறே. நளன் கூட அம்மா மாதிரி ஆக்டு பண்ணினானாம்; புஸ்தகத்திலே போட்டிருக்கே.

*சாமி :* நளன் புடைவையைப் பாதியாக் கிழிச்சான். என்கிட்டே புடைவை இல்லையே.

*பையன் :* அதெல்லாம் எனக்குத் தெரியாது; வாத்தியாரைக் கேக்கணும். நீ அம்மா ஆகப்போறயா இல்லையா? இல்லேன்னா நாங்க பட்டினியாக் கிடந்து செத்துப் போறோம்.

பெண் : நான் கூடத்தான்.

சாமி : இதென்னடா சனியன்! தொலையுங்கோ பள்ளிக்கூடத்துக்கு. நானே சமைக்கறேன். அப்பறம் அப்பிடி இப்பிடி இன்னேளோ கல்கண்டுப் பாராவிலே போட்டுடுவேன்.

பங்கஜம்: (இருந்த இடத்தில் இருந்துகொண்டே) சமத்தோ இல்லியோ! நாழியாயிடுத்து. போங்கோ பள்ளிக்கூடம்.

[பையனும் பெண்ணும் பூட்ஸை மாட்டிக் கொண்டு 'டக்' 'டக்' என்று வெளியே போகி றார்கள்.]

சாமி: மகா சனியனாப் போச்சு. ஐ.ஸி. எஸ். உத்யோகம் ஒண்ணுதான் பாக்கி.

பங் : அதையும் கொஞ்சம் பாக்கறதுதானே? வருஷம் முந்நூத்தி அறுபத்தி அஞ்சு நாளிலே மாசம் மூணு நாள் பார்க்கக்கூடாதா?

சாமி : பேஷா . நாலு நாள் நீ ஆபீஸுக்குப் போய் உத்தியோகம் பார்த்துவிட்டு வாயேன்.

பங்: நீங்க வெள்ளைக் கடுதாசைக் கறுப்புக் கடுதாசா ஆக்கறதை நாங்களும் பண்ணுவோம். ஒரு குறைதான்: எங்கப்பா என்னையும் படிக்கவச்சிருந்தால்

சாமி: அதுதான் நானும் சொல்றேன். ஐ.ஸி.எஸ். உத்யோகம் பார்க்கிறதற்கும் படிப்பு வேண்டாமா?

பங்: வேண்டாம். அடுப்பங்கரையிலே நுழையற வழக்கம் ஒண்ணு இருந்தாலே அது வந்துடும். நீங்கதான் அடுப்பங்கரை எந்த லோகத்தில் இருக்குன்னு கேட்கற பேர். இப்போ, வாச்சபோது தெரிஞ்சுக்கறதுதானே?

சாமி: நாடகத்திலே சொல்லறாப்போல, அப்படியே ஆகட்டும். ஆமாம், எந்த அடுப்பை மூட்ட?

*பங்: மூணுநாலு அடுப்பு இருக்கு. எதை வேணுமானாலும் மூட்டலாம்.*

*சாமி: அடுத்த ஆத்துக்குப் போய் அரைமணி அக்கப் போர் பேசிவிட்டு, அரைப்பொறி நெருப்பைப் பந்தோபஸ்து பண்ணி ஊதி எடுத்துக்கொண்டு வரத் தெரியாதே.*

*பங்: குறும்பாய்ப் பேசாதிங்கோ. உங்களை யார் போகச் சொன்னா? மண் அடுப்பிலே அரைபாட்டில் மண்ணெண்ணெயை ஊத்தினால், ஒரு நெருப்புக்குச்சி செலவு; வீட்டையே பத்த வச்சுடலாமே!*

*சாமி: மண் அடுப்பைப் பத்த வச்சிட்டு அகௌரவம் பண்ணப்படாது. பருப்பு, ரஸம், குழம்பு, கறி இவ்வளவும் சமைக்காத போனால் அடுப்புக்கு என்னமாயிருக்கும்! சிவனேன்னு கரி அடுப்பை மூட்டி வெறும் சாதத்தைச் சமைச்சு இறக்கினாலே ராஜா இல்லையா?*

*பங் : எது வேணுமானாலும் செய்யுங்கோ.*

*[பூ, பூ என்று ஊது குழாயால் அடுப்பை மூட்டும் சத்தம் கேட்கிறது.]*

*பங்: உங்களைத்தானே?*

*சாமி: ஏன்?*

*பங்: நாளைக்குக் கொஞ்சம் மண்ணெண்ணெய் இருக்கட்டும். சமைக்கற உள்ளே செவந்து போயிட்டுதே!*

*சாமி: அதான், டின்னிலே எண்ணெயிருக்கே.*

*பங் : அந்தத் தைரியமா? கூரைக்கட்டு. டின் வைக்க வீடு இல்லாமெ போயிடப்போறது?*

*சாமி : ஆனால் கரி அடுப்புக்கு மண்ணெண்ணெய் ஊத்தறதில்லையா?*

பங்: பேசப்படுமா? உரிமட்டை நாரை நாலு பிச்சுப் போட்டாப் பிசாசு மாதிரி பிடிச்சுக்கறது.

சாமி: இனிமேல் உரிமட்டைநாரைத் தேடக் கோயிலுக்குப் போயிட்டு வறேன்; போடி போ! (இன்னும் பலமாய் அடுப்பை ஊதிவிட்டு) ஆமாம். அடுப்பிலே எந்தப் பாத்தரத்தை ஏத்தறது?

பங்: நன்னாயிருக்கு! அடுக்குள்ளே ஆயிரம் வெங்கலப் பானை இருக்கு. ரெண்டு, மகாமகத்தப்போ வாங்கினேனா? மதுரையில் முக்கால்படி வெங்கலப்பானை நீங்க வாங்கிக் கிண்டு வந்தேளோ-

சாமி: அந்த ராமாயணம் தெரிஞ்சுதான் எதுன்னு கேக்கறேன். பாத்திரக்கடைக்காரனுக்கும் புத்தி கிடையாது. எல்லா வியாபாரத்திலும். நாஸுக்குக் கிளம்பி யிருக்கு. இவன்கள் மட்டும் பத்தாம் பசலியிலேயே உக்காந்திருக்கான்கள். ஜில்லுன்னு ஒவ்வொரு வெங்கலப்பானை வயத்துலேயும் கால்படி அரைப்படின்னு வெட்டி வச்சுட்டால், அப்படியே வியாபாரம் அள்ளுமே...... இதோ பாரு இதுவா?

பங் : அட எழவே! இரண்டரைப்படி வெங்கலப் பானையைத் தூக்கிண்டு வறேளே!

சாமி: இதைப் பாரு.

பங்: அட ராமச்சந்திரா! கால்படி வெங்கலப் பானையா போரும்?

சாமி: அப்பறம் எனக்குக் கோபம் வரும். எதுன்னு சொல்லேன்.

பங்: அதான் ஒருபடி வெங்கலப்பானேன்னு கிளிப் பிள்ளைக்குச் சொல்றாப்போலச் சொல்றேனே.

சாமி : நீ ஒரு படின்னு சொல்லவே இல்லை. போகட்டும். இதுவா?

பங்: அதில்லே.

சாமி: இதுவா?

பங் : அதுவும் இல்லை. அது முக்கால்படி.

சாமி : ரொம்ப பேஷ்! அத்வைத விசாரணை அடுக்குள்ளே நடக்கிறது! எல்லாம், 'நேதி', 'நேதி', 'இதில்லே இதில்லே' என்று தள்ளுவாளாமே, அதுமாதிரி இருக்கு. கடைசித் தடவை இதுவா?

பங் : அப்பாடா! மிச்சம் அங்கே இல்லை போல இருக்கு! இப்போவானும் கண் தெரிஞ்சுதே!

சாமி: கண்ணுக்கு ஸர்டிபிகேட் டாக்டர் இன்னா குடுக்கணும்? இதை அடுப்புலே வெக்கவேண்டியது தானே?

பங் : அவசரப்படாதிங்கோ. சாதத்தை ரெண்டு தினுசாப் பண்ணலாம்; தெரியுமோ?

சாமி: ஓ ! அளிஞ்சு களிமாதிரி ஒண்ணு; அப்புறம் நறுக்கரிசியாய் ரெண்டு.

பங் : எனக்குக் கிண்டல் பிடிக்காது. இதைக் கவனிச்சுக் கேளுங்கோ: வெங்கலப் பானையிலே ஜலத்தை வச்சுக் கொதி வரவிட்டு அரிசியைக் களைஞ்சு போடலாம். இல்லாட்டாக் கணக்கா அரிசியும் ஜலமுமாப் போட்டு அப்படியே அடுப்பிலே ஏத்திவிடலாம். ரெண்டாவது சொன்னதுதான் ஒங்களுக்கு லாயக்கு. கஞ்சி வடிக்கவும் வேண்டாம்; காலிலே கொட்டிக்கவும் வேண்டாம்.

சாமி : அப்படியே செய்யறது. அரிசி எவ்வளவு போட?

பங் : அரிசிமூட்டையிலே சின்னப் படியாய் ஒண்ணு இருக்கும். அதாலே ரெண்டு எடுத்துப் போட்டு ரெண்டு சிறாங்காயை எடுத்துடுங்கோ. மல்லிகைப்பூ மாதிரி சாதம் இருக்கும்.

சாமி : இதோ ஆச்சு.

[அரிசியை ஜலத்துடன் போட்டு அடுப்பில் வைத்துவிட்டுப் பாடுகிறான்]

ராகஸுதா ரஸ பானமு சேஸி ரஞ்சுலு ஓமனசா (ராக) யாக யோகத் தியாக போக பலமு ஸங்க ஸதாசிவ மயமகு நாத ஓங்காரஸ்வர

(ராக)

விதுல ஜீவன்முக்துலனு தியாகராஜு தெலிஸி (ராக)

பங் : இதென்ன அடுப்பங்கரையிலே பாட்டு! சாதம் தானாகவே வேகுமோ? ஒரு கிளறு கிளறுங்கோ?

சாமி: நீதான் அடுப்பிலே வச்சால் கனகாம்பரமோ மல்லிகைப் பூவோ ஆயிடும் இன்னியே?

பங்: அப்புறம் தீஞ்சு போயிடும்.

சாமி: கிளர்றேன்.

[வெண்கலப் பானையைக் கரண்டியால் கிளறும் சத்தம் கேட்கிறது. பிறகு ஒரு பாட்டு.]

நந்த வனத்திலோ ராண்டி—அவன் நாலாறு மாதமாய்க் குயவனை வேண்டி கொண்டுவந் தானொரு தோண்டி-அதைக் கூத்தாடிக் கூத்தாடிப் போட்டுடைத் தாண்டி

(நந்த)

பங் : பாடாதிங்கோ; கவனப் பிசகாய்ப் போயிடும். அப்பறம் என்னைப் பாடுவேள். சாதத்தைப் பாத்து ஒரு பருக்கையை நசுக்குங்கோ. வெந்திருக்கா, இல்லியா தெரியும்.

சாமி : சாதத்தைப் பார்த்தேன்.

பங்: எப்பிடி இருக்கு?

சாமி: முப்பத்தி அஞ்சாம் வாரம் ஓடுகிற சினிமாக் கொட்டகை தெரியுமா?

பங்: அம்மா வயத்திலே பொண் பொறந்தது தெரியும். ஒரு சினிமாவா, எழவா!

சாமி: ஆனால் வாரத்துக்கு எத்தனை தரம் சினிமாப் பார்த்தால் சினிமா பார்த்தாப் போலே இருக்கும்?

பங் : சண்டைக்கு வராதிங்கோ. சாதம் எப்பிடி இருக்குன்னு கேட்டால் சினிமாக் கொட்டகை என்கிறேள்; பட்டுக்கோட்டைக்கு வழி கேட்டால் கொட்டைப் பாக்கு ரெண்டு பணம் என்கிறேள்.

சாமி: நான் சரியாத்தான் பேசறேன். அந்தக் கொட்டகை ஜன்னலண்டை டிக்கட் வாங்கக் கூட்டம் திண்டாடும் பாரு, அந்த மாதிரி அரிசி யெல்லாம் அரைச்சாதமாய் வெங்கலப்பானை வாயண்டை வந்து முழிக்கிறதுகளே!

பங்: நாசமாப் போச்சு! கவிமாதிரி சக்கரவட்டமாப் பேசறேளே ; ஓங்களை எவ்வளவு அரிசி போடச் சொன்னேன்?

சாமி : (ஒரு நிமிஷம் தயங்கிவிட்டு) நீதான் சொல்லேன்.

பங்: அப்படி வாங்கோ வழிக்கு. அரிசியும் கிரோஸினாயில் இன்னு பாத்தேளோ? கணக்கு வழக்குக் கிடை யாதா? ஓங்களைச் சின்னப் படியாலே ரெண்டு போட்டு, ரெண்டு

சிறாங்கா அரிசியை எடுக்கச் சொன்னேன். என்ன பண்ணித் தொலைச்சேளோ?

சாமி : ஒரு வேளை ரெண்டு சிறாங்கா எடுக்க மறந்து போயிருப்பேன். இப்பத்தான் ஞாபகம் வந்தது.

பங் : நல்லவேளை! சின்னப் படிக்குப் பதில் பட்டணம் படியாலே போடாத போனேளே.'

சாமி : இப்பொ என்ன செய்யறது? சொல்லு,

பங்: அந்தச் சாதத்தைக் கொஞ்சம் கிளறித் தட்டுலே எடுத்து வச்சிட்டு, வெங்கலப் பானையில் ரெண்டு சேர் ஜலம் விடுங்கோ. கொதி வந்து சாதம் சரியாயிடும்.

சாமி: தட்டுலே வக்கறதை?

பங் : (சிரித்துக்கொண்டே) நீங்கதான் சாப்பிடணும்.

சாமி : இல்லாதபோனால் காக்காய்க்குப் போடலாம்.

பங்: பார்த்தேளா, தப்புச் செய்தால் சாஸ்திரம் ஞாபகம் வறது.

(டக் டக்கென்று பூட்ஸ் சத்தம் கேட்கிறது.)

சாமி: இதென்ன? அதுக்குள்ளே இவாள் வந்துட்டா!

பையன் : அப்பா, இன்னிக்கு லீவ். யாரோ செத்துப் போய்ட்டாளாம்.

சாமி . நல்லதாப் போச்சு! தட்டை எடுத்துக்கிண்டு வாங்கோ.

பெண் : எனக்கு ரஸம் சாதந்தான் வேணும்.

சாமி: ரஸமும் கிடையாது, குழம்பும் கிடையாது.

(பையன் தட்டுகளைக் கொண்டுவந்து சத்தப் படுத்தி வைக்கிறான்.)

பையன் : அதெல்லாம் வேண்டாம் அப்பா; இருக் கறதைப் போடு.

பெண் : அப்படீன்னா எனக்கு மொளகுபொடி பண்ணிப் போடு. சாப்பிடறேன்.

சாமி : சரி, ஒழிஞ்சு போ.

(அம்மியில் அரைக்கப் போகும்பொழுது உறியில் உடம்பு தட்டுப்பட்டு பாத்திரங்கள் லொட் புட வென்று விழுகின்றன.)

பங்: சண்டையிலே வெடிகுண்டு போடுவாளாமே, அதுமாதிரி ஒரு நாள் சமையல்லேயே வீடு நிர்த்தூளிப் படறதே? நாளைக்குப் பாத்திரம் இருக்கட்டும்.

சாமி : பாத்திரம் இருக்கும். தலைதான் இருக்காது.

பங்: அடாடா! ரத்தம் வந்துட்டுதா? ஜாக்கிரதையாய்ப் போகப் படாதோ!

சாமி: நல்லவேளை ; ரத்தம் வரல்லே. இந்தச் சனியன்கள் வெறும் சோத்தை மோர் போட்டுத் தின்னூட்டுப் போறதா, பாறேன்... நாக்கு நீளம்!

பங் : குழந்தைகளைக் கோவிச்சுக்காதிங்கோ. வருஷம் முந்நூத்தி அறுபத்தி அஞ்சு நாள் நான் சமைக்கறேன். மூச்சு விடறதா? மோரும் சாதம் எனக்குக்கூடத்தான் பிடிக்காது. உங்களுக்கும் பிடிக்காது.

[அம்மியில் அறைக்கும் சத்தம்.]

சாமி: வந்து உட்காருங்கோ.

(வெண்கலப்பானையில் கரண்டியைப் போட்டுச் சாதத்தைக் கிளறும் சத்தம்.)

பையன் : என்னப்பா, சாதம் இப்பிடி இருக்கே?

பெண் : அம்மா ! அப்பா ரான்னம் பண்ணியிருக்கார், திருட்டுத்தனமா!

பங்: என்னடி அசடே, ஔர்றே! ஒங்களைத்தானே! சாதம் எப்பிடி இருக்கு?

சாமி: கொஞ்சம் அளிஞ்சு போயிட்டாப் போல இருக்கு.

பங் : அப்போ சாதத்துலே பாலை ஊத்திச் சக்கரை போடவேண்டியதுதான். பகல்வேளையா இருந்தாலும் பாலும் சாதம் சாப்பிடுவோம். நன்னாச் சாதம் சமைச்சேள்! ஒங்களுக்குக் கட்டோடே அளிஞ்சாப் பிடிக்காதே.

சாமி : அதான், நான் கிளப்புக்குப் போகப்போறேன்.

பங் : அப்பவே சொன்னேனே. போகட்டும். வெங்காய சாம்பார் இருக்கறதாப் பாத்து எடுப்பு வரவழையுங்கோ!

# கோர்ட்டு முத்திரை

"இப்பொழுது முன்சீப் கேஸைத் கூப்பிடப் போகிறார். என்ன செய்வோம்?"

"ஏங்க? நெம்பரை நடத்த வேண்டியது தாங்களே. பணம் கொடுத்ததைப் பார்த்தவரு ராமன் வந்திருக்காரு. கிட்ணன் வந்திருக்காரு. அவருகிட்டெத்தான் பணம் கடன் வாங்கிக் கொடுத்தேன். ரசீது தர்றீயா, இல்லை யான்னு கேட்டனுப்பிச்சப்போ தறேன்னு அவரு சொன்னதுக்குச் சாட்சி இருக்கு?'

"அது யாரு?"

"அந்தாலே நிக்கிறாரே வீசைக்காரரு, அவருதான்."

"அவர் பேரு?'

"ஒரு நல்ல பேருங்க."

"உனக்கே தெரியாதா?"

"ஏன் தெரியாது?' மறந்து போச்சுங்க. கிருஷ்ணன் ஊர்தானுங்க. அவர் பின்னோடெத்தான் வந்திருக்கிறாரு.

"ஏன் கிட்ணா. அவர் பேரென்ன?'

"கோவிந்தன்"

"ஆமாங்க, ஆமாங்க. கோவிந்தனுங்க."

"இவர்களை எல்லாம் விசாரித்தால்?'

"பணம் குடுத்தேனா இல்லையா இங்கிறது புலப்பட்டுப் போவுது."

"பணம் கொடுத்தோமா, இல்லையா என்பது நமக்குத் தெரியாதா?"

"அதெப்படித் தெரியும்? ஓலகத்திலே நடக்கிற எல்லா விஷயங்களும் நமக்கெப்படித் தெரியுமுங்க?"

"அது சரி. கேஸ் விசாரணைக்கு வந்து எத்தனை ஈரங்கி ஆச்சு என்று ஞாபகம் இருக்கிறதா?"

"அஞ்சு மாசம் ஆச்சு."

"உனக்குத்தான் நல்ல ஞாபகம் இருக்கிறதே. நீ கோர்ட்டுச் சம்மனையும், பிராது நகலையும்,கிருஷ்ணனையும் அழைத்துக் கொண்டு வந்தாயே, அது ஞாபகம் இருக்கிறதா?"

"நல்லா இருக்கு! கிட்ணனும் நானும் பாலக்கரை ஆச்சி கிளப்பிலே அரிசி உப்புமாத் தின்னூட்டு நேரே உங்க ஊட்டுக்குத்தானே வந்தோமுங்க. நல்ல படை படைக்கிற வெயில்!"

"வந்து என்னிடம் என்ன சொன்னாய், ஞாபகப் படுத்திப் பாரு."

'சுக்ரமணிய கவுண்டன் தாவா போட்டூட்டானுங்க. சம்பா மகசூல் கைக்கு வந்ததும் பணம் தரேன் இன்னு சொன்னேன். சரீன்னு சொல்லிக்கிட்டிருந்த பயல் தாவா போட்டூட்டானுங்கன்னு சொன்னேன்."

"வேறே ஒண்ணும் சொல்லவில்லையா?'

"கோர்ட்டுலே நாலு மாசம் கெடு வாங்குங்க. சம்பா மகசூலில் கடனைத் தலையைச் சுத்தி எறிஞ்சுடறேன்னு சொன்னேன்."

"அதற்கு நான் என்ன சொன்னேன்; ஞாபகம் இருக் கிறதா?"

"கச்சேரியிலே ஒரு மாசத்துக்கு மேலே கெடு கொடுக்க மாட்டாங்க இன்னீங்க. ஒரு மாசத்திலே பணம் எப்பிடிக் கிடைக்குமுங்க? சனியனை ஒழிச்சுப் புடறேனுங்க; அதுக்கு எப்படியாச்சும் ஒரு வழி பண்ணுங்க இன்னேன்.

"நீ சொன்னபடி வழி செய்தேன். ஒரு கட்சியைச் சொல்லிவை. விசாரணை என்று, இரண்டு, மூணு ஈரங்கி ஒத்திப் போகும். நாலு மாசம் கெடுவும் கிடைச்சுப் போகும் என்று சொல்லிவிட்டு ஒரு கட்சியை எழுதிப் போட்டேன்."

"அதுக்கென்னாங்க, நீங்க சரியாத்தானே எழுதிப் போட்டீங்க."

"பிரதிவாதி கொடுத்த பணம் பத்து ரூபாயைப் பிராதில் வரவு வைக்காமல் வாதி மோசடி செய்திருக்கிறார் என்று நானா எழுதிப் போட்டேன்?"

"ஆமாங்க."

'பணம் கொடுத்தேன்னு நீ சொல்லவில்லையே.'

"இல்லிங்க."

"இப்பொழுது வந்து சாட்சி வந்திருக்கு விசாரிக்கணும் என்கிறாயே?'

"ஆமாங்க."

"வளர்த்த கிடா மார்பில் பாய்ந்தது என்பார்களே. அதுமாதிரி பொய்க் கட்சியை நான் தயார் செய்தேன். என்னிடத்திலேயே, 'சாட்சி இருக்கிறது.நம்பரை நடத்த வேணும்' என்கிறாயே!"

'வாஸ்தவம்தானுங்க, ஒருநாள் ராமனைப் பார்த்து வக்கீல் ஐயா இந்த மாதிரி எழுதிப்போட்டு இருக்காங்கன்னு சொன்னேன். பணம் கொடுத்தது அவருக்கு எப்பிடித் தெரிஞ்சுதுன்னு கேட்டானுங்க. அப்பொத்தான் பணம் கொடுத்திருப்பேன்; மறந்து போச்சு இன்னு தோணித்து."

"இதைப் பாரு, இந்தக் கதை எல்லாம் கோர்ட்டிலே பலிக்காது. முனிசீப் முழிச்ச ஆள். கட்சியை நடத்த வில்லை என்றால் கௌரவமாக இரண்டு மாசம் கெடுவாவது வாங்கலாம்."

"பணம் குடுத்துதுன்னு எழுதிப் போட்டீங்களே; அது பொய்யாகிடுமே."

"இல்லாத போனால் ரொம்ப நெஜம்!"

"அப்பொ இவுங்க எல்லாம் பொய் சொல்றாங்களா?"

"கருமாதிக்குச் சாப்பிட்டவன் இருக்கிறான்; செத்தது பொய் என்கிறாயே!"

"என்னங்க! பொய் மெய்யெல்லாம் கோர்ட்டாரு அல்ல சொல்லணும். சும்மா நெம்பரை நடத்துங்க. பணம் கொடுத்தது மெய்யா, பொய்யாங்கறது கோர்ட் டாரு பாடு.

கோர்ட்டு முத்திரை விழுந்தாலொழிய பொய் பொய்யாகாது என்ற புது உண்மையைக் கேட்ட வக்கீலுக்கே ஆச்சரியமாக இருந்தது. வக்கீல் கையில் இருந்த பென்சில் அவரை அறியாமலே வராந்தாத் தூணில் ஒரு ஆவர்த்தம் வாசிக்க ஆரம்பித்து விட்டது.

"ராக்கப்ப பிள்ளை, ராக்கப்ப பிள்ளை!" என்று கச்சேரி டபேதார் வராந்தாவில் நின்று கத்தினான்.

வக்கீலும் ராக்கப்ப பிள்ளையும் கோர்ட்டுக்குள் விழுந்தடித்து ஓடினர். முன்சீப்தார் வழக்கை விசாரணைக்கு எடுத்துக்கொண்டார். வாதி, பிரதிவாதி, சாட்சி ராமன், கிருஷ்ணன், கோவிந்தன் அத்தனை பேர்களையும் விசாரித்த கோர்ட்டார் வாதி பக்கம் தீர்ப்பளித்துவிட்டு, அடுத்த கேஸை விசாரணைக்கு எடுத்துக் கொண்டார். வக்கீலும் ராக்கப்ப பிள்ளையும் வராந்தாவுக்கு வந்தனர்.

"என்ன ராக்கப்ப பிள்ளை! இப்பொழுது திருப்தியாகி விட்டதா? முன்சீப் முத்திரை விழுந்தூட்டுது. சந்தோஷமாப் போச்சா?" என்றார் வக்கீல்.

ராக்கப்ப பிள்ளை உடனே பதில் சொல்லவில்லை. ஊருக்கு அடுத்த பஸ் எப்பொழுது கிளம்பும் என்று வீசைக்காரரை விசாரித்தார். ஒரு மணி நேரத்துக்குள் பஸ் இருப்பதாகவும், போகிற வழியில் பாலக்கரை ஆச்சி கிளப்புக்குப் போய்விட்டு வீட்டுக்குக் கிளம்பப் பொழுது இருப்பதாகவும் பேசிக்கொண்டார்கள்.

"என்ன ராக்கப்ப பிள்ளை! நான் கேட்டது காதுலே விழல்ல போல இருக்கு. இப்பொழுது சந்தோஷமா?"

"விழுந்துதுங்க. கச்சேரிக்கு லீவ் எப்பொங்க?"

"அடுத்த மாசம்."

'சுக்ரமணியன் என்னை எதுனாச்சும் செய்யணுமின்னா என்ன செய்யணும்?'

"தீர்ப்பு நகல் வாங்கிக்கொண்டு நிறைவேற்ற மனுப் போடவேணும்."

அந்த நகலு அவனுக்கு இன்னிக்கே கிடைக்குமா?"

"கிடைக்காது."

"இவன் ஒரு நகல் மனுப் போட வேணும். பிறகு ஒரு மாசத்திலே கிடைச்சுப் போகும்."

"அது வரத்துக்கும் கோர்ட்டுச் சாத்தறதற்கும் சரியாய்ப் போயிடாதுங்களா?"

"போயிடும். போயிடும். நான் கேட்டதற்குப் பதில் சொல்லமாட்டேங்கிறியே?"

"அதைப் போய்ச் சொல்லுவானேன்னு?"

"சும்மாச் சொல்லு."

சந்தோஷமாத்தான் போச்சுங்க. இப்பொப் போய்க் கெடு வாங்கிக்கிட்டா நல்லாவா இருக்கும்? உங்களை அல்ல பொய்யனாக்கிப் புடும்? எனக்காக ஒரு கட்சி எழுதிப் புட்டீங்க. அதைப்போய் நானே அழிக்கலாம்களா? இப்பொ பாருங்க. யாரும் பொய்யாகிடல்லே. ஏதோ கோர்ட்டாரு செஞ்சுப்புட்டாங்கன்னூட்டுப் போயிடும். இல்லீங்களா? மூணு நாலு மாசம் இருந்தால் போது மின்னு நெனைச்சேனுங்க. ஆறு மாசத்துக்கு மேலேயே கெடச்சிப் போச்சு; வரேங்க."

ராக்கப்ப பிள்ளையும், சாட்சிகளும் வக்கீலை வணங்கி விட்டுப் புறப்பட்டு விட்டார்கள்.

தான் சொன்ன பொய்யை மெய்யாக்க இவ்வளவு முயற்சியும் செய்தது போல ஒரு தோற்றத்தை அல்லவா உண்டாக்கி விட்டான்! அந்த உண்மை அவர் மனத்தைக் கலக்கிற்று. அவரை அறியாமலே கையிலிருந்த பென்சில் வராந்தாத் தூணில் கெத்து வாசிக்கத் தொடங்கிற்று.

# ஒரு பே(போ)ட்டி

*"டாக்டர் இருக்கிறாரா?"*

குரல் கேட்டதே ஒழிய யாரையும் காணவில்லை. வாசலில் இருந்த வேலையாள் திகைப்புடன் சுற்றுமுற்றும் பார்த்துவிட்டு விழித்தான்.

*"உன்னைத்தானே, டாக்டர் இருக்கிறாரா?"*

"நீங்கள் யார்? எங்கிருந்து பேசுகிறீர்கள் என்று தெரியவில்லையே!"

*"நான் இங்கிருந்தேதான் பேசுகிறேன். டாக்டர் இருக்கிறாரா?"*

"யார் டாக்டர்?"

*"ஆகாயத்தில் கட்டிடம் கட்டப் பார்க்கிறாரே. அவர்."*

"ஐயாவைக் கேட்கிறீர்களா? இருக்கிறார். நீங்கள் யார்?"

*'எனக்கு அவரைப் பார்க்கவேண்டும்.'*

"ஒரு குரல் மற்றொருவரை எப்படிப் பார்க்க முடியும்?"

*"அந்தக் கதை எல்லாம் உனக்கு எதற்கு? யாரோ பார்க்க வந்திருக்கிறார் என்று சொல்லேன்."*

"பேர் கேட்பாரே."

*"பிரகிருதி என்று சொல்."*

சரி என்று சொல்லிவிட்டு வீட்டுக்குள் திரும்புமுன் அங்கே ஓர் உருவம் முளைத்து விட்டது. வேலையாள் பயந்து போய் உள்ளே ஓடி விட்டான். ஐந்து நிமிஷத்திற்குள் விஞ்ஞானி வெளியே வந்தார்.அங்கிருந்த உருவத்தை ஆணா பெண்ணா என்று நிச்சயிக்க முடியவில்லை. இருந்தாலும் வந்தவரை வணங்கி விட்டு வரவேற்பறைக்கு அழைத்துச் சென்றார்.

"உங்கள் பெயரை என் வேலையாள் சரியாகப் புரிந்து கொள்ளவில்லையோ என்று நினைக்கிறேன். என்னவோ என்று பிதற்றினான்."

"பிரகிருதி என்றுதான் சொல்லி அனுப்பினேன்."

"அப்படி என்றால் சரிதான். ஆனால் ஒன்று ; உங்களுக்கு உருவம் இருக்கிறதே!"

"எங்களுக்கு உருவம் கிடையாது. ஆனால் உருவங்களை எங்களால் உண்டாக்க முடியும்; அவைகளுக்குள் புகுந்துகொண்டு மிஞ்சியும் இருக்கமுடியும்.

"விளங்குகிறது."

"நீங்கள் ஆகாயத்தில் கட்டிடம் கட்ட ஏற்பாடுகள் செய்திருப்பதாகச் சொன்னார்கள். அதைப் பற்றித் தெரிந்து கொள்ளலாம் என்று வந்தேன்."

"ஆமாம். என் திட்டம் பூர்த்தியாகி விட்டது. அதற்கான அணுசக்தி, தளவாடச் சாமான்கள் எல்லாம் தயாராகி விட்டன. இரண்டு மாதத்துக்குள் வேலை துவங்கிவிடும்."

"நீங்கள் மட்டுந்தான் அந்தக் கட்டிடத்தில் வசிப்பீர்களா? அல்லது குழந்தை குட்டி வேலையாட்களுடன் தங்குவதாக உத்தேசமா? நல்ல வேளையாக அந்தத் தொந்தரவெல்லாம் எனக்கு இல்லை.என் வேலையாள் மட்டுந்தான் வருவான்."

"சரி, உங்கள் வேலையாள் வருவதானால் உங்கள் உலகத்தில் உள்ளவர்கள் எல்லாருமே வரக் கூடியதான திட்டம்

இருக்கவேண்டுமே! நகரங்கள் நிர்மாணிக்கும் திட்டம் இருக்கவேண்டுமே."

"இருக்கிறது."

"எங்களுக்கு இரண்டொரு சந்தேகம், இப்பொழுது மனித ஜாதிக்குப் பொறி, புலன்கள், ஜீரணக் கருவிகள், யெல்லாம் ரத்த நாளங்கள், மூச்சுப்பை இவற்றை அமைத்துச் சிருஷ்டி செய்து வருகிறோமே. நீங்கள் விஞ்ஞான ஆராய்ச்சிக்காகத் தயார் செய்து அனுப்பும் ஆட்களைப் பார்த்தால், எங்கள் இயற்கை முறைச் சாதனங்களை அமைப்பதா வேண்டாமா என்று யோசிக்க வேண்டி வந்து விட்டது. நான்கு நாளைக்கு முன் ஓர் ஆகாச வாணத்தில் ஒரு விஞ்ஞானி வந்தார். அவரைப் பார்த்தால் சோளக் கொல்லைப் பொம்மைக்குப் பொருத்தமாய் இருந்தது. கண்ணா, மூக்கா, உடம்பா ஒன்றையும் காணவில்லை.முகம், உடம்பெல்லாம் ஏதோ ஒரு பொருளால் மறைந்திருந்தது. காது இருக்கவேண்டிய இடத்தில் ஒரு சின்ன யந்திரம்; மூக்கு இருக்கவேண்டிய இடத்தில் ஒரு சின்ன யந்திரம். கண் இருக்கவேண்டிய இடத்தில் ஒரு சின்ன யந்திரம். இப்படிக் காட்சி அளித்தார். நான்கு நாள் எங்களுடன் இருந்தார். எங்களுடன் பேசவும் இல்லை; சாப்பிடவும் இல்லை. சாதாரண உணவு தேவை இல்லாமல் உங்களால் மனிதனை ஆக்க முடியும் என்று தெரிந்தவுடன் தான் உங்களைப் பார்க்க வேண்டியது அவசியம் என்று கருதினோம்."

"ஆமாம், இதில் ஓர் அளவு வெற்றி கண்டு விட்டோம்."

"அப்படியென்றால் எங்கள் முறையில் ஜீரணக் கருவிகளை ஏன் இனி அமைக்க வேண்டும் என்பதுதான் அடுத்த கேள்வி."

"கேள்வி சரிதான். விஞ்ஞானி என்ற முறையில் அதற்கு எங்களால் பதில் சொல்ல முடியாது. அது உங்கள் பொறுப்பு. எங்களைக் கேட்டுக்கொண்டா உலகத்தைச் சிருஷ்டித்தீர்கள்?"

"இயற்கைக்கு உதவியாக நீங்கள் வேலை செய்வதாக இது வரையில் நினைத்து வந்தோம். இப்பொழுது அப்படி இல்லை என்று தெரிந்துவிட்டது. எங்கள் வேலையில் குறுக்கிட்டுச் சிக்கலையே உண்டாக்கி வருகிறீர்கள். நம் இருவருக்கும் இடையில் மனித ஜாதி கஷ்டப்படுகிறது. விஞ்ஞான ரீதியாக உணவு அளிக்க ஆரம்பித்தால் விஞ்ஞான ரீதியில் உணவுக் கருவிகளை அமைக்க வேண்டாமா? அதற்கு ஏற்பாடு செய்யாமல் ஆராய்ச்சிகளைத் தொடர்ந்து நடத்தினால் பாதி ஆற்றைத் தாண்டின கதைதான். இதே தான் மூச்சுப்பை விஷயத்திலும்."

"உண்மைதான். என் வேலையாள் கூடத் தன் ஜீரணக் கருவிகளில் ஏதோ கோளாறு என்று டாக்டரிடம் காட்டினானாம். உன்னுடைய உணவு முறையின் விளைவு என்று அவர் பதில் சொல்லிவிட்டாராம்."

"அதையேதான் நானும் சொல்கிறேன். கீரைத் தண்டு, வெங்காய சாம்பார், சப்பாத்தி, ரஸகுல்லா, ரொட்டி, மாட்டிறைச்சி, ஆட்டிறைச்சி, குயில் நாக்கு, தவளை, பாம்பு இவைகளை உணவாக ஏற்கும் முறையில் ஜீரணக் கருவிகளை அமைத்திருக்கிறோம். அவைகளும் பழகி விட்டன. விட்டமின் ஏ.பி.ஸி.டி. என்றெல்லாம் மாத்திரைகளைத் தின்று சமாளிக்க அவைகளுக்குத் தெரியாதே. அதைப் பற்றித்தான் யோசிக்கிறேன். அதே மாதிரி, நாங்கள் அமைத்திருக்கும் மூச்சுப்பை இந்தச் சூழ்நிலையில் வேலை செய்வதற்காகத் தயார் செய்யப்பட்டது. அதைக் கொண்டு போய் ஆகாயத்தில் வைத்து என்ன விஞ்ஞான தந்திரம் செய்தாலும் முடிவில் அதனால் நிலைமையைச் சமாளிக்க முடியாது. உயிருக்கு ஆபத்து நிச்சயம். எனவே ஓர் அடிப்படையான விஷயத்தை நீங்கள் ஞாபகப்படுத்திக் கொள்ள வேண்டும். இயற்கையை வைத்துக் கொண்டு அதற்கு உதவியாக விஞ்ஞானத்தை உபயோகப்படுத்தப் போகிறீர்களா? அல்லது அதை விரட்டி விட்டு அந்த ஸ்தானத்திலே அமரப் போகிறீர்களா? இதுதான் கேள்வி. மனித ஜாதியின் தலைவிதியை இதுதான் நிர்ணயிக்கும்."

"நாங்கள் எதிர்பார்க்காததுதான் நடந்துவிட்டது; நடந்து வருகிறது. இயற்கைக்கு உதவியாகத்தான் ஆரம்பித்தோம். ஆலம் விதை மதில் சுவரைப் பிளக்கும் கதை ஆகிவிட்டது. இயற்கைக்குப் போட்டியாகவே மாறி விட்டோம்."

"என்ன லாபம்! ஜடப் பொருள்களையும் ஜட சக்திகளையும் பயன்படுத்தி எவ்வளவு அற்புதங்களைச் செய்த போதிலும் உயிர், மனம் இவைகளைச் சிருஷ்டிக்க முடியாதே. அதற்கு என்ன செய்வீர்கள்? அது முடியாத வரையில் போட்டி பலிக்காது."

"அதை நாங்கள் ஒப்புக்கொள்வதில்லை. விஞ்ஞானிக்குத் தோல்வி என்பதே இல்லை. இன்று இல்லாவிட்டால் நாளை, நான்கு வருஷங்களுக்குப் பிறகு ஆனாலும் சரி; நானூறு வருஷங்களுக்குப் பிறகு ஆனாலும் சரி; வெற்றி காண்போம் என்பதுதான் எங்கள் மதம்."

இந்தச் சமயத்தில் அறைக்குள் ஒரு விநோதமான ஆள் நுழைந்தார்.

"என்ன மூணாம் நம்பர்?" என்று விஞ்ஞானி திரும்பிப் பார்த்துக் கேட்டார்.

"நம்முடைய கோஷ்டியின் பத்தாம் நம்பருக்கு அமைந்திருக்கும் பிராணவாயுப்பை நாளையுடன் காலி யாகிவிடும். பிறகு அவன் சாதாரண மனிதன் ஆகிவிடுவான். அதற்கு என்ன ஏற்பாடு! என்று கேட்க வந்தேன்.'

"பார்ப்போம்" என்று சொல்லிவிட்டு விஞ்ஞானி பிரகிருதியை நோக்கித் திரும்பினார்.

"பார்த்தீர்களா? இதுதான் எங்கள் முக்கியமான சிக்கல். நாங்கள் விசுவாமித்திரரைப் போல் போட்டி உலகத்தையே முழுவதும் சிருஷ்டிக்க வேண்டியிருக்கிறது. நீங்கள் சிருஷ்டி செய்வதில் பணச் செலவு இல்லை. ஆனால் எங்கள் வேலைக்கு ஏராளமான பணம் வேறு வேண்டியிருக்கிறது."

"நீங்கள் தாம் பெரிய திட்டங்கள் எல்லாம் போட் டிருக்கிறீர்களே! முதலில் பூமியைச் சுற்றிவர ஒரு செயற்கைச் சந்திரனை அனுப்பப் போகிறீர்கள். பிறகு சந்திரமண்டலத்திற்கு யாத்திரை போகப் போகிறீர்கள்: அதற்கு, டிக்கெட் கூட இப்பொழுதே யாரோ 'ரிஸர்வ்' செய்துவிட்டார்களாமே. அதற்குப் பிறகு செவ்வாய்க் கிரகத்துக்குக் குடியேறப் போகிறீர்கள்.'

"தர்க்க ரீதியாக, விஞ்ஞான ரீதியாக, எங்கள் வெற் றிக்கு அளவில்லை; எல்லை இல்லை."

'உண்டு என்று எச்சரிக்கை செய்யத்தான் நான் வந்திருக்கிறேன். உங்கள் எல்லையைத் தெரிந்துகொள்ளுங்கள்.அணு சக்தியைக் கொண்டு ஆகாய மாளிகை கட்டுங்கள். பூமியைச் சுற்றி வாருங்கள். இன்னும் எது வேண்டுமானாலும் செய்யுங்கள். ஆனால் அந்தச் சக்தியைக் கொண்டு அணுக்குண்டுகளையும் ஜலஜ குண்டுகளையும் வெடிக்கச் செய்து பரீட்சை பார்க்கக் கூடாது. ஆழம் தெரியாமல் காலை விடுவது போல ஆகிவிடும். உஷார்! உடலுக்குள் உயிர் எங்கே ஒளிந்து கொண்டிருக்கிறதென்று சத்திர சிகிச்சை செய்து ஆராயத் துணிவீர்களா? உயிர் வளர்வதற்காகத்தான் விஞ்ஞானம் இருக்க வேண்டும். உயிரை அழிப்பதானால் விஞ்ஞானம் தானே அழிந்து போகும். இந்த நுட்பத்தைக் கவனியுங்கள் என்று கடைசி முறையாக எச்சரிக்கிறேன்."

"நீங்கள்."

விஞ்ஞானி வார்த்தைகளை முடிக்கவில்லை. எங்கிருந்தோ ஒரு கோடை இடி விழுந்தது. பங்களா வாச லில் இருந்த தென்ன மரம் தீப்பிடித்து எரிந்தது. வந்திருந்த உருவத்தைக் காணவில்லை. வார்த்தைகள் மட்டும் எதிரொலித்துக் கொண்டிருந்தன. விஞ்ஞானி சிந்தனையில் ஆழ்ந்தார்.

# தலை யெழுத்து

இந்த மனுஷாளைக் கணடாலே எனக்குப் பிடிக்கல்லே.

ரொம்ப நல்லவன்கள் மாதிரி வேஷம் போடறா.

இந்த வண்டிக்காரன் இருக்கிறானே, அவனும் இந்த மாதிரி மனுஷன்தான். அவன் மாட்டு வண்டியை ஓட்டிக்கொண்டு வந்த ஜோரைப் பார்க்கவேண்டுமே! மாட்டுக்கோ ஒரு கொம்பு ஒடிசல். அதில் எண்ணெய்த் துணி சுத்தியிருக்கு. கழுத்திலோ புண். வண்டிக்குள்ளே ஜரிகை வேஷ்டி மிராசுதார். ரயில்வே ஸ்டேஷனுக்குப் போகத் தாராளமாய் இரண்டணா சத்தம் கொடுக்கிறே னென்று பேசியிருப்பார். வண்டிக்காரன் இடுப்பிலே நாலுமுழ வேஷ்டி. அது கப்பிரோட் நிறம். தலையிலே கந்தல் முண்டாசு. கையில் - அதென்ன? சாட்டைக் குச்சியா. தார்க் குச்சியா? அவன் முகத்தில் ஒரு நாளைக்கு எ டணா சம்பாதிக்கற களை. மாட்டு உடம்பிலே தேங்காய் உறிக்கலாம். அதன் வாலோ கார்க்குத் திருகி மாதிரி இருக்கு. மூச்சுக் கொருதரம் அந்த வாலைப் பிடிச்சுக் கடிச்சால் அதில் முப்பத்தஞ்சு முடிச்சு விழாமல் என்ன செய்யும்? பாவம்!

மாடுபாட்டுக்கு மலைப்பாம்பு வேகத்தில் வந்து கொண்டிருந்தது. நான் தேமேன்னு ரோட்டிலே வண்டிக்கு எதிர்ப்பக்கமாக வந்து கொண்டிருந்தேன். நான் சரியாக எச்சில் இலை சாப்பிட்டு எட்டு நாள் இருக்கும்; அகப்படவே இல்லை. இந்தப் பெரிய நாய்கள் எச்சில் இலைக்கு விழுந்தடிச்சுக் கடிச்சுக்கற ரகளையிலே எனக் கென்ன கிடைக்கப்போறது? ஒடம்பு அரை ஓடம்பாய்ப் போச்சு. வேணா என் கண்ணைப் பாருங்கோ குழி விழுந்து கறுத்துப்

போயிருக்கோ, இல்லையோ? எல்லாம் வயத்துக் கில்லாமதான். காது கும்முன்னு இருந்தது.

கண் பூச்சி பறந்துது. பசியோ பிச்செடுத்தது. இப்படி வந்தேன். கால் ஒண்ணோடெ ஒண்ணு பின்னிக்கிண்டுது. வண்டிக்குள்ளே இருந்த எஜமான் என்னவோ நெய்ப் பக்ஷணம் திங்கறார் இன்னு என் மூக்குச் சொல்லித்து. கேட்டுத்தான் பார்க்கலாமே இன்னூட்டு வாலைக் கொஞ்சம் தழைச்சுக்கொண்டு குழைச்சுக்கொண்டு வண்டிக் கிட்டே போனேன்.

நான் எதிர்த்தாப்போலெ போனேனா. வண்டிக்காரன் என்னைப் பார்த்தூட்டான். நான் ஏர்க்காலடி யிலெ வந்தப்போ, என் மூக்குக்கு எதிரே சக்கரம் வந்து கொண்டிருந்தது. என்னைப் பார்த்தானோ இல்லையொ, "செத்துப்போகணும்னு உனக்கு ஆசையா?" இன்னூட்டு இரக்கப்பட்டான். ஐயோ பாவம்! ஏழை ஏழையைப் பார்த்துத்தானே இரக்கப்படுவான்னு நெனச்சுக் கிண்டிருக்கறப்பவே நாயுண்ணி கடிக்கிறாப்பலே முதுகிலே சுரீர் இன்னுது. வலி தாங்கல்லெ.'வாள்,வாள்!' இன்னு என் சின்னக் குரல்லே அழுதுகொண்டே அந்தண்டை போய்த் திரும்பிப் பார்த்தேன். வண்டிக்காரன் என்னைச் சவுக்காலெ அடிச்சான்னு தெரிஞ்சுது. நெய்ப் பக்ஷிண ஞாபகம் சிட்டாய்ப் பறந்து போயிடுத்து. முரட்டுப் பயல்! வண்டிக்காரன் என்ன சொல்லிக் கொண்டிருந்தான் தெரியுமா? 'சாகாமெ காப்பாத்திவிட்ட உசுருக்குச் சவுக்கடி வலிக்குதோ? நன்னி கெட்ட நாய்!' இன்னு என்னைத் திட்டிக் கொண்டிருந்தான்.

இவனுக்குப் புத்தி யிருக்கான்னு நான் கேக்கறேன். வண்டிச் சக்கரத்திலே அம்பிட்டுக் கொண்டா இவனுக்கென்ன நஷ்டம்? எனக்குன்னா லாபம்! அரையணாவுக்கு எனக்குப் பால் வாங்கிக்கொடுக்க யோக்கியதை உண்டா? முழு எச்சல்கலையா ரெண்டு சம்பாதிச்சுத் தர முடியுமா? வேண்டாம். அந்த நெய்ப் பக்ஷணத்தையாவது எனக்கு ஒரு வாய் சிபார்சு செய்யச் சாமர்த்தியம் உண்டோ? இந்த

வயத்துக்குப் பறக்கற பரப்பை விடச் சக்கரத் தடியிலே மாட்டிக்கொண்டு உசிர் போனால்தான் என்ன மோசம்? என்னைத் தப்பிச்சு விட்டூட்டானாம்! அதுக்காகச் சவுக்கடி அடிக்கப் பாத்தியம் வந்தூட்டுதாம்!... பேச்சுப் பேசறான். பேச்சு!

"பொத்!! பொத்!! பொத்!!!"

இதென்ன, இவ்வளவு எச்சில் இலை விழறது! அதிர்ஷ்டம் தான். இருங்கோ, இதோ வந்துவிட்டேன். அடெடொ அரை டஜன் பெரிய சனியன்கள் வந்தூட்டுதே! இப்பொ என்ன செய்யறது? இனிமே வெறும் இலைகூடக் கிடைக்காது.

இந்தப் பாழாய்ப்போன வண்டிக்காரனாலே ஜன்மம் வளர்றது! நல்ல தலையெழுத்து!

இப்பிடி வந்து தெரு ஓரமாய்ப் படுத்துக்கிண் டிருந்தேன். கண்ணைக் கொண்டு போய்ச் சொருகித்து. கண்ணைத் திறந்த போதெல்லாம் ஒண்ணு கண்ணுலெ பட்டது. ரொம்பச் சிரிப்பு வந்தது. ஆனால் பயம் சிரிக்க; அடக்கிக் கிட்டேன்.

என்ன தெரியுமா? பெரிய நாயிலெ நாலு. ஒண்ணு சொறி பிடிச்சுக் கிழப் பாட்டி மாதிரி இருந்தது. பின்னெ பெருங்காயத்தை ஜமாய்ச்சாக்கெ! பாக்கி மூணும் குதிரை மாதிரி நன்றாக வளர்ந்திருந்தன. ஒன்றுக்கொன்று எச்சில் இலையைத் திங்க விடாமெ அடிச்சுக்கிண்டு கடிச்சுக்கிண்டு கிடந்தது. ஆள்கள் குஸ்தி போட்டால் இப்படித்தான் இருக்குமோ என்று நினைச்சுக்கிண்டேன். அப்பிடி முன் காலைத் தூக்கிச் சண்டை போட்டன. இருந்தாலும் அந்தச் சொறி நாய்க்குத்தான் ரொம்ப ரோஷம். சிணுங்கிக்கிண்டு சிணுங்கிக்கிண்டு கடிச்சதைப் பார்த்தால் காத்து, விட்டு விட்டுச் சீறுமே அதுமாதிரி இருந்தது. அதோடெ நடுவுலே நடுவுலே ஓடம்பை வேறெ சொறிந்து கொண்டது. எவ்வளவுக் கெவ்வளவு அதுக்கு ஸ்வாரச்யம் இருந் ததோ அவ்வளவுக் கவ்வளவு ரத்தக்களரி! சொறி நாயைப் பார்த்தா வருத்தமாய்த்தான் இருந்தது.

இப்பிடி நான் இரக்கப்பட்டுக்கிண்டிருக்கிறப்பொ ஒரு தமாஷ் நடந்தது. பெரிய மாடு - ஒரு கோவில் மாடு. அது நன்னா வளர்ந்து இருந்துது என்கிறத்துக்காக நான் சொல்ல வரல்லே. நெஜம்மாகவே அது கோவில் மாடு தான்னு அதனுடைய வயத்து மேலெ போட்டிருந்த சூலம் சொல்லிக்கிண்டிருந்தது. எனக்கு இடையில் ஒரு மனக் கணக்கு வேறெ வந்துட்டுது: ஒரு கோவில் மாட்டை அழிச்சால் எத்தனை நாய்க் குட்டி என்னைப் போலெ பண்ணலாம்னூட்டு. இந்தக் கணக்கைத் தள்ளி விட்டுப் பெரிய மாட்டைக் கவனிச்சுக்கிண்டிருந்தேன். பெரிய நாய்கள், சண்டை மும்முரத்திலெ இருக்கிறப்பொ மாடு பாட்டுக்குப் புகுந்து எச்சில் இலையை ஜமாய்க்க ஆரம்பிச்சூட்டுது. அநேகமா ஒழிஞ்சே போச்சு, இலை அப்பொத்தான் இதுகளெல்லாம் முழிச்சுக்கிண்டதுகள். எல்லாமாய் மாட்டண்டெ திரும்பித்து. ஆளுக்கு ஒரு பக்கமாய் நின்னுக்கிண்டு கொலைச்சுது. மாடு மொதல்லெ கவனிக்கவே இல்லை. காரியத்திலேயே கண்ணா யிருந்தது. இப்பிடி இருக்கும்போது அந்தச் சொறி நாய் ஒரு தரம் குப்புன்னு பாஞ்சுது. மாடு பெரிய மனுஷன் மாதிரி தலையை ஆட்டித்து. பாக்கி நாய்களுக்கும் தைரியம் வந்துட்டுது. எல்லாமாய்ச் சேர்ந்து ஒரு தரம் பாஞ்சுது. மாடு ஒரு தரம் கொம்பைச் சாச்சுக் கிண்டு புஸ் இன்னுது. சொறி நாய் பயத்துலெ கீழே விழுந்தூட்டுது. பெரிய நாயெல்லாம் தாத்தாப் பூச்சி பறக்குமே அதுமாதிரி எங்கெயோ ஓடிப் போச்சு. என்னுத்தைப் பெரிய நாய் பிடுங்கினால் பெரிய நாய்கிட்டெ இருந்து மாடு பிடுங்கப்படாதோ?

அப்பொத்தான் யாரோ என் கிட்டே வந்தாப்பிலே இருந்தது. கண்ணை முழிச்சுப் பார்த்தேன். சின்னப் பயல் ஒத்தன் - நிஜார் போட்டுக்கிண்டிருந்தான். ஒரு கையிலெ கோலிக் குண்டும் காட்டாமணிப் பாலும்.இன்னொரு கையிலெ காட்டாமணிக் கொம்பு. அதன் நுனியிலெ இருந்து காட்டாமணிப் பால் பலூன் ஜோராய்க் கிளம்பிக் கிண்டிருந்தது.

என்னைப் பார்த்ததும் அவனுகசு என்ன தோணித்தோ! "த்ஸ், தஸ் புலியா!" என்றான். நான் வாலைப் பூமியிலே போட்டு

அடிச்சுச் சுழட்டிக்கிண்டே அவன் கால் கிட்டெ போனேன். அதுக்குள்ளே இன் னொரு பையன் வந்து சேர்ந்தான். “ஏண்டா சோமு! இது உன் நாக்குட்டியா?" என்றான்.

"இல்லேடா மணி. இப்பொத்தான் வீட்டுக்கு எடுத்துக்கிண்டு போகலாமின்னு பார்க்கறேன். அச்சு நாய்க்குட்டி மாதிரி அழகாய் இருக்கோ இல்லியோ?"

"அழகாயிருக்கு சரி. அசடோ இல்லியோன்னு பரீட்சை பண்ணாம எப்பிடிடா எடுத்துக்கிண்டு போறது?"

"ஆமாண்டா, ஆமாண்டா" இன்னூட்டுச் சோமு என் காதைப் பிடிச்சுத் தூக்கினான். பிராணனே போயிட்டுது. 'வாள் வாள்!' இன்னு கத்தினேன்.

"சூரப் புலிடோய்!" இன்னான் மணி.

"பாவம்டா! கொஞ்சம் வேகமாகவே தூக்கிப்பிட்டேன்" இன்னு என்னைச் சோமு தூக்கிக்கிண்டு சமாதானம் செய்ய ஆரம்பிச்சுட்டான். என்ன இருந்தாலும் எனக்கு உள்ளூறப் பயம்தான் - அடுத்தாப்பிலே என்ன பண்ணிப்பிடுவானோ இன்னூட்டு. ஒருதரம் அவன் முஞ்சியைப் பார்த்தேன்.

என் கண்ணிலே ஜலம் வந் தூட்டுது போல இருக்கு. "அதுக்குப் பசிபோலெ இருக் குடா" என்று சொல்லிப்பிட்டு என்னை எடுத்துக்கிண்டு சோமு சந்து வழியாலே நேரே அவன் வீட்டுக் கிணத்தங்கரைக்குப் போனான்.

கிணத்தங் கரையிலே விட்டதும் அலங்க மலங்கப் பாத்துக்கிண் டிருந்தேன். அதுக்குள்ளே சோமு உள்ளே போய் ஒரு கொட்டாங்கச்சியில் சாதம் எடுத்துக்கிண்டு வந்தான். கோரப் பசியா? அபுக் அபுக்குன்னு மூணே வாயிலெ ஒழிச்சுப்புட்டுத் திருப்பியும் அவன் மூஞ்சியைப் பார்த்தேன்.

"என்ன புலியா!இன்னும் வேணுமா?" இன்னான். அவன் காலை நக்கினேன். அப்பிடியா சமாசாரம்?" இன்னூட்டு இன்னொரு கொட்டாங்கச்சி சாதம் கொண்டு வந்தான். அதையும் ஒழிச்சுப் பிட்டேன். உடனே காலெல்லாம் துரு துரு இங்க ஆரம்பிச்சூட்டுது. கொல்லைப் பக்கத்தாலே கிளம்பி ஓடப் பார்த்தேன். "அடேடே! கம்பி நீட்டப் பார்க்கிறதுடோய்!" இன்னுட்டு என்னைப் பிடிச்சு ஒரு பாக்கு மரத்திலே கட்டிப்பிட்டு அவனும் பக்கத்திலே உட்காந்தூட்டான். அப்புறம் நான் பாட்டுக்கு ஈ பிடிச்சுக்கிண்டே தூங்கிப் போயிட்டேன்.

நல்ல தூக்கம் போலே இருக்கு. ஏன்னா முழுச்சுக் கிண்டப்பொ கிட்டெ ஒத்தரும் இல்லை. என்னைக் கட்டிப் போட்டிருந்ததா; ஓடியாடித் திரிஞ்சவனை ஜெயில்லெ போட்டாப்பிலெ இருந்துது. எங்கம்மா பாவம்! முனிசி பாலிட்டிக்காரன் ஒருநாள் பிடிச்சுக்கிண்டு போனானே அவதான் - அவள் சொல்லுவர்.

தலைவலி போச்சாம்; திருகுவலி வந்ததாம்;

சொதந்தரம் போச்சாம் சோறு வந்ததாம்.

அந்தமாதிரித்தான் இருக்கு என் பொழைப்பு இன்னு நெனைச்சுக்கிண் டிருக்கிறப்பவே வீட்டுக்குள்ளே பேச்சுக் குரல் கேட்டது.

"அந்தச் சனியன் என்னத்துக்குடா சோமு? தொட்டாக் கூட ஸ்நானம் பண்ணணுமேடா.'

சோமு சொல்றான்: "நீ வேணாத் தொடவேண்டாம். எனக்கு வேணும்."

"தொத்தல் நாயைக் கொண்டுவந்து எழவெடுக் கறயே!"

'ஓனக்குத் தெரியாதுடீ அம்மா. ஓண்ணாம் நம்பர் அச்சு நாய். கோடியாத்துக் கோபாலனைக் கேளு; இல்லேன்னா மூலையாத்து மணியைக் கேளு.'

"எப்படியானும் தொலைஞ்சு போ."

'கோவிச்சுக்காதே. கிட்ட வந்து நாய்க் குட்டியைப் பாத்தூட்டு அப்பறம் சொல்லு. வா, காண்பிக்கறேன்."

இப்படிச் சொல்லிக்கொண்டே பொடவைத் தலைப்பைப் பிடிச்சு இழுத்துக்கிண்டே நான் இருக்கிற இடத் துக்கு வந்தான். அப்பொத்தான் தூங்கி எழுந்திருந்தேனா? சோம்பல் முறிச்சுக்கிண்டிருந்தேன்.

'அடெ பாவி! கழுத்துலெ கயத்தைப் போட்டுக் கட்டி யிருக்கியேடா! நாய்க் குட்டி செத்துப் போயிடப் போறது' இன்னா அம்மா.

"எனக்குத் தெரியும்டீ" இன்னு அதிகாரம் பண்ணிப்பிட்டு,

"என்னமா இருக்கு நாய்!" இன்னு கேட்டான்.

"எச்சல்கலை நாய்! நான் இருக்கற சவரணை யோடெதான் அதுவும் இருக்கு!" இன்னு சொல்லிச் சிரிச்சுப்பிட்டு அம்மா உள்ளே போயிட்டாள்.

அம்மா திரும்பி வராமெ இருந்தால் தேவல்லைன்னு நான் நெனைச்சுக்கிண் டிருக்கிறப்பொவே அவள் திரும்பி வந்து எத்தையோ எலும்புத் துண்டைப்போல் எனக்கு முன்னே எறிஞ்சாள். அதைக் கடுக்கு முடுக்குன்னு தின்னேன். அதனாலேதான் அதுக்குப் பெயர் முறுக்கு இன்னு வச்சிருக்காப் போலெ இருக்கு!

எனக்குச் சோமு மேலே ரொம்ப ஆசை வந்துட்டுது. அவன் கையையெல்லாம் நக்கினேன். பொய்க்கடி கடிச்சேன். "ஒன்னோடெ கொஞ்சி விளையாடற சாமான் ரொம்ப அழகாயிருக்குடா!" இன்னு பரிகாசம் பண்ணிப் பிட்டு அவன்

அம்மா உள்ளே மறுபடியும் போயிட்டா. நான் விளையாடினதுலெ சோமுவுக்குச் சந்தோஷம் தாங் கல்லே. "பிலியா! வெளியிலே போவோம் வா" இன்னுட்டு என்னை அவுத்து விட்டுட்டான். எனக்கு ஓடிப்போகணும்னே தோணல்லே.

உடனே போனேன். தெருவிலே அங்கே இங்கே நின்ன தொத்தல் நாயெல்லாம் என்னை வெறிக்க வெறிக்கப் பார்த்ததுகள்; வயத்தெறிச்சப்பட்டதுகள்; நான் பாட்டுக்குத் தெரு நாயோடெ நமக்கென்ன பேச்சுன்னு போய்க்கிண் டிருந்தேன்.

கடைசியிலே காவேரிக்கு வந்து சேர்ந்தோம்.சோமு மணல்லே விளையாடிக்கிண்டிருந்தான். நானும் காவேரி மணல்லே கிடந்த கிழிஞ்ச துணிகளைக் கடிச்சுக் கொதறி விளையாடிக்கிண்டிருந்தேன். இந்த எழவுக்குக்கூட ஒரு பெரிய நாய் போட்டிக்கு வந்துட்டுது; சே! அப்பிடிச் சொல்லப்படாது. அதுவும் நானுமா அந்தத் துணியை வச்சுக்கிண்டு விளையாடினோம். ஆனால் பெரிய நாயோன்னோ! அது துணியைக் கவ்விக்கிண்டு காவேரி யெல்லாம் ஓடும். நான் எடுத்துக்கிண்டு ஓடறத்துக்குச் சமயம் ஒரு தரம்தான் வாச்சுது, பாத்துக்கோங்கோ! இருந்தாலும் பெரிய நாய் காவேரி மணல்லே நாலுகால் பாச்சல்லே போறதே ஒரு தனி அழகு - அதன் ஒடம்பு ஒரு குச்சிமாதிரி ஆயிடறது.

விளையாட்டு முடியற் சமயம் பசங்களெல்லாம் என்னவோ பக்ஷணம் வாங்கிக்கொண்டு வந்து சாப்பிட் டான்கள். எனக்கும் கிடைச்சுதுன்னு சொல்லணுமா?

'பாதகமில்லெ.தலையெழுத்து அவ்வளவு மோசமில்லெ' இன்னு நெனைச்சப்பொ ஒரு தரம் உடம்பு சந்தோஷத் திலெ சிலுத்தது.

ராத்திரி ஆச்சு. ஆத்தோரம் விளக்கெல்லாம் கண் சிமிட்ட ஆரம்பிச்சூட்டுது. ஹோ ஹோன்னு கத்திக் கிண்டு பசங்கள்

வீட்டுக்குக் கிளம்பினான்கள். நானும் சோமுகூடக் கிளம்பினேன்.

வீட்டுக்கு வந்தோமோ இல்லியோ. அவன் உள்ளே போய் ஒரு இலையிலே பாலும் சாதமுமா எடுத்துக்கிண்டு வந்து கிணத்தங்கரையில் வச்சான். நான் சாப்பிட்டுக் கிண்டு இருக்கறப்பவே; 'நானும் சாப்பிட்டுவிட்டு வரேன்' னூட்டு அவன் உள்ளே போயிட்டான். போர போக்குலே பாக்கு மரத்திலே கட்டிப்பிட்டான் அசட்டுப் பயல்!

ரொம்ப நாழியாச்சு. ஒரே குளூர் காத்து. உடம்பு வேறெ சிலுத்துப் போச்சு. சுத்தியும் இருட்டு; சோமு வர வழியாயில்லை. என்ன பண்றதுன்னு தெரியலே. ஓடிப்போறதுக்கும் தோணலே. எனக்கும் தெரியாமெ என் தொண்டையிலிருந்து மெதுவா அழுகை எட்டிப் பார்த்துக்கிண் டிருந்தது. இன்னும் நாழியாச்சு. தூத்தல் போட்டுது மெதுவாக் கொல்லைத் தாவரத்திலே போய் ஒண்டிக்கிண்டேன். கூரையிலே சரியாகக் கீத்து இல்லாமெ அங்கேயும் என்மேலே தூத்தல் விழுந்தது. வீட்டுக்குள்ளே வேணாப் போய்ப் பார்க்கலாம்னு கதவைப் போய்ச் சுரண்டினேன்.

ஏன்னு கேப்பாரில்லெ. மெதுவாகக் கத்தினேன். அதுக்குள்ளே மழை வலுத்துப் போச்சு. ஓடம்பு வேறெ சாரல் காத்துலெ நனைஞ்சு போச்சு. என் குரல் கூடக் குளூரிலே நடுங்கித்து.

மழை விட்டதும் கொஞ்சம் பலமாகக் கத்தினேன். அப்பவும் சோமு வரல்லே; ஆனால் உள்ளே யாரோ ஆண் பிள்ளை சோமுவின் அம்மாவோடெ சிள்ளூப் புள்ளின்னு பேசினது காதுலே விழுந்தது.

"எழவு! நாய் ஊளையிடறது கொல்லையிலெ!" இன்னுது ஆண் பிள்ளைக் குரல்.

"இருக்கும்" இன்னுது பெண்பிள்ளைக் குரல்.

'சனியன்! இந்தத் தெருவிலேயே நாய் அதிகம். முனிசிபாலிட்டிக்கானும் எழுதிப் போடணும் - இன்னும் நாய்த் தொல்லை ஒழியவே இல்லை. அப்படியே இருக்கு இன்னுட்டு.'

எனக்கு வயத்துலெ புளியைக் கறைச்சுது. விடிஞ்சதும் எப்படியேனும் ஓடிப் போய்விட்டால்தான் பொழைச் சோம்னு நெனைச்சுக்கிண்டேன்.

காலம்பர விடிஞ்சும் விடியாததுமாய் இருந்தது. பெரியவராய் ஒத்தர் கொல்லைப் பக்கம் வந்தார். என்னைப் பார்த்தாரோ இல்லியோ, "இந்தப் பொணந்தான் போலே இருக்கு! ராத்திரித் தூங்கவிடாமல் பிராணனை வாங்கிப் பிட்டுது!" இன்னார். நான் வாலைக் குழைச்சுப் பார்த்தேன். அவர் மசியல்லே. "சு! சு!" இன்னு சொல்லிக் கொண்டே என்னத்தையோ எடுக்கக் கீழே குனிஞ்சார். கட்டிப் போட்டிருக்கிற நாயைக் கல்லாலடிச்சா ஓடப் பண்ண முடியுமா? இது தெரியல்லே அந்தப் பெரியவருக்கு! வாலைப் பின் ரெண்டுகால் நடுவிலே வச்சுக்கிண்டு பயந்து போய் நின்னேன்.

அதுக்குள்ளே சோமுவும் வந்துட்டான். "என் நாய்க் குட்டி அப்பா, விறட்டாதே" இன்னான்.

"நாய்க் குட்டியாவது கீச் குட்டியாவதுடா, கழுதை! ராத்திரி, தூக்கம் குட்டிச் சுவராயிடுத்து; பேசறயா?"

"இல்லே அப்பா; நான் ராத்திரிச் சாப்பிட்ட ஓடனேயே தூங்கிப் போயிட்டேனோ இல்லியோ! மழையிலேயும் குளிரிலேயும் அது கிடந்து கத்தியிருக்கு, அவ்வளவு தான். ரொம்ப சாது" இன்னு சோமு கெஞ்சினான்.

"நீயும் சாதுதான்; ஒன் நாய்க்குட்டியும் சாதுதான். கொண்டாடி பெரம்பை" இன்னு உள்ளே பார்த்து ஒரு கத்தல் பொட்டுட்டு என்னைக் கயத்தோடெ அவுத்து வெறட்டி விட்டார்.

செத்தேன், பொழைச்சேன்னு கொல்லை வேலியாலே நுழைஞ்சு கம்பி நீட்டிப்பிட்டேன். தலை யெழுத்து அழியல்லேன்னு தெரிஞ்சிதா!

மறுபடியும் ராஜவீதிக்கே வந்து சேந்துப் புட்டேன் பார்த்தேளா? என்ன இருந்தாலும் மனிசங்க முக்கால் வாசிக்கு மேலே கெட்டவங்கதான். சரிதானே ; சொல்றது? அப்புறம் கசப்பு வரலாமா படாதா நீங்களே யோசியுங்கோ. சும்மா சும்மா வீடுகளிலே இருந்து விறட்டிப் புடறதுன்னா எனக்கு என்னமா இருக்குத் தெரியுமா? மார்கழி மாசத்துலே பனிக்குப் பயந்து தெருத்திண்ணையிலே பள்ளம் பண்ணிக்கிண்டு படுத்துத் தூங்கறது பாருங்கோ எங்க கோஷ்டி, அதுகள் தலையிலே திடீருன்னு வீட்டுக்காரன் வந்து ஒரு குடம் ஜலத்தைக் கொட்டி விரட்டினால் எப்பிடி இருக்கும்? அதே மாதிரிதான் எனக்கும் இருக்கு, இவாளெல்லாம் திடீர் திடீரென்று வீட்டை விட்டு விரட்டறது. இனிமேல் மனுசன் வீட்டுக்கே போகப் படாது; செத்தா போயிடுவோம்னு நெனைச்சு நடையைக் கட்டினேன்.

ஒரு சந்து நிறைய இலை கிடந்தது. எங்க பெரிய கோஷ்டி ஒண்ணு கூடக் காணோம். ஆச்சரியமாக இருந்தது! முனிசிபாலிடிக் காரங்க செஞ்சதும் கூட ஒரு விதத்திலே தேவல்லை யோன்னு நெனைச்சுப் புட்டேன். கஷ்டம் வந்தால் புத்தி எப்பிடி யெல்லாம் ஓடறது 'சை! மனசே'ன்னு கண்டிச்சுப்பிட்டு இலை யெல்லாம் மண்ட ஆரம்பிச்சேன். நிறைய இட்லித் துணுக்கு, தோசைத் துணுக்கு! எவ்வளவு ஜோரா யிருந்தது தெரியுமா? ஆனால் ஒரு சின்னப் பிசகு நடந்துபோச்சு; மொளகாப் பொடீன்னா எனக்கு என்ன தெரியும்? எதிலேயோ சேர்ந்து கிடந்ததைத் தின்னுவிட்டேன் போல் இருக்கு. நாக்குத் துடிச்சுப் போச்சு; வாயிலே ஜலம் ஜலமாகக் கொட்டித்து. எப்பிடியோ அப்புறம் சமாளிச்சுக் கிண்டேன். வயறு விண்ணிட்டுப் போச்சு, அடுத்தாப்போல் தாகமெடுத்தூட் டுது. என்ன செய்யலாம்னு பார்த்தேன்.

கொல்லை வாசல் ஒண்ணு திறந்திருந்துச்சு: மெதுவாக உள்ளே நுழைஞ்சு கிணத்தங்கரைக் கிட்டேப் போனேன். ஒத்தரையும் காணோம், வாழை மரத்தடியில் கொஞ்சம் ஜலம் தேங்கிக் கிடந்துது. அதைக் குடிக்கலாம்னு நெனைச்சுக்கிண் டிருக்கிறப்பவே கம்முன்னு ஒரு வாசனை வந்தது. மறுபடியும் கவனிச்சப்பொ கிணத்தங்கரைக் கிட்டே பாத்திரங்கள் கிடந்துது. ஒண்ணுலே பால்மாதிரி இருந்துது. மூஞ்சியைப் பாத்திரத்துக்குள்ளே விட்டு நக்கிப் பார்த்தேன். அது பாலில்லை; ஆனால் அதைவிட இன்னும் ரொம்ப நன்னாயிருந்தது. அந்தமாதிரி நாலஞ்சு பாத்திரத்திலே அம்புட்டுது.

இப்படி இருக்கிறப்போ ஒரு குரல் உள்ளே யிருந்து கத்தித்து, 'நாயர் காபி டபரா அலம்பிக்கொண்டுவா; எத்தனை நாழி?"

"இதோ வருது" இன்னான் ஓர் ஆள். அப்போத் தான் அங்கே ஒரு வீடுகூட்டி இருந்தது எனக்குத் தெரிஞ்சுது. "ஒன்னாலே வேலை கெட்டுப் போவுதுன்னு" அவளைப் பொய்க்கானும் ஒரு அடி அடிச்சுட்டு டபராவை அலம்ப வந்தான்.

எனக்குப் பயமாய்ப் போயிடுத்து. அந்தண்டை போனேன். என் மூக்கில் இருக்கிற தித்திப்பை நாக்காலே நக்கிக்கொண் டிருக்கிறப்போ அவன் என்னைப் பார்த்தான். அப்புறம் பாத்திரத்தைப் பார்த்தான். "இந்த நாக்குட்டி சுத்தமா நக்கி விட்டிடுச்சு. பாவம், ஆசையைப் பாத்தியா?" இன்னான்.

"ஆமாம் ஒவ்வொண்ணுக்கும் ஒவ்வொரு ஆசை" இன்னுட்டுப் பெண்பிள்ளை கோணலாய்ச் சிரிச்சாள்.

"புரியுது, புரியுது" இன்னுட்டு அவ்வளவு பாத்திரத்தையும் ஒரு தரம் தண்ணித் தொட்டியிலே போட்டு எடுத்துக்கொண்டு ஓடியே போயிட்டான் அந்த ஆள்.

ருசிகண்டநாயாச்சா? கொல்லை வாசல் கிட்ட முன்னங் காலை ஊனி நிமிந்து டபரா இன்னும் வராதா என்கிறாப்போலே பார்த்துக்கிண்டு உட்கார்ந்திருந்தேன்.

மறுபடி நாயர் கொல்லைப் பக்கம் வந்தப்பொ ஒரு டபரா நிறையக் காபி கொண்டுவந்து வீடு கூட்டிக் கிட்டக் குடுத்தான். அவள் சாப்பிட்டாள். பாத்திரத்திலே பாக்கி இருந்திருக்கும் போல இருக்கு. த்ஸ், த்ஸ் இன்னு என்னைக் கூப்பிட்டு ஒரு கொட்டாங்கச்சியில் மிச்சத்தை ஊத்தி என் முன்னே வச்சான். வாலைக் குழச்சுக்கிண்டு போய்ச் சாப்பிட்டேன்.

அப்பவே பிடிச்சு அங்கேயே இருக்கலாம்னு யோசிச்சூப் பிட்டேன். நாயர் எனக்குச் சிநேகமாயிட்டான். அப்பப்பொ கொல்லையிலே ஏதாவது கிடக்கிறதைச் சாப்பிடறது. பாக்கிப் பொழுதெல்லாம் விறகு அடுக்கியிருக்கிற இடத்துக்கு அடுத்தாப்போலே வாலைச்சுருட்டிக் கிண்டு படுத்திருக்கிறது. இப்படியே பொழுதைப் போக்கினேன். கிளப்புக்காரன் என்னைப் பார்க்காமல் இல்லை. இருந்தும் தொலைஞ்சு போகட்டும்னு விட்டுட்டாப் போல இருக்கு.

இப்பிடி யோகம் அடிச்சுது. என் உடம்பு கோளி குண்டுமாதிரி உப்பிப் போச்சு. முதுகிலே ஒரு சொட்டு ஜலம் விழுந்தால்கூட உடனே கால் நகத்துக்கு வழிஞ்சு வந்துடும். அவ்வளவு மதமதப்பா ஆயிட்டுது உடம்பு, ஆனால் உடம்பு சமாசாரம் எனக்கு நேராக எப்படித் தெரியும்? தெருவிலே ஒரு பிச்சைக்காரன் தினம் போயிண்டிருந்தான். என்னை எப்பிடி உத்து உத்து அவன் பார்ப்பான் தெரியுமா? இந்த மாதிரி பாத்தப்பொ என்னைப்பத்தி அவன் சொன்ன பேச்சு அது.

யோகமனா கொஞ்ச நாளைக்குத்தான். ஒருநாள் ராத்திரி வழக்கம் போல் படுத்துத் தூங்கிக்கொண்டிருந்தேன். என்னவோ திடீருன்னு என் மேலே விழுந்தது. அது ஒரு ஆளுடைய கை. அப்பறம் என் வாயை யாரோ கெட்டியாப் புடிச்சுக்கிண்டுட்டா. கத்தக்கூட முடியல்லே. பயம் பயமாய் வந்துது. அம்மாவைப் பிடிச்ச முன்ஸிபாலிடி எமன் நம்மையும் பிடிச்சுக்கிடுட்டுது இன்னு தீர்மானம் செய்தேன். ஆனால் ராத்திரி, முனிஸிபாலிடிக்காரன் வரமாட்டானே இன்னு ஒரு நம்பிக்கை. ஆனபடி ஆகட்டும்னு கண்ணை

மூடிக்கொண்டேன். ஒரு ஆள் என்னை எங்கேயோ எடுத்துக்கொண்டு போனான். அவ்வளவு பயத்திலே கூடக் கிளப்புக்காரனும் நாயரும் வீடு கூட்டியும் நாளைக்குக் காலம்பர நம்மைத் தேமேனு தேடுவாளே இன்னு துக்கம். நல்லவாள் சகவாஸம் நெடுநாள் நிக்காது போல இருக்கு!

இருந்தாலும் சுவாமி என் பக்கத்தில்தான் இருக்கு. இந்த மனசுதான் கிடந்து தெரியாமல் அடிச்சுக்கொள்றது. எல்லாம் அஞ்சுக்கு இரண்டு பழுதில்லாமல் நடக்கிறது. என்ன சொல்றேள்?

ஊருக்கு வெளியே சுடுகாட்டுக்குக் கொஞ்சதூரந் தள்ளி ஒரு பிள்ளையார் கோவில் இருக்கு. அதுக்குப் பக்கத்தில் ஒரு பரதேசி மடம், அங்கே போய்ச் சேர்ந்தப் போத்தான் என்னைத் தூக்கிக்கொண்டு வந்தவன் ஒரு குரங்காட்டீன்னு தெரிஞ்சுது. அவன் கிட்டே சின்னக் குரங்கா இரண்டு இருக்கு. ஒண்ணுக்கு சட்டை, நிஜார் குல்லா எல்லாம் தெச்சுப் போட்டிருக்கிறான். இன்னொண் ணுக்கு ரவிக்கையும் பாவாடையும் தெச்சிருக்கான். இங்கே வந்த ஒருவாரம் வரையில் எனக்குக் காலம்பர எழுந் திருந்ததும் ஒரு ரொட்டித்துண்டு வாங்கித் தந்து கொண்டிருந்தான். மத்தியான்னமும், ராத்திரியும் வயிறு நிறையச் சாப்பாடு ; பிச்சைக்காரன் கிட்டெ சோத்துக்கா பஞ்சம்!

இப்பிடி ஒரு பதினைஞ்சு நாள் ஆச்சு. அப்பறம் அப்பறம் என்ன பண்ணினான்னா, ரொட்டிக்கடைக்கு என்னை அழைச்சுக்கொண்டு போய் ரொட்டியை வாங்கிக் கொடுத்து என்னைக் கவ்வி எடுத்துக் கொண்டுவரப் பழக்கித் தந்தான்; முதல் ஒருவாரம் பாதி ரொட்டியை வழியிலேயே முழுங்கிவிட்டேன். அதுக்காக அவன் குடுத்த பூசையையும் முழுங்கினேன். வேறே வழி?

இந்த வித்தை வந்தப்புறம் பிச்சைக்காரன் என் வாயிலே ரொட்டியைக் குடுத்துத் தெருத்தெருவாய் அழச்சுக்கிண்டு போக ஆரம்பித்தான். என்ன இருந்தாலும் மனசு ரொட்டியைத்

திங்க முடியல்லியே இன்னு தவிச்சுக்கிண்டு கிடக்கும். வாய் மாத்திரம் திங்காது. கண் பிச்சைக்காரனையே பரிதாபமாப் பார்க்கும். இப்பிடி ஊரை ச் சுத்திவிட்டு மடத்துக்கு வந்தவுடனேயே ரொட் டியைத் திங்கலாம் இன்னு உத்தரவு. தெருவிலே ரொட் டியைத் தூக்கிக்கிண்டு போரப்பொ எனக்குப் பின்னாலே எவ்வளவு கூட்டம் தெரியுமா? பசங்களிலே எவ்வளவு பேர் தெரியுமா? எங்க ஜாதிக்காரனைத் தவிர பாக்கிப் பேரெல்லாம் என்னைப் பார்த்து மூக்கிலே விரலை வச்சு ஆச்சரியப்படுவா. என்னாலே என் எஜமானனுக்கு வரும் படி வலுத்துப் போச்சு.

இரண்டு மாசம் மஜாவாய்ப் போச்சு. என் எஜமானனுக்கு இரண்டு பரதேசி சிநேகிசம். அவன்கள் தினம் ராத்திரி அன்னக்காவடி எடுத்துக்கிண்டு போய்ச் சோறு சம்பாதிச்சுக்கிண்டு வருவான்கள். ராத்திரி இருட்டுலே இவாள் காவடிமணி 'ஙிணுங் ஙிணுங்' இன்னு சத்தம் போடறதைக் கேட்டால் என்னவோ மாதிரி ரொம்ப ஜோராயிருக்கும்.

இந்தப் பரதேசியிலெ ஒத்தனுக்கு ஒரு குருட்டு யோசனை தோணித்து. அவன்கள் அன்னக்காவடி எடுத் துக்கொண்டு போறபொழுது கூடவே ஒரு சின்னத் தொங்கு விளக்கைக் கடிச்சுத் தூக்கிக்கிண்டு போகக் கத்துக் கொடுத்தான். ஆனால் இந்த வித்தையும் ஒரு நாளிலெ வந்தூடல்லே. இரண்டு மூணு தரம் விளக்கைச் கீழே போட்டு, ஒரு தரம் கிளாஸை ஓடைச்சப்பறம் தான் வித்தை வந்துது. வித்தை வந்தப்பறம் கொஞ்சம் மண்டைக் கொழுப்பு உண்டாயிடுத்து. ஏன்னா ராத்திரியிலே தெரு வீட்டுக்காராளில் மூடின கதவைத் திறந்துகொண்டு என்னை மெனக்கெட்டுப் பார்க்க வராத பேரே கிடையாது. இருந்தாலும் ரெண்டொத்தர் சொன்னது எனக்குப் பிடிக்கல்லே. "என்னவோ பிரமாதப் படுத்த ரான்கள்! சர்க்கஸ்ல ஒவ்வொரு நாயும் செய்யற வேலையைப் பார்க்கணும்!"

இந்த எழவெடுத்த பேச்சை என் எஜமான் காதிலே போட்டுட்டான் காவிப்பண்டாரம். பிச்சைக்காரனுக்கு வெக்கமாப் போச்சு. வெக்கம் வெறுமனே போகுமா? என் மேலே பாஞ்சுது. பலன் எனக்குச் சிகப்பு வர்ணச் சட்டை ஒண்ணும்,கடிவாளம் மாதிரி ஒரு வாய்ப்பூட்டும் வந்து சேர்ந்தது. அவ்வளவுதான், நான் குதிரை ஆகிவிட்டேன்! அப்புறம் எனக்காக ஒரு வண்டி ஏற்பட்டது.

அந்த முறையிலே எனக்கு எஜமான் யார் தெரியுமா? பெரிய குரங்கு ரெண்டு. ஒண்ணு, ராஜா ஒண்ணு.ராணி. அவா அந்த வண்டியிலெ காலை நீட்டிக்கிண்டு உட்காருவா:

நான் குதிரை மாதிரி வண்டியை இழுத்துக்கிண்டு போகணும் இதிலே வேறே ஒரு குட்டித் தமாஷ் எனக்கு ஒரு காசாரி உண்டு. அது ஒரு குரங்கு. அதுக்குச் சட்டை கிட்டை ஒண்ணும் கிடையாது.

இந்தமாதிரி தெருவிலே ஒரு ஊர்கோலம் போனால். கூட்டத்துக்குக் கேட்பானேன்? கூட்டம்னா சும்மா இருக் கான்களா? நடுவிலே நடுவிலே மணியா முறுக்குக் கல்லைப் போட்டால் ராஜாராணியாய் இருந்தால் கூட சும்மா இருக்க முடியுமா? கும்பலைப் பார்த்து ரெண்டு பேருமா குர் இன்னு கடிக்கிறாப் போல் பாயுவா. இந்தத் தாமாஷைச் சாக்கிட்டுப் பிச்சைக்காரனுக்கு ஒரு யோகம்.

"இப்படியே நாள் போச்சு. பிச்சைக்காரன் கிட்டெ வந்து என்னை ரெண்டொத்தர் விலை கேட்க ஆரம்பிச்சு விட்டார்கள். இந்தக் கட்டை இருக்கிற வரையில் அந்தப் பேச்சுக் கிடையாதய்யா!" இன்னு பிச்சைக்காரன் சொல்லுகிறப்பொ எனக்கு எப்படி உச்சி குளுந்து போகும் தெரியுமா?

இந்தப் பேச்சு நடந்த ஒரு வாரத்துக்குள்ளேயே பிச்சைக்காரன் கடைக்குக் கேடு வரும்னு யாருக்குத் தெரியும்? ஒரு நாள் ராத்திரி பரதேசி மடத்துலெ ஒரு மூலையிலே ராஜா ராணியைக் கட்டிப் போட்டிருந்தது. நான் தூங்கி வழிஞ்சுகிண்

டிருந்தேன். பண்டாரம் ஒவ் வொத்தனும் அமுதுபடி செஞ்சுட்டுக் கஞ்சா அடிச்சுக் கிண்டிருந்தான். கஞ்சாப்புகையோடே பாட்டும் கிளம்பும். அதெல்லாம் வேதாந்தமாம்.

அப்பறம் நான் தூங்கிப் போயிட்டேன். பாதி ராத்திரியிலே என்னவோ வெடிக்கறாப் போலெ சத்தம் கேட்டு முழிச்சுக்கிண்டேன். பிச்சைக்காரன் துணி மூட்டையிலே ஒரே நெருப்பு. ளொள் ளொள் இன்னு குலைச்சேன். பரதேசி யெல்லாம் மலைப்பாம்பு மாதிரி அசைஞ்சு எழுந்திருந்தான்கள். லபோ லபோ இன்னு அடிச்சுக்கிண்டான்கள். ரெண்டொத்தன் பிள்ளையார் கோவில் கிணத்திலேயிருந்து ஜலத்தைக் கொண்டுவந்து நெருப்பை அணைச்சான். என்னப்பா காலிலே சுடுதூன்னு சொல்லிக்கொண்டே பிச்சைக்காரன் எழுந்திருந்தான். அப்பொத்தான் தெரிஞ்சுது - இவன் காலிலே நெருப்பு நன்னாப் பட்டு இருந்த தூன்னு. கஞ்சா மயக்கம்னா ஒண்ணும் உறைக்காது போல இருக்கு. ஆமாம்! எங்களைப் போல் ஒத்தவாளுக்குக் கூடச் சில சமயம் இந்தமாதிரி ஆகிறதோ இல்லியோ! சாம்பல் மோட்டுலே படுத்துக்கிண்டு வேதாந்தமா? தூங்குகிறப்போ தொப்புன்னு தலையிலே அடுப்புச் சாம்பல் தணல் உள்பட வந்து விழறதோ இல்லியோ! அடெ! நடுவிலே எங்க கதை வேறெ வந்து குறுக்கிடறது

"என் எஜமானுக்கு ஆளுக்கொரு மருந்து சொன்னா; இலுப்பை வேரை அறைச்சு மூணு வேளை போட்டால் வெந்த இடம் சுக்காய்க் காஞ்சு போவுதா இல்லியா பாரு!"

"அடபோ சாமி! வெறும் தேங்காய் எண்ணெய்க்கு ஈடு உண்டா?"

இந்த வைத்தியத்தை யெல்லாம் கேட்டுப் பிச்சைக் காரனுக்கு வருத்தமாய்ப் போயிடுச்சு. 'ஆள் மிச்சப் பட்டுப் போயிட்டேன். இன்னும் கொஞ்ச நேரம் தூங்கி யிருந்தால்

சாம்பலாகி யிருப்பேன். பாலூத்திக் கரைக்க வேண்டிய வேலை ஏற்பட்டிருக்கும்... நல்ல வேளைஇதோடே போச்சு...சிவன் விட்ட வழி. அப்பவே நெனச்சேன். இன்னிக்குக் கஞ்சாவிலே கஞ்சாவே இல்லை இன்னு. பாவி மகன் ஊமத்தை இலையை வித்துவாரான்!!"

இப்படிப் பேசிக்கொண்டே ஒரு துணியைத் தேங்காய் எண்ணெயிலே நனைச்சுப் போட்டுக்கிண்டான்.

அதுக்குள்ளே நெருப்பு அணைஞ்சு போச்சு. வெறும் துணி மூட்டையிலே பிடிச்சுக்கிண்டதுதானே? பண்டாரங்கள் கஞ்சா அடிச்ச பொழுது ஏதோ பொறி பறந்து துணியிலெ விழுந்திருக்காப் போலெ தெரியுது.

இவ்வளவுக்கும் பிச்சைக்காரனுக்குப் புத்தி துச்சா? கால்லே எண்ணெய்த் துணியைப் போட்டுக் கொண்டு மறுபடியும் எல்லாருமாகச் சேர்ந்து ஒரு தம் அடிச்சுட்டு வேல்முருகன் மேலே பாரத்தைப் போட்டுட்டுத் தூங்கிப்போயிட்டான்கள். நான் மாத்திரம் முழிச்சிக் கிண்டு என்ன பண்றது? நானும் தூங்கிப் போயிட்டேன்.

மறு நாளைக்குக் காலம்பர, பிச்சைக்காரன் ஆஸ்பத்திரிக்குப் போய் வைத்தியம் செஞ்சுகொள்ளணும்னு கிளம்பிப் போனான். நானும் கூடவே போனேன். அவன் டாக்டர் கிட்டெ போய்க் காலைக் காண்பித்துக் கொண்டிருந்த பொழுது நானும் உள்ளே போனேன். என் மேலே யாரோ ஜலத்தைக் கொட்டின பொழுதுதான் நான் உள்ளே போயிருக்கப்படாது இன்னு தெரிஞ்சுது.

பிச்சைக்காரன் உள்ளே இருந்து வெளியிலே வந்து, "போ மடத்துக்கு! நான் இங்கியே இருக்கணுமாக்கும். ஒன்னைப் பரதேசி பார்த்துப்பான்கள்" இன்னான். நான் தயங்கினேன்; பரதேசிகள் மேலே எனக்கு நம்பிக்கை இல்லை. பிச்சைக்காரன், "போறயா இல்லியா" இன்னு அதட்டிக்கிண்டே என்னை முழிச்சுப் பார்த்தான். சரிதான் இன்னூட்டு மடத்துக்குத் திரும்பி வந்தேன்.

அன்னிக்கு உருமத்திலே சோறு கிடைச்சுது.சாயங் காலமாய்ப் பரதேசிகளெல்லாம் என்னவோ மூட்டை முடிச்சுங்கள் கட்டிக்கொண்டு கிளம்பி விட்டான்கள். எங்கேயோ என்னவோ உத்சவமாம்; குரங்கைக் கூட அவுத்துக்கொண்டு போயிட்டான்கள். என்பாடு புரியவில்லை. நடுச்சந்தி நாயானேன். இப்போ வழி?

# விதை நெல்

அது ஒரு கிராமம். சடையன், வாய்க்கால் கரையில் சேறுபட்ட மண்வெட்டியைக் கழுவிக்கொண்டிருந்தான்.

கறுப்பண்ணசாமியும் அதே வாய்க்கால் கரைக்குச் சோற்று மூட்டையை எடுத்துக்கொண்டு வந்தான்.

"நேரத்திலேயே வந்துவிட்டாயே. கிணற்றடிப் படுகை சேறாகிவிட்டதா?" என்று மண்வெட்டியைக் கழுவிக்கொண்டே சடையன் கேட்டான்.

"இல்லை. பாதிதான் ஆச்சுது. வேறு அவசர வேலை இருக்குது; அதைப் பார்க்க வேண்டும்."

"என்ன தம்பி, இதைவிடத் தலை போகிற காரியம்?"

"மந்திரி கிராமத்துக்கு வருகிறாராம். மாவிலை, பனை ஓலைக் குருத்துக் கட்டவேண்டும்" என்று ரெவினியூ இன்ஸ்பெக்டர் ஐயா சொன்னார்.

"அப்படியா? ஆமாம், மந்திரி என்றால் யாரு?"

"மந்திரி என்றால் தெரியாதா? நம் ராஜ்ய மந்திரிதான்."

"அவர் வந்து என்ன செய்வார்?"

"ஏன்? எல்லோருக்கும் நல்லது சொல்லுவார்."

"வயிறு இல்லாமல் போகும்படி செய்வாரா?"

"நம்மைப் படைத்த முக்கண்ணனாலேயும் அது முடியாதே... நல்ல மனிதர்கள் நல்லதைச் சொல்லத்தான் சொல்வாங்க."

"அதைத்தான் நானும் சொல்கிறேன். ஆலமரம் நிழல் தருகிறது. நிழலிலே வழிப்போக்கன் தூங்கினால், முடிச்சவுக்கிறவன்களுக்கல்ல அதிருஷ்டம் அடிக்குது!"

'முடிச்சவுக்கிறவன் மாத்திரம் என்ன? அவனுக்கும் இந்த வயிற்றுக் கொடுமைதான். திருடினால் பணத்தைக் கொண்டு போய்ப் பூசையா பண்ணுகிறான்?'

"இந்த வயிறு இருக்குமட்டும் இந்த எழவு விட்டுப் போகாது. மந்திரி வரட்டும். அவர் பாட்டன் வரட்டும். நீ சாப்பிடு."

மண்வெட்டியைக் கழுவிக் காம்பு நீரை வழித்து வீட்டுச் சடையன் கரையேறிப் போய்விட்டான்.

அன்றைப் பாக்கிப் பொழுதுக்கு அவனுக்கு வேலை இல்லை. மூன்றுமா நிலத்துக்கு வேண்டிய உழவு வேலை முடிந்துவிட்டது. வயலைப் பணம் கொடுத்து வாங்க வில்லை; அவன் தகப்பனார் விட்டுப்போன சொத்து. வெயிலை விலைக்கு வாங்கவேண்டிய அவசியமில்லை. வெயில் சரியாக அடிக்காவிட்டால் வயல்கள் பாளம் பாளமாக வெடிக்குமா? பாளங்களாக வெடிக்காத வயல்கள் விவசாயத்தில் ஒருபடி மட்டம் அல்லவா? பிறகு ஆடிக் காற்று... காவிரி ஆற்றுத் தண்ணீர்! நல்ல வேளையாக அவைகளை விலை கொடுத்து வாங்கவேண்டிய வேலை இல்லை! உழவு மாடு - பணம்! உழவுமாடில்லை என்றால் மண்வெட்டிகளாவது வேண்டுமே. மண் வெட்டிகள் - பணம்! விதை நெல் - விளைந்ததில் ஒதுக்கி வைத்திருந்தால் சரிதான். விளையாத வருஷத்தில் வாங்கித்தானே ஆகவேண்டும். வாங்குவது என்றால் பணம் தானே?

அன்றைத் தினம் பாக்கிப் பொழுதுக்கு அவனுக்கு வேலை இல்லை. ஆனால், கவலை இருந்தது.

சென்ற வருஷத்து வறள் சேதத்தில் விதைக் கோட்டை கட்ட நல்ல நெல் இல்லாமல் போய்விட்டது. இப்பொழுது வாங்கி யாகவேண்டும். வாங்குவதென்றால் பணம்தானே! அவனிடம்

கொஞ்சம் பணம் இருந்தது. ஆனால், விதைக் கோட்டை விலைக்குக் கூடச் சுரம் அடித்துக் கொண்டிருந்தது - 105 டிகிரி! அன்றத் தினம் அதைப்பற்றி யோசித்துக் கொண்டே இருந்தான்.

மாலை நாலுமணி சுமாருக்குத் தலையாரி மாணிக்கம் ரெவினியூ இன்ஸ்பெக்டர் ஐயா அழைத்துக்கொண்டு வரச்சொன்னதாக வந்து சொன்னான்.

சடையனுக்கு அகாரணமாகப் பயம். "எதற்காக?" என்றான்.

"என்னிடத்தில் சொல்லவில்லை. உன்னைக் கூட்டிக் கொண்டு வா" என்றுதான் சொன்னார்.

"எனக்குப் பயமாயிருக்கிறது. நான் இல்லை என்று சொல்லிவிடேன்."

"நான் சொன்னால் நம்பமாட்டாரே . அவன் செத்தா போய்விட்டான் என்று கேட்பாரே. என்ன பயப்படுகிறாய்? திருடினாயா, குடித்தாயா, புதையலை மறைத்து வைத்துவிட்டாயா? - சும்மா வா" என்றான் தலையாரி.

ரெவினியூ இன்ஸ்பெக்டர் வீட்டுக்குப் போனபோது, அங்கே கொஞ்சம் கும்பலாக இருந்தது. சடையனைப் பார்த்த இன்ஸ்பெக்டர், அவர்களோடு இரு என்று கும்பலைக் குறிப்பிட்டுச் சொல்லிச் சென்றார். நல்ல வேளை! கோடை மழை திடீரென்று நின்றுவிடுவது போல அவன் பயமும் விட்டுப் போயிற்று. பயம் விட்டுப் போனாலும் குடைச்சல் விடவில்லை.

"ஏன் அண்ணே! நம்மை எல்லாம் எதற்காக இங்கே கூட்டிக்கொண்டு வந்திருக்கிறார்கள் - கசாப்புத் தொட்டி யிலே ஆடுகள் நிற்குமே, அந்தக் கணக்காய் இருக்கிறதே!"

'ஊருக்கு மந்திரி வரும்பொழுது விவசாயிகளைப் பார்க்க வேண்டும் என்று சொல்லியிருக்கிறாராம். எல்லாம் அவரிடம் நம்மை அழைத்துப் போவார்கள். அதற்காகத்தான்."

சடையனுக்குச் சந்தேகம் வந்துவிடது.

"சட்டை இல்லாமல் மந்திரியைப் பார்க்கலாமா?' என்றான்.

"நாங்கள் எல்லாம் சட்டையா போட்டுக்கொண் டிருக்கிறோம்?'

சடையன் அந்த விஷயத்தை அதோடு விட்டு விட்டான்.

பத்துப் பதினைந்து நிமிஷம் கழிவதற்குள் ரெவினியூ இன்ஸ்பெக்டர் கிளம்பி விட்டார். அங்கு நின்றிருந்தவர்களை எல்லாம் கிராமச் சாவடிக்கு அழைத்துக் கொண்டு வரும்படி கிராமக் கர்ணத்திற்கு உத்தரவிட்டு விட்டுப் புறப்பட்டார்.

அரை மணி நேரத்திற்குள் எல்லோரும் சாவடியை அடைந்தனர்.

சாவடியில் பெரிய கூட்டம். அந்தப் பக்கத்துப் பெரிய மனிதர்களும் உள்ளூர்ப் பிரமுகர்களும் குழுமி இருந்தனர். சடையனும் அவனைப் போன்றவர்களும் கும்பலில் மூலைக்கு ஒருவராக நின்றுகொண்டிருந்தார்கள்.

கிராமக் கர்ணம் பரபரப்புடன் கும்பலில் புகுந்து, விவசாயிகள் எல்லோரையும் ஒவ்வொருவராகக் கண்டு பிடித்து, ஒரு பக்கமாக நிறுத்திக்கொண்டிருந்தார். 'புது நாட்டுப் பெண் கணக்காக நெளிந்துகொண்டு நிற்கிறாயே!' என்று சொல்லி, சடையனையும் தேடிப் பிடித்து இழுத்து, மற்றவர்களுடன் ஒருபுறத்தில் கொண்டுபோய்க் கர்ணம் நிறுத்தினார். இதற்கிடையில் ரெவினியூ இன்ஸ்பெக்டர் பரபரவென்று வந்து ஒரு கண்ணோட்டம் விட்டுவிட்டுத் திரும்பினார்.

அதற்குள் மோட்டார் வரும் சத்தம் கேட்டது. மறு விநாடியில் மந்திரி சாவடிக்குள் புகுந்தார். ஆளுக்கு ஒரு மலர் மாலையாக

அவருக்கு அணிவித்துத் தங்களை விளம்பரம் செய்து கொண்டார்கள். மந்திரி அவைகளை எல்லாம் அவசரமாகக் கழற்றி விட்டுச் சாவடியில் போட்டிருந்த நாற்காலியில் உட்காராமல் கீழே போட்டிருந்த ஜமக்காளத்தில் எதிர்பாராத விதமாக உட்கார்ந்தார்.

சடையன், மந்திரி உட்கார்ந்த இடத்துக்கு வெகு அருகில் இருந்தான். மந்திரியை நன்றாகப் பார்க்க முடிந்தது. நல்ல முகம்தான். ஆனால் கழுத்தில் போட்ட மாலைகளை எல்லாம் அவர் ஏன் போட்ட அவசரத்துடனே கழற்றிவிட்டார் என்பது அவனுக்கு விளங்கவில்லை.

அதைப்பற்றி யோசித்துக் கொண்டிருந்த போதே, மந்திரி விருட்டென்று எழுந்துவிட்டார்.

"நான் பார்க்க வேண்டும் என்று சொன்னவர்கள் தானே இவர்கள்?" என்று மந்திரி யாரோ ஓர் உத்தியோகஸ்தரைக் கேட்டார்.

"ஆமாம்" என்றார் உத்தியோகஸ்தர்

அவ்வளவுதான்.

மந்திரி அந்த இடத்தை விட்டு இவர்கள் இருந்த இடத்துக்கு வந்துவிட்டார். மந்திரியை ஆவலுடன் சுற்றி நின்றுகொண் டிருந்த பெரிய மனிதர் கள் எல்லாம் வெட்கிப் போய் விட்டார்கள்.

மந்திரி அங்கே நின்றிருந்த விவசாயிகளைப் பொதுவாக விசாரித்துவிட்டு, இங்கொருவர் அங்கொருவரிடம் குறிப்பாக ஏதோ கேட்டுப் பதில் பெற்றார். சடையன் இருக்கும் இடத்திற்குப் பக்கத்தில் மந்திரி வந்தபொழுது, சடையனுக்கு அநாவசியமாகப் பயம் ஏற்பட்டு விட்டது. என்னவென்று அவனுக்கே புரியவில்லை. அவசர அவசரமாக மேல் வேஷ்டியை எடுத்து முண்டாசு கட்டிக் கொண்டான். தன்னை ஒன்றும் மந்திரி கேட்காமல் போய்விட்டால் நல்லது என்று

பிரார்த்தனை செய்து கொண்டிருக்கும் பொழுதே மந்திரி அவன் முன்பு வந்து நின்று விட்டார்.

"இந்த ஊர்தானா?" என்றார்.

தன்னைக் கேட்பதாக அவன் முதலில் நினைக்கவில்லை. மந்திரிக்குப் பின்னால் நின்றுகொண்டிருந்த ரெவினியூ இன்ஸ்பெக்டர் முழித்துப் பார்த்துக் கையைக் காட்டியதன் பேரில்தான் பதில் சொல்ல ஆரம்பித்தான்.

"மூணு தலைமுறையா இந்த ஊரு தானுங்க."

"நிலமிருக்கா?"

"கொஞ்சம் இருக்குதுங்க."

"உழவு மாடு."

"எங்க பாட்டனார் நாளிலே இருந்து மண் வெட்டியாலேதான் கொத்துறோம்."

"கடன் கிடன் இருக்கிறதா?"

"இல்லை."

"பணம் சேர்த்திருக்கிறாயா?"

"இல்லை."

"தேவல்லையே. உனக்கு ஏதாவது சொல்லவேண்டு மென்றால் சொல்லு."

சடையன் ஒரு நிமிஷம் யோசித்தான்.

"போன வருஷம் சரியா விளையல்லை. விதைக் கோட்டை கட்டல்லை. விதை வேணும். பணம் இருக்கிறது. இங்கே ஊரிலெல்லாம் யானை விலை குதிரை விலை சொல்லுகிறார்கள்."

மந்திரி திரும்பிப் பார்த்தார். கூட்டுறவுச் சங்கக் காரியதரிசி தென்பட்டார். "இவருக்கு விதை நெல் கொடுமையா" என்று சொல்லிவிட்டுச் சடையனை நோக்கித் திரும்பினார்.

"கடைத்தெருக் கோடியிலே கூட்டுறவுச் சங்கம் இருக்கிறதே, தெரியுமா?"

"தெரியாதுங்களே."

'கம்பெனி என்றால் தான் இவர்களுக்குப் புரியும்" என்று எடுத்துக் கொடுத்தார் தாசில்தார்.

'கம்பெனி தெரியுமா?"

"தெரியும்."

"அங்கே போய் வாங்கிக்கொள். கொடுக்கச் சொல்லியிருக்கிறேன்."

இதைச் சொல்லிவிட்டு மந்திரி நகர்ந்து விட்டார். சடையனைத் தட்டிக் கூப்பிட்டு, தவறாமல் மறுநாளைக்குக் கம்பெனிக்கு வந்து விதை நெல் வாங்கிச் செல்லும்படி நினைவுறுத்தினார் கூட்டுறவுச் சங்கக் காரியதரிசி.

மந்திரி இந்தப் பகுதியை விட்டு அப்புறம் சென்றதும் கிராம முனிசீப் ஏதோ ஜாடை காட்டினார். கூட்டத்தினர் அவ்வளவு பேரும் நழுவி விட்டார்கள்.

மந்திரியைப் பார்த்துவிட்ட மகிழ்ச்சியோடு சடையன் வீட்டுக்குத் திரும்பினான்.

மறுநாள் காலையில் சடையன் கம்பெனி வாசலில் ஆஜரானான். கட்டிடத்துத் திண்ணையிலே இரும்புக் கலப்பைகளும், நவீன முறை விவசாயக் கருவிகளும் நிறைந்திருந்தன. தன்னைப் போன்ற குடியானவர்கள் இரண்டொருவரும் அங்கே உட்கார்ந்திருந்தனர்.

"இதுதானே கம்பேனி?" என்று அவசியம் இல்லாமல் கேட்டு வைத்தான்.

"ஆமாம். இங்கே என்ன வேலை?" என்றான் குந்தி யிருந்தவன்.

"விதை நெல் வாங்கப் போறேன். மந்திரி கொடுக்கச் சொல்லியிருக்கிறார்" என்று பெருமையோடு சொல்லிக் கொண்டான், சடையன்.

குந்தியிருந்தவனுக்கு இந்தப் பெருமை பொறுக்கவில்லை. "அதோ நின்றுகொண்டிருக்கிறாரே, வில்லை போட்ட சேவகர், அவரைக் கேட்டுவிட்டுப் போ. இல்லாவிட்டால் உள்ளே விடமாட்டான்" என்றான்.

மெய்தானென்று சடையன் சேவகனிடம் போனான். காக்கி உடுப்பும் சிவப்புத் தலைப்பாகையும் பளபளவென்று மின்னும் பித்தளை வில்லையுமாகப் பார்த்த உடனே தன்னை அறியாமலேயே தன் கைகள் சவுக்கத்தை எடுத்துச் சடையனுக்கு முண்டாசு கட்டிவிட்டன.

"என்ன வேண்டும்?"

"விதை நெல் வேண்டும். மந்திரி இங்கு வந்து கேட்கச் சொன்னார்."

சேவகனுக்கு ஒன்றும் புரியவில்லை.

"மந்திரியா? அது யாரு?"

"நேற்று வரவில்லையா, அவர்தான்."

"நெல்லை வாங்கித் தர அவரை அழைத்துக் கொண்டு வரவில்லையா?" என்று நையாண்டி செய்தான்.

"அவர் சொல்லாவிட்டால் நான் வருவேனா?" என்று சடையன் ஏதோ சொன்னான். சேவகன் நம்பவில்லை. பைத்தியம் என்று

முடிவு செய்துவிட்டு, அவனை உள்ளே போகவிடாமல் ஏதோ பேச்சுக் கொடுத்துக் கொண்டிருந் தான்.

காரியதரிசி அந்தச் சமயத்தில் அங்கே வந்து சேர்ந் தார்.

"விதை நெல் வாங்க வந்தாயா?" என்று கேட்டுக் கொண்டே, உள்ளே அழைத்துக்கொண்டு போய் ஒரு குமாஸ்தாவினிடம் விஷயத்தைச் சொல்லி, ஒப்படைத்து விட்டுப் போய்விட்டார்.

காரியதரிசி சொன்னபொழுது சுறுசுறுப்புக் காட்டிய குமாஸ்தா, அவர் திரும்பிப் போன பிறகு இடையன் பூச்சியைப் போல் இடத்துக்கு இடம் தயங்கித் தயங்கி நிற்கத் தொடங்கினார். முதலில் மேஜைமேல் இருந்த கடுதாசுகளை அடுக்கி வைப்பதில் முனைந்தார்.

பிறகு, டிராயரில் உள்ள கடுதாசிகளைப் புரட்டிப் பார்த்துவிட்டு, டிராயரை மூடினார். அதற்குப் பிறகு அலமாரிக் கடுதாசுகளை ஒழுங்குபடுத்தினார். பிறகு கொத்துச் சாவியைத் தேடினார்.

கலப்பை பிடித்தால் மணிக்கணக்காக உழுகிற சடையனுக்கு, இந்த அரை மணி நேரம் நின்றதில் கால் கடுப்பெடுத்து விட்டது. கால் கடுப்பைவிடச் சூழ்நிலை மனத்துக்கு ஒவ்வவில்லை. சிறிது நேரத்திற்கு ஒருதரம் காலை மாற்றித் தேய்த்துக் கொண்டிருந்தான்.

இதற்குள் வாசல்புறத்தில் நின்ற சேவகன், இந்தக் குமாஸ்தா அண்டை வந்து சேர்ந்தான்.

"ஏனப்பா உன் பேரென்ன?" என்றான்.

"சடையன்."

"என்ன சார்! இந்தச் சடையனுக்கு விதை நெல் கொடுக்கச் சொல்லி மந்திரி உத்தரவிட்டிருக்கிறாரு. சும்மா நின்று கொண்டிருக்கிறீர்களே. அப்புறம் மந்திரி இடத்தில் போய் சொல்லிவிடப் போகிறான். இப்பொழு தெல்லாம்

குடியானவர்களுக்கும் ஹரிஜனங்களுக்கும் அடிக்கிறது யோகம்" என்றான் சினிமா நடிகர் மாதிரி.

'அப்படியா சங்கதி? சடையருக்கு எவ்வளவு விதை நெல் வேண்டுமோ அளந்து விடு' என்று கூறிவிட்டுச் சடையனிடம் கணக்குக் கூறிப் பணம் வாங்கிக்கொண்டார். சடையன் சேவகன் பின்னே போனான் ! ஓர் அறையில் சாக்கு மூட்டைகளாகக் கட்டிக் கிடந்தன. அங்கங்கே எலிகளோ அணில்களோ மூட்டைகளைக் கடித்திருந்த அறிகுறிகள் தென்பட்டன.

"ஆனால், விதை நெல்லைக் கோட்டை கட்டுவதில்லையா? சாக்கில் கட்டினால் நன்றாக முளைக்காதே" என்றான் சடையன்.

"அதை எல்லாம் மந்திரியைத்தான் கேட்கவேண்டும்" என்று சொல்லிவிட்டு, சேவகன் நெல்லை அளந்து போட்டான். சடையனுக்குக் கட்டிடத்தை விட்டு வெளியேறினால் போதும்போல் இருந்தது. ஒருவாறாக நெல்லை எடுத்துக் கொண்டு வீடு வந்து சேர்ந்தான்.

அன்றிரவு விதை நெல்லைச் சடையன் ஊற வைthதான், நெல் தண்ணீரில் மிதந்ததைக் கண்டதும் வயிற்றில் புளியைக் கரைத்தது. 'எலியும் அணிலும் நுழையக் கூடிய இடத்தில் சாக்கில் கட்டிப் போட்டால், இந்த மாதிரி ஆகாமல் போகுமா?' என்று நினைத்துக் கொண்டு மேலே காரியத்தைப் பார்த்தான்.

விதைவிட்ட ஒரு வாரத்திற்கெல்லாம் சடையன் பயிரைப் பார்த்தான். பயிர் தெளிவாக இல்லை. பக்கத்து வயல் குடியானவர்களைக் கூப்பிட்டுக் காட்டினான்.

"இதென்ன சோறில்லாத பிச்சைக்காரன் மாதிரி இருக்கிறதே!'

"விதை நெல் எங்கே வாங்கினாய்?"

'கம்பெனியில்."

"அட பாவமே! என்னைக் கேட்டால் கூடக் கொடுத்திருப்பேனே. ஆபீஸ்காரங்களுக்கு என்ன தெரியும்? நம்மைப் போல் இருக்கிறவர்களிடமிருந்து வாங்கித்தானே அவர்கள் விற்கிறார்கள்? ஆபீஸ் கொல்லையிலா விதை நெல் முளைக்கிறது?...நாம் மாத்திரம் என்ன யோக்கியமாக இருக்கிறோம்?..."

"ஏன்?" என்று திடுக்கிட்டுக் கேட்டான் சடையன்.

இந்த மளிகைக் கடை இருக்கிறதே, அதிலே நேற்று ஒரு சண்டை. சட்டை போட்ட ஒருவர் ஒரு டம்ளரைக் கொண்டுவந்து, 'இதிலென்ன பாருங்க?' என்று சொல்லிக் கொண்டிருந்தார்.

"காபிப் பாத்திரம்" என்றார் கடைக்கார சாயபு. "அது தெரியும். அடியிலே இருக்கிறதைப் பாருங்க." "என்ன தெரியல்லியே?'

"தெரியவில்லையா? நாளைக்குக் கண்ணாஸ்பத்திரிக்குப் போய்விட்டு வாங்க; உங்கள் கடையில் வாங்கின சர்க்கரைதான் இப்படிக் குந்தி இருக்கிறது. காபிக்குச் சர்க்கரை கேட்டால், பாயசத்து ரவாவையும் சேர்த்துக் கொடுத்திருக்கிறீர்களே" என்று கத்திக் கொண்டிருந்தார். சர்க்கரையில் ரவாவைக் கடைக்காரரர் கலந்துவிட்டார் என்று புகார்...அதைப்போலத்தான் நாமும்...'

"எனக்குப் புரியவில்லையே."

ஒரு மண்ணுள்ளிப் பாம்பு ஒரு எழவும் தெரியாது ...அந்த ஆபீசர்களுக்கு என்ன தெரியும்? விதை நெல் என்று நாம் கொடுக்கிறதுதானே! விதை நெல்லில் கருக்காய் இருந்தால், அவர்கள் கண்ணுக்குத் தெரியுமா? விதை நெல்லே மழை விழுந்து கெட்டுப் போயிருந்தால் கண்டுபிடிக்க முடியுமா? சர்க்காரில் பணம் கொடுத்து வாங்கச் சொன்னால் நம்மை ஒத்தவர்களிடம் வாங்குகிறார்கள். நாம் நல்ல பொருள்

கொடுத்தால்தானே உண்டு? சர்க்கரையோடு ரவாவைக் கலந்தால்?"

'விதை நெல் என்று கேட்டால் குடியானவன் அக்கிரமம் பண்ணலாமா?'

"நாம் செய்யாவிட்டால் ஆபீஸிலே செய்யறாங்க... எத்தனை சின்னச் சம்பளம் வாங்குகிற ஆளுங்க இல்லை அங்கே! நல்ல விதை நெல்லை அவன்கூட மாற்றி விடலாமே..

"இதெல்லாம் கதைமாதிரி இருக்கிறது; கவைக்கு உதவாது. இப்போ வழி சொல்லு. போன வருஷம் விளைவே சரி இல்லை. விதை நெல் இல்லாமல் போய் விட்டது.

இந்த நாத்துப் பயிரானால் நெல்லே இருக் காது. நாத்து வளருமா என்றுகூடத் தோணவில்லை.

"ஒழிஞ்சு போ. நான் தருகிறேன் நாற்று" என்றதைக் கேட்டதும் பால் வார்த்தால்போல் இருந்தது, சடையனுக்கு.

கொதிப்படங்கி வீட்டுக்குப் போனான். திண்ணையில் உட்கார்ந்தவுடன் வேறு ஒரு கொதிப்பு எழுந்தது. இந்த நாத்துக்குப் பணம் கொடுக்க வேண்டுமே! அவனிடம் பணம் கிடையாது. எப்படிக் கொடுப்பது? யோசித்து யோசித்துப் பார்த்தான். ஒன்றும் புரியவில்லை.

கம்பெனிக்குப்போய்ச் சண்டை போடலாமென்று போனான். அங்கே அதே குமாஸ்தா உட்கார்ந்து கொண்டிருந்தார். அதே சேவகனும் சிவப்பு முண்டாசுடன் அவரிடம் நின்றுகொண்டிருந்தான். அவர்கள் அருகில் போனதும் வந்த வேகம் ஏனோ அடங்கிவிட்டது. அதற்குப் பதிலாக, "மந்திரி எப்பொ வருவார்?" என்று கேட்டான்.

குமாஸ்தாவுக்குச் சிரிப்புத் தாங்கவில்லை. சடையனை மேலும் கீழும் ஒருதரம் பார்த்தார்.

"நாளைக்கு வருவார்" என்று நிதானமாகக் கூறினார்.

உண்மை என்று நம்பிக்கொண்டு சடையன் திரும்பினான்.

"சடையா!" என்று கூப்பிட்டார் குமாஸ்தா.

சடையன் திரும்பினான்.

"எதற்காக மந்திரியைப் பார்க்கவேண்டும்?"

"கம்பெனியிலே கொடுத்த விதை நெல் நல்லா முளைக்குதென்று காட்டவேண்டும். அதற்குத்தான்" என்று சொல்லிவிட்டு நடையைக் கட்டினான்.

"குமாஸ்தாவுக்கு விஷயம் புரிந்துவிட்டது. சின்னச் சம்பளம் வாங்குகிற கோஷ்டியில் சேர்ந்த அவனும் சேவகனும் கூட்டாகச் செய்த காரியத்தின் விளைவுதான் இது என்று புரியாமலா போகும்? திருட்டு அம்பலமாகிவிடுமே என்று திருடன் பயந்தால், திருட முடியுமா? செய்வதைச் செய்ய வேண்டியதுதான்; நடப்பது நடக்க வேண்டியது தான் என்பதுதானே சின்னச் சம்பளக்காரர் வேதாந்தம்."

"இதற்காகத்தானா! நாளைக்குச் சாயங்காலம் மந்திரி வருகிறார். நீ நேரே சாவடிக்கு வந்துவிடு. நானும் வருகிறேன்' என்று நயமாகக் கூறினார்.

அவர் சொல்வது உண்மை என்று சடையனுக்குத் தோன்றவில்லை. பொய்யென்றும் தோன்றவில்லை.சிவனே என்று வீட்டுக்குத் திரும்பினான்.

# பாப்பாச் சாமியார்

எனக்குச் சாமியார் என்றால் நிரம்பப் பயித்தியம். அதில் நண்பர்களுக்கு ஒரு கேலி. அதற்காக என்னை மண்டகப்படி செய்யாத நாளே கிடையாது. ஒருநாள் எனது நண்பர்களுடன் திண்ணையில் பேச்சுக்கடை திறக்க ஆயத்தப்பட்ட பொழுது ஒருவன், 'ஏனப்பா! காவேரிக்கரையில் வந்திருக்கிறாரே, புதுச் சாமியார், அவரைப் பார்க்கவில்லையா?' என்றான். புரளி என்று நினைத்து நான் பதில் சொல்லவில்லை. 'உண்மையாகத் தான் அப்பா. வெகு பால்யம். ஒருவித அப்பு அழுக்கும் சொல்ல முடியாது' என்று பின்னும் சொன்னான். புரளி சொல்லும் வழக்கத்தை அருங்கலையாகப் பயின்றவனே இப்படிப் பேசினானென்றால், என்னைப் பற்றிக் கேட்பா னேன்? சாமியாரைப் போய்ப் பார்த்து வரவேண்டும் என்று சங்கல்பம் செய்துகொண்டேன்.

மறுநாள் காலையில் கொஞ்சம் பசும் பாலும் சீனாக் கற்கண்டும் வாங்கிக் கொண்டு காவேரிக்கரைக்குப் போய்ச் சேர்ந்தேன். ஒரு பெரிய அரச மரத்தடியில் ஒருவர் ஒரு குழந்தையுடன் விளையாடிக்கொண் டிருந்தார். ஆ! எவ்வளவு பால்யம்! கன்னத்தை விட்டுப் பால் கதுப்புக்கூட நீங்கவில்லை. இடுப்பில் ஒரு வெள்ளைக் கோவணம்.

தலை மொட்டை. அவருடைய முகத்தில் ஆனந்தத்தின் அலை பூரணமாகத் தவழ்ந்தது. வயது பதினான்குக்கு மேல் இருக்காது. அவரைப் பார்த்ததும் எனக்குச் சுப்பிரமணிய சுவாமியின் ஞாபகம் வந்தது. காலடியில் விளையாடிக் கொண்டிருந்த குழந்தை தந்தப் பொம்பை போல் அழகாக இருந்தது. அதற்கு வயது இரண்டுக்கு மேல் இராது. பாப்பாச் சாமியார் குழந்தையுடன் விளையாடிக் கொண்டிருந்த

அக்காட்சி, எனக்குப் பிரும்மானந்தமாக இருந்தது. குழந்தையைத் தரையில் விடுவதும், அரச மரத்தைச் சுற்றிச் சுற்றி நர்த்தனம் செய்வதும், திரும்பவும் குழந்தையை எடுத்துக் கொஞ்சுவதுமாக இருந்தார். சாமியார். நடுவில் நடுவில் காவேரிக்கு வரும் ஜனங் களோடு விளையாடுவார். அவர்களை வாழைப்பழம் வேண்டும் என்று கேட்பார். தேங்காய் மூடி கொடுத்தால் வாங்கிக்கொள்வார். குழந்தைக்குக் கொடுத்துத் தானும் சாப்பிடுவார். 'குழந்தைக்கு மாந்தம் வரப்போகிறதே' என்று யாராவது சொன்னால், 'சாவு வரப்போகிறதே என்று நீங்கள் என்ன முன்ஜாக்கிரதை செய்து கொண்டிருக்கிறீர்கள்?' என்று பதில் கேள்வி கேட்பார்.

உண்மையில் குழந்தைக்கு ஒருவித உபாதியும் அதுவரையில் வந்ததில்லை. இருந்தாலும் எப்படியாவது இச்சிறு குழந்தையை எடுத்துக்கொண்டு போய்க் காப்பாற்ற வேண்டுமென்று நினைத்து, ஊரார்களில் சிலர் இராக் காலத்தில் காவேரிக் கரைக்கு வந்தார்களாம். பாப்பாச் சாமியார் மடியின் மீது குழந்தை தூங்கிற்றாம். சாமியார் மட்டும் விழித்திருந்தார். அந்தச் சந்திரனைப் பிடித்துக் கொடுத்தால், இந்தச் சந்திரனைத் தருகிறேன்' என்று கைகொட்டிச் சிரித்தாராம்.

குழந்தைக்குச் சாமியார் எப்படி ஆகாரம் கொடுப்பார்? என்ன கொடுப்பார்?' என்று அறிய எனக்கு ஆவலாக இருந்தது. நான் கொண்டுபோன பாலைக் கீழே வைத்ததும். அவசர அவசரமாக ஒரு பிறையிலிருந்து ஒரு பாலாடையை எடுத்துக் குழந்தைக்குப் பால் புகட்டி னார். அப்பொழுது அவர் முகத்தைப் பார்க்க வேண்டுமே! ஆ! என்ன தாயன்பு!

'இவர் யார்? இவரிடம் குழந்தை எப்படிச் சிக்கியது!' என்ற இரண்டு விஷயமும் ஒருவருக்கும் தெரியவில்லை. அவருடைய சுய கதையைக் கேட்கலாம் என்று,என்ன, பாப்பா, எந்த ஊர்? தாயார் தகப்பனார் இருக்கிறார்களா?" என்றேன்.

"நம்முடைய ஊர் திருச்சிற்றம்பலம். அப்புறம் தெரி யுமா! அம்மையும் நீ, அன்புடைய மாமனும் மாமியும் நீயேதான். இந்த இரண்டு நிமிஷமும் என்னுடன் பேசியது அதிகப்படி என்று அவர் உள்ளத்தில் தோன்றிவிட்டது போல் அடுத்த நிமிஷம் குழந்தையைக் கையில் எடுத்துக் கொண்டு தாண்டவமாடினார்.

மானாட மழுவாடா மதியாடப் புனலாட
மறைதந்த பிரம்ம னாட

என்று பாடினார். குழந்தை மின்னல்போல் விழுந்து விழுந்து சிரித்தது. என்னை அறியாமல் நான் கூட இரண்டோர் அடி எடுத்து வைத்து விட்டேன்.

சாமியார் சற்று அசதி அடைந்து உட்கார்ந்ததும், மறுபடி விசாரித்தேன். "விடமாட்டிய அந்தப் பேச்சை? ஹூம், இரண்டு நாளுக்குள் தயார், தகப்பனார், அண்ணன், தம்பி அவ்வளவு பேரும் போய்விட்டார்கள்- கால்ராவில். நானும் இந்தத் தம்பியும்தான் பாக்கி.. அவ்வளவு தெரிந்தால் போதும்" என்று ஆகாயத்தை நோக்கினார். கண்ணில் இரண்டொரு நீர்த் துளி சேர்ந்தது. மறுகணத்தில் ஏதோ நினைத்துக்கொண்டு, "தாயார் ஏது? தகப்பனார் ஏது? எல்லாம் மாயை. உண்மை எது வென்றால், ஆனந்தம் பரமானந்தம், ஆனந்தம் பிரும்மானந்தம்!" என்று சொல்லிக்கொண்டு குதிக்கத் தொடங்கி விட்டார்...

அடுத்த நாள் அவரைப் போய்ப் பார்க்க எனக்கு அவகாசம் இல்லை. ஆனால், அதற்குப் பிறகு இரண்டு மூன்று நாட்கள் வரையில் நான் ஆபீசுக்குப் போகும் பொழுதாவது திரும்பி வரும் பொழுதாவது அவர் என் கண்ணில் படுவார். அதுவே எனக்குத் திருப்தி அளித்தது. அதற்குப் பிறகு சாமியார் என் கண்ணில் படவில்லை. அதில் ஏதோ விசேஷம் இருக்கிறதென்று நான் நினைக்க வில்லை. 'சித்தம் போக்கு, சிவம் போக்கு' என்பார்களே. அந்த வகுப்பைச் சேர்ந்த பேர்வழிதானே என்று நினைத்துக் கொண்டேன்.

மறு ஞாயிற்றுக்கிழமை. "கேட்டீரா? உங்கள் பாப்பாச் சாமியாரின் குழந்தை நேற்று இறந்து போய் விட்டதாம். குழந்தைச் சாமியார் மடியில்தான் இருக்கிறதாம். அதை எடுத்து அடக்கம் செய்யச் சாமியார் இடம் தரமாட்டேன் என்கிறாராம். சாமியாரின் முகத்தைப் பார்க்கவேண்டுமே; மகா கண்ணராவியாய் இருக்கிறது! யாராவது பிடிவாதம் செய்தால், 'குழந்தை தூங்குகிறது. நல்ல தூக்கம்; கூட்டம் போட்டுச் சப்தம் செய்யாதீங்க!' என்கிறார். அவருக்குப் பிரமை பிடித்திருக்கிறது. காவேரியில் ஒரே கூட்டம் என்று ஒருவன் சொன்னான்.

இதைக் கேட்டதும் விழுந்தடித்துக் கொண்டு காவேரிக் கரைக்குச் சென்றேன். ஒரே கூட்டம். பெண்களில் சிலர் கன்னத்தில் கைவைத்து நின்றார்கள். சிலர் கண்ணீர் விட்டார்கள். ஆடவரில் பலர் விழியாடாமல் நின்று கொண்டிருந்தார்கள். பாப்பாச் சாமியார் மட்டும் குழந்தையின் உயிர் மணம் மறைந்து மண்ணாகி விட்டதை நம்பவில்லை போலும்! ஏனென்றால், தூங்கும் குழந்தையைத் தாயார் பார்ப்பது போல் மடியில் இருந்த உருவத்தைப் பிரேமையுடன் கவனித்துக் கொண் டிருந்தார்.

இரண்டு மணி நேரம் சென்றது. கூட்டத்தில் புதிதாக வந்த சிலர் தங்கள் சாமர்த்தியத்தைப் பிரயோகம் செய்து பார்த்தார்கள். சாமியார் அழுதார்; தூங்குகிற இடத்திலே வம்பு செய்கிறார்களே என்று மொண மொணத்தார். ஒருவரும் அசையும் வழியாக இல்லை. அதன் பேரில் வெறி கொண்ட நாய் போல இரண்டொருவரைக் கடிக்கக் கூடத் தொடங்கி விட்டார்.

ஜனங்கள் மறுபடியும் யோசனை செய்தார்கள். கடைசியாக, யாரோ ஒருவர் போய் ஒரு போலீஸ்காரனை அழைத்து வந்தார். பிறகு பாப்பாச் சாமியார் சும்மா இருந்தார். உடனே ஊர்ஜனங்கள் குழந்தையை மயானத்துக்கு எடுத்துக்கொண்டு போனார்கள். பாப்பாச் சாமியாரும் மௌனமாக உயிருள்ள நிழல் போலக் கூடவே சென்றார். சடங்குகள் முடிந்ததும்

ஊரார் திரும்பினார்கள். பாப்பாச் சாமியார் மட்டும் சுடலையில் அப்படியே உட்கார்ந்திருந்தார். அவருடைய கண்கள் மூடி இருந்தன. நாங்கள் அழைத்தது அவர் காதில் ஏறவில்லை.

அன்று பகல் முழுவதும் சாமியார் வெயிலில் அப்படியே உட்கார்ந்திருந்ததாக வெட்டியான் சொல்லுகிறான். அன்று இரவும் அவர் அப்படியேதான் இருந்திருக்க வேண்டும். ஏனெனில், சிலர் அங்கு மறுநாள் போன பொழுது சாமியார் முன் போலவே உட்கார்ந்திருந்தார். எங்களுக்கெல்லாம் துக்கம். அப்படியே விட்டு விட்டால் குழந்தை போன வழி இவரும் போக நேருமே என்ற பயம் எங்களுக்குப் பிறந்தது. ஆனால், இன்னது செய்வதென்று புரியவில்லை. திடீரென்று எனக்கு ஓர் எண்ணம் தோன்றிற்று. "ஏன் பாப்பா! காவேரிக் கரையில் குழந்தை தூங்கி எழுந்து அழுகிறதே! இங்கே ஏன் உட்கார்ந்திருக்கவேண்டும்?' என்றேன்.

சாமியாரின் கண்கள் மலர்ந்தன. ஏதோ ஞாபகம் செய்து கொள்பவரைப் போல் சுற்றுமுற்றும் பார்த்தார். கனவிலிருந்து விழித்தவர்போல்,"என்ன? என்ன?"என்றார். காவேரிக் கரையில் குழந்தை அழுகிறதென்று மறுபடியும் சொன்னேன். சாமியார் பசுப் போல எங்களுடன் வந்தார்.

காவேரியில் அவருக்கு ஸ்நானம் செய்து வைத்துத் தெருக்கோடியில் உள்ள வீட்டுக்கு மெதுவாக அழைத்துப் போனேன். அந்த வீட்டிலிருந்த குழந்தையைப் பார்த்ததும், 'ஓ! ஓ! தூங்கி எழுந்திருந்து விட்டாயா? பொல்லாது" என்று கை கொட்டித் தாண்டவமாடினார். முகத்தோடு முகம் வைத்துக் கொஞ்சினார்; முத்தமிட்டார். சிரித்தார்; குழந்தையும் சிரித்தது.

இப்படி இருந்தாற்போல் இருந்து திடுதிடுவென்று தெருப்புறம் ஓடினார். எங்களுக்கெல்லாம் புரியவில்லை. வெளியே வந்தோம். பாப்பாச் சாமியார் எதிர் வீட்டுக்குள் சென்று, அங்கே தொட்டிலில் இருந்த குழந்தையைப் பார்த்து விளையாடினார்; சிரித்தார்; எழும்பிக் குதித்தார்.

சாமியாருக்குப் பால் கொண்டுவரப் பெண்கள் போய் திரும்பி வருமுன் சாமியார் ஓடிவிட்டார்.

பிறகு அடுத்த வீடு. அங்கும் இதே மாதிரி. அதற்கு அடுத்த வீடு, அதற்கடுத்த வீடு, அதற்கும் அடுத்த வீடு. எங்கும் இதே மாதிரி. சாமியாருக்குச் சந்தோஷம் தாங்கவில்லை. 'அடாடா! ஒரு பாப்பாவுக்கு எத்தனை தம்பிப் பாப்பா!" என்று சிரித்துக் கொண்டே கிழக்கே ஓடினார்.

# வரிசை விளக்கு

"ஊருக்குப் போகணும்னா, இவ்வளவு சீக்கிரம் வந்துட்டேளே! வரிசைச் சாமானெல்லாம் இனி மேல் எப்பொ கட்டறது?"

"நான் என்ன செய்ய? அவசரம் அவசரமாக ஆபீஸ் காரியத்தை எல்லாம் ரெண்டு மணிக்கே முடிச்சேன். அந்த எழவெடுத்த மானேஜர், 'ஏதோ கணக்குத் தட்டுக் கெட்டுப் போச்சு. சரி செஞ்சுட்டுப் போடா'ன்னு வேலை வச்சூட்டான். சிடுக்கான நூலைப் பிரிக்கிறது போல இத்தனை நாழி ஆயிடுத்து..உம்; எடு சாமானை எல்லாம் கட்டுவோம்.

"வெள்ளம் வந்தப்புறம் அணை போடறாப் போல நன்னாயிருக்கு! எப்போ மூட்டை கட்டறது! எப்போ நாலரை மணி பஸ்ஸுக்குப் போறது ! ஒங்க சமாசாரமே சுவத்திலே ஆணி அடிச்சாப்போல தான். ஒண்ணுக்கும் அசையறதில்லை. இதெல்லாம் தெரிஞ்சுதான் மூட்டை முடிச்செல்லாம் கட்டி வச்சிருக்கேன். நீங்க சட்டை கிட்டே மாத்துங்கோ."

"எனக்குத்தான் தெரியுமே. நீயும் போறாக்குறைக்கு உங்க அக்காவும் இருந்துவிட்டால் எல்லாம் ஏரோப் பிளேன் வேகத்திலே நடக்கும். அதான் மெதுவா வந்தேன்."

பேசினது வெங்கடாசலமும் அவன் மனைவியும்; கும்பகோணத்திலிருந்து திருவையாற்றுக்குப் போக வேண்டியவர்கள். சின்ன மைத்துனியின் சாந்தி கல்யாணத்திற்காகப் படுக்கை, வாசனை சாமான், வெள்ளிப் பாத்திரம் எல்லாம் கும்பகோணத்திலிருந்து வாங்கிக் கொண்டு வரவேண்டுமென்று ஏற்பாடு.

புறப்பட வேண்டிய தினத்திற்கு முதல் நாள் சாயங்காலம் பெரிய மைத்துனி கும்பகோணம் வந்து சேர்ந்தாள். தாயாரும் தகப்பனாரும் தானும் அன்று காலையிலேயே திருவையாற்றுக்கு வந்து விட்டதாகவும், ஒரு கிருஷ்ண படம், கண்ணாடி விளக்கு, தாழம்பூ இவைகளையும் சேர்த்து வாங்கி வரும்படி தகவல் சொல்லியனுப்பியதாகவும் தெரிவித்தாள். வெங்கடாசலம் கடைத் தெருவுக்குக் காலையில் போய்ச் சாமான்களை வாங்கி வந்து விட்டான். சாயங்காலமாகப் புறப்படுவதென்றும். அதற்காக இரண்டு மணிக்கே ஆபீஸிலிருந்து வந்துவிடுவதாகவும் திட்டம் போட்டிருந்தான்.

இந்தத் திட்டத்திற்குத்தான் குறுக்கே முளைத்தார் அந்த எழவெடுத்த மானேஜர். பத்திரமாக மூட்டை கட்ட வேண்டிய 'மிராண்டா' விளக்கிருந்தும், நேரத்திற்கு அவனால் வீட்டுக்கு வர முடியவில்லை. அதற்குப் பதிலாகத்தானோ என்னவோ, "சாமான்களை எல்லாம் கட்டினீர்களே, விளக்கை ஜாக்கிரதையாகக் கட்டி வைத்தீர்களா? கண்ணாடி சாமான்" என்றான்.

"ஆமாம்! அதான் இவ்வளவு சுருக்க வந்துட்டேள்! உள்ளிப் பூண்டுத் தோல் மாதிரி இருக்கு டோம். தெரிஞ்ச மட்டும் பத்திரமாக என் டிரங்குப் பெட்டியிலே வச்சிருக்கேன்."

"பெட்டியிலே அதை வச்சிருக்கப்படாது" என்று சொல்வதற்கு வாயெடுத்தான். ஆனால் சொல்லவில்லை. குற்றம் கண்டுபிடிப்பது போல் ஆகிவிடும் அல்லவா?

"மூட்டை கட்டறத்துக்கு நீங்க வந்திருக்கணும்" என்று குத்தலாகப் பேசினாள் பெரிய மைத்துனி.

"ஆமாம்" என்று ஒப்புக்கொண்டு விட்டு வெங்கடாசலம் பஸ்ஸுக்குக் கிளம்பினான். நல்ல வேளை; பஸ் தவறவில்லை. ஆனால் ஊசி குத்துகிற இடம்தான் அகப்பட்டது. அது கூட இல்லாதிருந்தால்?

திருப்பந்துருத்தி வரையில் ஒரு தகராறும் இல்லை அதற்குப் பிறகு கழுதையைப்போல மோட்டார் அழும்பு செய்ய ஆரம்பித்தது. அத்துடன் கொடிக்கால் மூலையில் கையகலம் கருமேகம் எட்டிப் பார்த்துக்கொண் டிருந்தது. பெரிய மைத்துனியின் படபடப்புக்குத் தூண்டுகோலாயிற்று அந்த மேகம்.

"காலம்பரவே சாமான்களையெல்லாம் எடுத்துக் கிண்டு போரேன்னு சொன்னேன். ஒத்தரும் கேக்கல்லே. மெத்தை, டிரங்கெல்லாம் மேலே போடாதேன்னேன்; கண்டக்டரும் கேக்கல்லே" என்றாள்.

"சும்மா லொடலொடங்காதீங்க. வண்டியிலே புளி அடைகிறாப் போல் ஆளைப் போட்டிருக்கேன். சர்க்கிள் வேறே வழியிலே எங்கேயோ இருக்கானாம். மெத்தை, டிரங்குக்குக்கூட இடமில்லேன்னு வருத்தப் படறீங்க" என்றான் கோணமுஞ்சிக் கண்டக்டர்.

"பஸ்ஸிலே வந்தாலே இந்த எழவுதான்" என்று பஸ் தொழிலைப் பற்றிய அநுபவத்தை எடுத்து விட்டாள் பெரிய மைத்துனி.

"கல்யாணத்துக்குப் போற பேர் எழவெடுக்காதீங்க" என்றான் கோணமூஞ்சி, கண்ணைச் சிமிட்டி, நாக்கை நீட்டிக்கொண்டு.

இதற்குள் கையகலமாய் இருந்த மேகம் ககன மெங்கும் விரிந்துகொண்டது. 'டொப்டொப்' பென்று இரண்டொரு மழைத்துளிகள் விழுந்தன.

"அப்பா கண்டக்டர்! இப்போதாவது மெத்தையை உள்ளே எடுத்துப் போடலாமா?"

"மழை உங்க பங்கிலேதான் இருக்கு" என்று சொல்லிக் கொண்டு மெத்தையையும் டிரங்கையும் இதர சாமான்களையும் எடுத்துப் பலர் கையிலும் காலிலும் மடியிலுமாக வண்டிக்குள் போட்டான் கண்டக்டர்.

சகுனத்தில் நம்பிக்கை இல்லாதவர்களுக்குக் கூட மனத்தில் தைக்கும் படியாக இருந்தது கண்டக்டர் குரல்.

"பஸ் ரொம்ப மெதுவாகப் போகிறதே. இருட்டாகி விட்டால்?" என்று கவலையின் அடுத்த படலத்தைத் துவக்கினாள் மைத்துனி.

"மத்தியான்னம் ஓசிலே பக்கவடா அகப்பட்டது. ஓசிலே கடவுள் காபியை எப்போ கொடுக்கிறாரோ?" என்று கவலையின் தத்வத்தைக் கிண்டல் செய்தான் கண்டக்டர்.

வெங்கடாசலத்திற்குக் கூட ரோஸம் பொத்துக் கொண்டது.

"நாம் பறக்கா விட்டால் பஸ் பறந்திருக்கும். நாம் அவசரப்படறதைப் பாத்தூட்டுப் பஸ்ஸுக்குக்கூட இடக்குப் பண்ணவேணும்னு தோணறது" என்றார்.

பேச்சு வளர முடியாதபடி பஸ் திருவையாற்றை அடைந்தது. மெத்தை முதலிய சாமான்களை ஒற்றை மாட்டு வண்டியில் ஏற்றிக்கொண்டு வீட்டை நோக்கிக் கால் பர்லாங்கு கூடப் போயிருக்கமாட்டார்கள். மழை சோவென்று பிடித்துக் கொண்டது. போதாக்குறைக்கு வண்டியின் கம்பி கழன்று, மெத்தை கீழே உருண்டு விழுந்தது. அதை வண்டியில் எடுத்துப் போட்டுக் கொண்டு கடைசியாகக் கொட்டுகிற மழையில் வீடு போய்ச் சேர்ந்தார்கள்.

முகூர்த்த நாளன்று பகல் சாப்பாட்டிற்குப் பிறகு வெங்டாசலத்தின் மாமியாருக்கு வரிசையை எல்லாம் பார்க்கவேண்டுமென்ற ஆசை உண்டாயிற்று. மாப்பிள்ளை ஒவ்வொன்றாகக் காண்பித்து வந்தான்.

"இதான் மெத்தை; வெல்வெட் கெஜம் மூணரை ரூபாயாக்கும்."

"நன்னாயிருக்கே!"

"இது நாகப்பட்டினம் டிரங்கு. யானை ஏறி மிதிச்சாலும் எள்ளு முனைகூட நசுங்காது."

"பரவாயில்லை."

"அதெல்லாம் பித்தளை சாமான், இதெல்லாம் வெள்ளிப் பாத்திரம்."

"அப்பறம்!"

"இது கிருஷ்ண படம். ருக்மிணி சத்யபாமை நிக்கிற ஜோர் ஒண்ணே போதும்."

வர்ணனையுடன் சாமான் ஜாப்தா முடிந்தது. வாய் திறவாமல் மாமியார் ஒவ்வொரு சாமானாக மாறிமாறித் தொட்டுத் தடவிப் பார்த்தாள்.

"எல்லாம் தேவலை. ஒண்ணு மாத்திரம் விட்டுப் போச்சு. விளக்கைக் காணோமே!"

வெங்கடாசலத்திற்குப் பழைய பயம் திரும்பி வந்து விட்டது. ஆனால் அவன் மனைவி, "நன்னா மறந்து போவோமே! பத்திரமாய் என் பெட்டியிலே வச்சிருக் கேன்; காட்டட்டுமா?" என்று தன் சாமார்த்தியத்தை மறைமுகமாகக் குறிப்பிட்டு விட்டுப் பெட்டியைப் போய்த் திறந்தாள். மாமியார் நின்ற இடத்திலேயே இருக்க வெங்கடாசலம் மட்டும் பெட்டியண்டை போனான். விளக்கு வைத்திருந்த அட்டைப் பெட்டியை மெதுவாகத் தூக்கினாள், அவன் மனைவி. ஏதோ 'கல கல'வென்று பவுன் புரளும் சத்தம் கேட்டது. வெங்கடாசலம், அவன் மனைவி, பெரிய மைத்துனி அவ்வளவு பேருக்கும் விஷயம் விளங்கிவிட்டது. ஆகையினாலே அவன் மனைவி கெட்டிக்காரத்தனமாகப் பொய் சொன்னதில் அவர்கள் வியப்படையவில்லை.

"அடாடா! விளக்கை வச்சூட்டுப் பெட்டியை மாத்திரம் பந்தோபஸ்துப் பண்ணியிருக்கு, இவர் சமாசாரமே

இப்படித்தான். இப்பொ என்ன செய்யலாம்?" என்று சந்தர்ப்பத்தில் குதிரை கீழே தள்ளினதல்லாமல் குழியையும் பறித்தால் போல் பேசினாள் மனைவி.

"சிவனேன்னு தஞ்சாவூருக்குப் போய் உன் ஆம்படை யானையே இன்னொன்னு வாங்கிண்டு வரச்சொல்லு. பந்தல் மூளியாய் இருக்கப்படாது."

இந்த யோசனையைச் சொல்லிவிட்டு மாமியார் உள்ளே போனாள் "அந்த எழவு விளக்கைப் பெட்டியில் வச்சுத் தொலைக்கப்படாது. பஸ்ஸின் பேயாட்டத்திலே நொறுங்கிப் போச்சு. இப்பொ தஞ்சாவூருக்குப் போகணும்" என்று மொண மொணத்துக் கொண்டே தஞ்சாவூருக்குக் கிளம்பினான். "ரெண்டு ரோஜாப்பூ மாலையும் வாங்கிண்டு வாங்கோ" என்று உள்ளே சென்ற மாமியார் திரும்பி வந்து உத்தரவிட்டாள்.

தஞ்சாவூர் ஐயன் கடை வீதியைச் சுற்றிச் சுற்றிச் சலித்துவிட்டு ஒரு 'டோமும் சிம்னியும்' வாங்கினான். குரங்குப் பிடியாக அவைகளைக் கொண்டுவந்து ஒரு புஷ்பக் கடையில் வைத்துவிட்டுக் காபி சாப்பிடப் போனான். திரும்பி வந்து ரோஜாப்பூ மாலையுடன் கிழக்கு ராஜவீதிக் காளிகோயிலண்டை திருவையாற்றுப் பஸ்ஸுக்காகக் காத்திருந்தான். கண்கள் குறிப்பின்றி அதையும் இதையும் பார்த்தன. இரண்டு விரல் அகலத்திற்கு டோம் விண்டிருந்தது. அவன் மனமும் அப்படியே விண்டது. ஒரே சாமான் ஆதி முதல் தகரார் செய்வதென்றால் கல்லான மனங்கூடச் சஞ்சலப்படாமல் என்ன செய்யும்?

ஒரு வேளை ஷாப்பிலேயே மூளி டோமைத் தன் தலையில் கட்டிவிட்டானோ என்று நினைத்து அங்கே போனான். கடையிலேயே மூளி சாமான் யாதொன்றும் எந்தக் காலத்திலும் இருந்ததில்லை. 'கடவுள் கொடுத்த கண்ணை உபயோகிப்பதுதான் வியாபாரத்தில் திறமை' என்று ஈரோட்டாகப் பேசினான் கடைக்கார சாயபு. புஷ்பக் கடையில் விசாரிப்பது நியாயமாகப் படவில்லை. வேறு

டோம் வாங்கப் போதுமான பணமில்லை. ஆகையால் காளி கோவிலுக்கே திரும்பி வந்தான்.

இரவு ஏழு மணிக்குத் திருவையாற்றை அடைந்தான். அவன் வந்ததும் வராததுமாகப் பெரிய மைத்துனி எதிர்ப் பட்டாள்,

"டோம் எங்கே?"

"இதோ."

பெரிய மைத்துனி வஞ்சம் தீர்த்துக்கொண்டாள்.

"இப்போ எல்லாம் மூளி டோம்தானா கம்பெனியிலே செய்யறா?"

மனைவியும் சேர்ந்துகொண்டாள்.

"ஜாக்கிரதையாய்க் காரியம் செய்யற பேர் காரியமும் என்னைப் போலத்தான் இருக்கு,"

திருடனைத் தேள் கொட்டினாற்போல் இருந்தான் வெங்கடாசலம்.

"இப்போ வரிசையிலே விளக்கை வெக்கறேளோ இல்லையோ?"

"ஓடைஞ்சது வேணாம்னு பார்க்கிறேன்" என்றாள் பெரிய மைத்துனி.

"அதை வச்சூடுவோம். யார் கவனிக்கப்போறா? விளக்கு இல்லை என்ற குறை எதுக்கு?" என்றாள் மனைவி.

இரவு மேளமும் தாளமும் வேதமும் பாட்டும் உறவினரும் சூழ்ந்திருக்க வரிசை எல்லாம் எடுத்து வைக்கப்பட்டன. சொல்லி வைத்தாற்போல் மூளி டோம் மாமியார் கண்ணில் பட்டது.

"இதென்னடி, மூளி டோம் வாங்கி வச்சிருக்கேள்" என்று ரகஸியமாக நடுப்பெண்ணைக் கேட்டாள்.

"ஏதோ பட்டுவிட்டாற்போல் இருக்கிறது."

முதலில் விளக்கை ஊரில் விட்டுவிட்டு வந்தார்கள். இப்பொழுது மூளி டோம் வாங்கி வந்திருக்கிறார்கள். இதெல்லாம் மாமியார் மனத்தில் ஏதோ திகிலை உண்டாக்கிற்று. ஆனால் அதை வெளியே காட்டிக்கொள்ள முடியாத சந்தர்ப்பமாக இருந்தது.

தம்பதிகளுக்கு இன்பத்திலும் உறவினர்களுக்கு விருந்திலும் தூக்கத்திலும் இரவு கழிந்தது. மாமியார், பெரிய மைத்துனி, வெங்கடாசலம், அவன் மனைவி இந் நால்வருடைய உள்ளத்தில் மட்டும் இன்பம் காணவில்லை.

அதிகாலையில் பள்ளி எழுச்சி பாடிவிட்டுப் பெண்ணை விடுதிக்கு அழைத்துப் போகத் தாயாரும் மைத்துனியும் வந்தார்கள். படுக்கை அறையில் மட்டிப்பால் ஊது வத்தி, ஸென்ட், புஷ்பம் இவைகளின் மணம் வீச எல்லாம் சரியாக இருந்தன. ஆனால் விளக்கின் டோமும், சிமினியும் மட்டும் காணோம், அவர்கள் நெஞ்சு 'பக்' கென்று எரிந்தது.

"விடுதிக்கு வந்ததும், 'டோமும் சிம்ளி'யும் எங்கே?" என்று பெண்ணைக் கேட்டாள்.

முதல் முதலாகக் கணவனைப் பார்க்கும் பெண்ணுக்கு இது ஒரு முக்கியமா?

"அதை யாரு கவனிச்சா! ராத்திரி வச்சதைக் காலம்பரத்தான் பார்த்தேன். இரண்டும் வெடிச்சு ஓட்டையாய் இருந்தது. எடுத்துக் கண் மறைவா வச்சிருக்கேன்."

தாயார் கண்ணில் நீர் துளித்தது.

'எதற்காக இந்த விளக்குக்கு இவ்வளவு கேடுகாலம்! அல்லது தனக்குத்தானா?' என்ற கேள்வி மாமியார் உள்ளத்தில் கொதித்தெழுந்தது.

மணி பத்திருக்கும். வீட்டுக்கூடத்திலே பேப்பரை வைத்துக்கொண்டு புருஷர்கள் பேசிக்கொண் டிருந்தார்கள். எம்.ஏ, நம்பர், மாப்பிள்ளை என்ற வார்த்தைகள் அடிபட்டன. பிறகு மாப்பிள்ளையின் தகப்பனார் உதட்டைப் பிதுக்கினார்.

அப்பொழுதுதான் மாமியாருக்கு விஷயம் விளங்கிற்று; மாப்பிள்ளைக்கு எம். ஏ. தேறவில்லையென்று. விளக்கு உடைந்தது இதற்குத்தானா என்று நினைத்துக் கொண்டிருக்கும் பொழுதே தெருப்புறத்தில் ஏகச் சத்தம் கேட்டது. அடுத்த நிமிஷத்தில் நான்கு ஐந்து ஆட்களாக மாப்பிள்ளையைப் பிடித்துத் தூக்கிக் கூடத்தில் கொண்டு வந்து போட்டார்கள். ஒருவர் முகத்திலும் ஈயாடவில்லை. வந்த ஆட்கள் மட்டும் பையன் எதிர்ச் சரகிலிருந்து இந்தச் சரகுக்கு வரும்பொழுது மோட்டார் மோதுண்டு விழுந்ததாகச் சொன்னார்கள்.

டாக்டர் வந்து பார்க்கும் வரையில் மாப்பிள்ளைக் காவது மற்றவர்களுக்காவது பிரக்ஞை இல்லை. வந்த டாக்டர் நன்றாகப் பரிசோதித்துப் பார்த்துவிட்டு வெறும் அதிர்ச்சி என்று சொன்ன பிறகுதான் அங்கிருந்தவர் களுக்கு மூச்சு வந்தது. ஐந்து நிமிஷத்திற்கெல்லாம் பையன் தெளிவடைந்து உட்கார்ந்தான். பெண் வந்த வேளை நல்லவேளைதான்? இன்னும் என்ன வேணும்?' என்றாள் பையனின் தாயார்.

"ஒங்க வாயாலே அப்படிச் சொல்லாதீங்கோ. மாப்பிள்ளைக்குக் கண்டம். தாலி பாக்கியம் பரீக்ஷையோடு போச்சு" என்றாள் பெண்ணின் தாயார்.

"அந்த மூளி விளக்கு வரிசைக்கு வச்சப்பவே எனக்குத் தெரியும்" என்றாள் பெண்ணின் மாமியார்.

பேச்சுத் தடித்தது. ஆனால் இருந்தவர்கள் முற்றும்படி விடவில்லை. இருந்தாலும் சம்பந்திகளுக்குள் காரணமின்றிப் பெண்ணின் மீது ஒரு கசப்பு முளைத்துவிட்டது.

பாவம்! பெண் என்ன செய்வாள்!

# நெருக்கடி

"சரவணமுத்து இருக்கிறாரா?" என்ற குரலைக் கேட்டு வீட்டிலிருந்த அத்தனை குழந்தைகளும் வெளியே வந்துவிட்டனர். பார்த்தால் படி முதல் வீசம் வரையில் எழுந்து வந்து சூழ்ந்து கொண்டது போல் இருந்தது. அதிலும் தேய்ந்து துருப்பிடித்தவை போல் இருந்தன. குழந்தைகளின் உடையும் உடையின்மையும் பெற்றோர்களின் பொருளாதார நிலையை நன்றாக உணர்த்தின.

"யார்!" என்றது ஒரு குழந்தை.

"சரவணமுத்து இருக்கிறாரா என்கிறேன்."

குழந்தைகளில் ஒரு சின்னப் பெண், "இல்லையே" என்றாள். "ஏண்டி இல்லை என்கிறாய். அதான் உள்ளே இருக்கிறாரே! என்ன வேணும் உங்களுக்கு?" என்றான் கொஞ்சம் வயது வந்த பையன் ஒருவன்.

இந்த முரணான பதில்களைக் கேட்டவருக்குக் குடும்பத்தின் நிலையைப் பற்றிய எண்ணம் ஊர்ஜிதமாயிற்று.

"அவரைப் பார்க்கவேண்டும். இன்ஸ்பெக்டர் வந்திருக்கிறார் என்று சொல்லு."

அதற்குள் சரவணமுத்துவே அலங்கோலமாக வாசல்புறம் ஓடி வந்தார். "மன்னிக்க வேண்டும். வாருங்கள், வாருங்கள்" என்று உள்ளே அழைத்துக்கொண்டு போய் ஒரு கிழிந்த பாயை எடுத்துப் போட்டார்.

கூடத்தில் ஒரு இயலாத குழந்தை ஏதோ நோய்வாய்ப்பட்டு ஒரு கிழிந்த துணியில் படுத்துக் கொண்டிருந்தது.

இன்ஸ்பெக்டர் ஒரு தடவை வீட்டை நோட்டம் பார்த்தார். வார்த்தைகளால் தெரிவிக்க தாழ்ந்த நிலையின் சாயலே எங்கும் தென்பட்டது.

"ரொம்ப அபூர்வமாக இருக்கிறதே?"

"அபூர்வமென்ன? சும்மாத்தான்; இந்தப் பக்கம் போனேன: இப்படியே பார்த்துவிட்டுப் போகலாம் என்று தோன்றிற்று."

"நான்கூட ஏதோ கேள்விப்பட்டேன். நீங்கள் காப்பாற்றினால்தான் உண்டு; இல்லாவிட்டால் பிழைப்பே இதோடு முடிந்துவிடும்.'

"கடுதாசு விஷயம் உமக்கு எப்படித் தெரியும்?"

"எப்படியோ தெரிந்தது. எப்பொழுது ஸ்தலத்தைப் பார்ப்பதாக யோசனை?"

"எப்பொழுது பார்க்கலாம் என்று சொன்னாலும் போவோம்."

சரவணமுத்துவின் உடல் ஒரு தரம் நடுங்கி ஒடுங்கிற்று.

"சார்! ஒன்று சொல்லுகிறேன், நீங்கள் கடவுள் மாதிரி. பெரிய மனது செய்தாலொழிய நான் கெட்டு விடுவேன். தோட்டத்திலே பார்க்க ஒன்றுமில்லை. போக வேண்டிய வேலையே இல்லை?'

"ஆ! சவுக்கைப் பயிர் செய்யவே இல்லையா?"

"இல்லை சார்."

"சர்க்கார் பணம்?"

"இங்கே அடிபட்டுப் போய்விட்டது."

"பெரிய குற்றமாச்சே ஐயா? பிழைப்பிலே மண் விழுந்துவிடும் என்று தெரியாதா?"

"என்ன தெரிந்து என்ன செய்கிறது சார்? இதோ இந்தக் கூடத்துக்கு ஒழிவில்லாமல் ஒரு வருஷமாக ஒருவர் மாறி ஒருவராகச் சீக்கு எனக்குச் சம்பளத்தைத் தவிரச் சில்லறை சம்பாதிக்கத் தெரியாது. நெடுக முடை. பணம் செலவழிந்து போய்விட்டது. பின்னாலே அங்கே இங்கே புரட்டிக் காரியத்தைச் செய்துவிடலாம் என்று பார்த்தேன். நடக்கவில்லை. அதற்குள்ளே எவனே அநாமதேயத் தபாலை அனுப்பிவிட்டான். கொஞ்ச நாளைக்கு ஓட்டுங்களேன். ஏதாவது செய்துவிடுகிறேன்."

"நான் போய் ஸ்தலத்தைப் பார்த்தே ஒரு வாரம் ஆகி விட்டது. நீர் சொல்வதற்காக ஒரு வாரம் பொறுத்துப் பார்க்கலாம். அதற்குள் இடத்தைப் பண்படுத்திச் சவுக்கைக் கன்று வாங்கி நட்டு முளைக்கச் செய்துவிட முடியுமா?"

"முடியவேண்டும். இல்லாவிட்டால் நான் என்ன கதி ஆகிறது? பக்கத்திலே சவுக்கைப்பயிர் பண்ணியிருப்பதைப் பார்த்தீர்களா?"

"பார்த்தேன். அதை வைத்துக்கொண்டு இந்தப் புகாரைப் பொய் என்று எழுதி அனுப்பச் சொல்லுகிறீரா?"

"அப்படிச் சொல்வேனா சார்? எனக்கு ஒன்றுமே தோன்றவில்லை. நீங்கள் எது செய்தாலும் சரிதான். வெள்ளம் தலைக்குமேலே போய்விட்டது.'

"ஒரு வாரம் இல்லை. இரண்டு வாரம் பார்க்கிறேன். அதற்குள் ஏதாவது செய்தி இருந்தால் என்னிடம் வந்து சொல்லுங்கள். நீர் வராவிட்டால் பதினாறாவது நாள் என் அறிக்கையை அனுப்பிவிடுகிறேன்.

இன்ஸ்பெக்டர் கூடத்தை விட்டுக் கிளம்பிவிட்டார். குறைந்த சம்பளமும் நிறைந்த சீக்குமாகச் சேர்ந்து சரவணமுத்துவை

அயோக்கியன் ஆக்கிவிட்டன என்று இன்ஸ்பெக்டருக்குத் தெரிந்து என்ன லாபம்?

சரவணமுத்து குடி இருந்த வீட்டுக்குப் பக்கத்தில் ஒரு பெரிய பங்களா. சொந்தக்காரர் விவசாயக் கம்பனி ஒன்றில் வேலை பார்த்துவந்தார். பங்களாவை விடத் தோட் டம் அழகாக இருக்கும் என்று சொன்னால் பங்களாவுக்கு இழுக்கு ஒன்றுமில்லை. வருஷம் முந்நூற்று அறுபத்தைந்து நாளும் ஏதாவது காய்கறி கிடைக்காமல் போகாது. நாள் தவறினாலும் தோட்டத்தில் புஷ்பம் தவறாது. செடிகளும் கொடிகளும் வெகு செழுமையாகவும் அழகாகவும் இருக்கும்.

ஒழிந்த வேளைகளில் சரவணமுத்து இங்கேதான் வருவார். பங்களா சொந்தக்காரரோடு அதையும் இதையும் பற்றிப் பேசிவிட்டுப் பாக்கிப் பொழுதைத் தோட்டத்தில் போக்குவார். தரித்திரத்தில் உழலும் மனத்துக்குத் தோட்டத்துப் பச்சையும் சிவப்பும் காய்கறிகளும் புஷ்பங்களின் மணமும் விவரிக்க முடியாத ஆறுதலைக் கொடுக்கும். அன்று மாலை மகா வேதனையுடன் சரவண முத்து, தோட்டத்தின் ஒரு மூலையில் உட்கார்ந்திருந்தார். அன்றுதான் அவர் வேலைக்குக் காரியாலயத்தில் சீட்டுக் கொடுத்துவிட்டார்கள். பதினைந்து நாள் பார்த்துவிட்டு இன்ஸ்பெக்டர், மொட்டை மனுவில் கண்ட விஷயம் மெய் தான் என்றும், வெறும் கட்டாந்தரையைத் தவிர ஸ்தலத்திலே வேறொன்றும் இல்லை என்றும் மேலே எழுதி அனுப்பி விட்டார். குறிப்பிட்ட காரியத்துக்காகக் கொடுக்கப்பட்ட பணத்தை அதற்காகச் செலவழிக்காமல் சர்க்காரை மோசம் செய்துவிட்டார் என்று சரவணமுத்துவின் மீது குற்றம் சாட்டப்பட்டது. குடும்பக் கஷ்டத்தினால் தவறு நேர்ந்து விட்டது என்றும் கொஞ்சம் கெடுக் கொடுத்தால் பயிர் செய்து விடுவதாகவும் மன்னிப்புக் கோரிச் சமாதானம் எழுதி வைத்தார். நிர்வாக முறை என்றால் தர்மப் பிரபுவா? - கொஞ்சம் ஈரமும் நெஞ்சமும் இருக்க? தாட்சண்யமின்றி வேலைக்குச் சீட்டுக் கொடுத்துவிட்டார்கள். உத்தரவு இன்றுதான் கிடைத்திருந்தது. அந்தத் துயரத்தைத்

தாங்கமாட்டாமல் தான் சரவணமுத்து, பங்களாத் தோட்டத்தில் உட்கார்ந்திருந்தார்.

எதிர்த்தாற்போல ஒரு நாரத்தை மரம் இருந்தது. அதில் ஒரு கிளையிலிருந்து தேன் சிட்டுக்கூடு ஒன்று லோலக்கைப் போல் தொங்கிக் கொண் டிருந்தது. சரவண முத்துவை அறியாமலேயே கூட்டின் கட்டிடத் திறமை அவர் மனத்தை வசப்படுத்திவிட்டது. சிறிது நேரத்திற்கெல்லாம் ஒரு சிட்டு, கூட்டின் வாசலண்டை போய்க் குந்திற்று. கூட்டுக்குள் இருந்து ஒரு குஞ்சு கத்திக் கொண்டே வாசலண்டை வந்து வாயைத் திறந்தது. வந்த குஞ்சின் வாயில் எதையோ ஊட்டி விட்டுப் பறந்து விட்டது குருவி. அது போன சிறிது நேரத்திற்கெல்லாம் மற்றொரு குருவி வந்து அதே காரியத்தைத் திரும்பவும் செய்துவிட்டுப் பறந்து சென்றது. இதே மாதிரி மாறி மாறிப் பல தடவை நடந்தது. குருவிகளாய் இருந்தால் கவலை இல்லாமல் இருக்குமே என்று சரவணமுத்து நினைத்துக்கொண்டார்.

இப்படி நினைத்துக்கொண்டிருக்கும்பொழுதே சரவணமுத்துவின் பார்வை மற்றொரு மரத்தில் விழுந்தது. அந்த மரத்தில் விநோதமான கொடி ஒன்று படர்ந்திருந் தது. கொடியைப் பார்த்த உடனேயே பயிர் செய்யப்பட்ட கொடி என்பது விளங்கிவிட்டது. ஆனால் மலைப்பாம்பு சுற்றிக்கொள்வது போல் சீந்தில் கொடி ஒன்றும் அதைச் சுற்றிக்கொண்டிருந்தது.

சரவணமுத்துவுக்கு ஏதோ ஒரு விதமான கிளர்ச்சி. கொடியின் அருகில் போய்ப் பார்த்தார். குரல்வளையைப் பிடித்து நெருக்கி ஒருவரைக் கொன்றால் கழுத்தில் குறிகள் இருக்கும் என்பார்களே அதைப் போன்ற குறிகள் பயிர் செய்யப்பட்ட கொடியில் தென்பட்டன.

உலகத்தில் பிழைக்க முயலும்போது சீந்தில் கொடியைப் போல் தரித்திரமும் கூட வந்து கழுத்தை நெறிக்காமல்

இருக்காது போல் இருக்கிறது என்ற எண்ணம் மிதந்தெழுந்தது.

பங்களாச் சொந்தக்காரரின் குரலைக் கேட்டது தான் சரவணமுத்து, திடுக்கிட்டுச் சுயநினைவை அடைந்தார்.

"வந்து ரொம்ப நேரம் ஆயிற்றோ?'

"ஆமாம்."

"பூச்சி பிடித்த பீர்க்கன் இலை மாதிரி இருக்கிறதே முகம்?" என்று பங்களாக்காரர் அரைக் கேலியாகக் கேட் டார்.

சரவணமுத்து, பதில் சொல்லவில்லை. சொல்ல முடியவில்லை. அவர் முகத்தைப் பங்களாக்காரர் திரும்பவும் ஊன்றிப் பார்த்தார்."எப்பொழுதும்போல் இல்லையே? என்ன விசேஷம்?" என்று வற்புறுத்தினார். உண்மையைச் சொல்லச் சரவணமுத்துவின் மனம் இடம் தரவில்லை.

என்றாலும் ஏற்பட்டிருக்கும் நிலையைத் தாங்கக் கூடிய தெளிவோ சமாளிக்கக்கூடிய திறனோ அவருக்கு இல்லை. ஆற்றிலே மிதக்கும் சுள்ளியைப்போன்றதுதான் அவர் மனப்பான்மை. கடைசியாக, விவரத்தை எல்லாம் கூறினார்.

"என்ன அசட்டுத்தனமையா! இந்த மாதிரி கஷ்டம் என்று முன்பே சொல்லியிருக்க லாகாதா?"

"ஒரு நாள் கஷ்டமானால் சொல்லிக் கொள்ளலாம். ஓயாத கஷ்டத்தைப் பிறரிடம் சொல்லி என்ன செய்வது?"

"ரொம்பப் புத்திசாலித்தனமாக வேதாந்தமாகப் பேசுகிறீர். இப்பொழுது என்ன செய்வதாக யோசனை?"

"ஒன்றும் தோன்றவில்லை. கண்ணை மூடிக்கொண்டு காலை நீட்டவேண்டியதுதான்."

"ஒழிவில் பிறகு ஒடுங்கலாம். நான் சொல்வதைத் தற்பொழுது கேட்டு வையுங்கள். ஓர் அப்பீலைத் தயார் செய்து மேலே அனுப்புங்கள்."

"என்னவென்று எழுத? சவுக்கைப்பயிரோ வைக்கவில்லை. இன்ஸ்பெக்டரும் பார்த்துவிட்டுப் போயிருக்கிறார். இப்பொழுது என்ன அப்பீல் போடுவது?"

"உமக்குத் தெரியாது. நான் சொல்லுகிறபடி எழுதிப்போடுங்கள் என்று சொல்லிவிட்டு அப்பீல் செய்யவேண்டிய விதத்தைப் பற்றிப் பங்களாக்காரர் விளக்கிக் கூறினார்.

"ஸ்தலத்தில் பயிர் இல்லாதபொழுது இருப்பது போல் எழுதச் சொல்லுகிறீர்களே!'

"ஆமாம். பயிரை உண்டாக்கிவிடுவோம்."

"இன்ஸ்பெக்டர் பார்த்து..."

"ஸ்தலத்தில் மாறாட்டம்."

"என்னால் ஆரம்பத்தில் பயிர் செய்ய முடியாமல் போனதினாலேதானே இவ்வளவு கஷ்டமும்."

"கவலைப்படாதேயும். நான் செலவழித்துச் செய்து விடுகிறேன்."

"ஒரு வருஷம் வளர்ந்திருக்க வேண்டிய பயிருக்குப் பதிலாக ஒரு மாதப் பயிரைக் காட்டினால் போதுமா?"

"நீர் இன்னும் பழைய யுகத்திலேயே இருந்து கொண்டிருக்கிறீர். இந்தக் கத்தரிப் பாத்தியை வந்து பார்த்து விட்டுச் சொல்லையா!" தோட்டத்துக் கோடியில் இரண்டு கத்தரிப் பாத்திகள் இருந்தன. ஒன்றில் கத்தரிக்காய் சாதாரணமான அளவில் காய்த்திருந்தது. மற்றொன்றில் பெரிய

மணிகளைப் போல் குண்டுகுண்டாகவும் ஏழெட்டு இஞ்சு நீளமுள்ளவைகளாகவும், கத்தரிக்காய்கள் காய்த்திருந்தன.

"இதென்ன, அதென்ன?" என்று சரவணமுத்து பிரமித்தார்.

'இது சாதாரண முறையில் பயிர் செய்யப்பட்ட கத்தரிப்பாத்தி. இது மின்சார ஜலம் பாய்ச்சி விஞ்ஞான முறையில் பயிர் செய்யப்பட்ட பாத்தி.

'விஞ்ஞான ரீதியில் பயிர் செய்தால் ஒருமாதப் பயிர் ஒரு வருஷத்துப் பயிரைப் போல் தோற்றமளிக்கும் என்றா சொல்கிறீர்கள்!'

"அந்தக் கவலை எல்லாம் உமக்கேன்? பயிரைக் காட்ட வேண்டியது என் பொறுப்பு. அப்பிலைப் போடவேண் டியது உம் பொறுப்பு."

"இன்ஸ்பெக்டர் பொய்யன் ஆகிவிடுவாரே!"

"வேண்டாமே; ஒரு சாண் கயிறு தருகிறேன். மயானத்துக்குப் போங்கள்! ஹரிச்சந்திரன் இருப்பார்! சாட்சியை வைத்துக்கொண்டு சுருக்கு மாட்டிக்கொள்ளுங்கள்."

அவநம்பிக்கையுடன் சிரித்துக் கொண்டே சரவண முத்து குறிப்பின்றி எதிரே பார்த்தார். அவரைக்கொடி ஒன்று கொழுகொம்பின் தயவுடன் மேலே படர்ந்து கொண்டிருப்பது தெரிந்தது. செயற்கையின் உதவியைக் கொண்டுதான் இயற்கைகூட ஊன்றிக்கொள்ள முடியும் என்று சொல்லுவது போல் இருந்தது.

"அப்பீலை நீங்களே தயார்செய்து நாளைக்கு என்னிடம் கொடுத்துவிடுங்கள். நான் மேலே அனுப்பிவிடுகிறேன்."

"பைத்தியக்கார மனுஷன்!" என்று அத்தாட்சி வழங்கினார் பங்களாக்காரர்.

சரவணமுத்துவின் அப்பீலைப் படித்த சென்னை மாகாண அதிகாரிக்கு ரௌத்திரம் பொங்கிற்று. மொட்டை மனுவின் பேரில் என்ன நடவடிக்கை எடுத் துக் கொள்ளப்பட்டது என்று குமாஸ்தாவை அதிகாரி கடிந்துகொண்டார்.

குமாஸ்தா மறுத்துப் பேசாமல் இன்ஸ்பெக்டரின் அறிக்கையை எடுத்து மேஜை மேல் வைத்தார்.

அதைப் படித்த அதிகாரிக்குக் குழப்பம் உண்டாகி விட்டது. சவுக்கைப் பயிர் செய்யப்பட்டிருக்கிறது என்று அப்பீலில் சொல்லப்பட்டிருந்தது. இன்ஸ்பெக்டரோ பயிர் செய்யப்படவில்லை என்று அறிக்கை அனுப்பி இருந்தார். எது உண்மை? யார் பொய்யன்? என்பது அவருக்கு உடனே விளங்கவில்லை.

கோபம்தான் அளவுக்கு மீறி எழுந்தது. உடனே ஸ்தலத்தைப் பார்வையிட்டு அறிக்கை அனுப்பும்படி தம் அந்தரங்க குமாஸ்தாவுக்குக் கட்டளையிட்டார்.

மூன்று நாளைக்குள் அறிக்கை வந்துவிட்டது. ஒரு வருஷத்துச் சவுக்கைப் பயிர் ஸ்தலத்தில் இருப்பதாகக் கண்டிருந்தது.

முதலெடுப்பில் அதிகாரிக்கு இன்ஸ்பெக்டரின் மேல் அவநம்பிக்கை உண்டாயிற்று. அவரைப்பற்றிக் காரியாலயத்தில் உள்ள அந்தரங்கக் குறிப்புகளைப் புரட்டிப் பார்த்தார். இலாகாவிலேயே நேர்மைக்குப் பெயர் பெற்றவர் என்று குறிப்பிடப்பட்டிருந்தது.

அதிகாரிக்கு முன்பு எழுந்த ஆத்திரம் இப்பொழுது எழவில்லை. அப்பீலைப் பைசல் செய்ய வேண்டும் என்ற துறையில் தான் கவனம் சென்றது. மாகாண அதிகாரிக்குள்ள அநுபோகம் எங்கே போகும்?

சரவணமுத்துவை வேலையை விட்டு நீக்கிய உத்தரவு பிசகு என்று ரத்துத் செய்துவிட்டுப் பொய் அறிக்கை அனுப்பியதாக ஏன் நடவடிக்கை எடுத்துக் கொள்ளக்கூடாது என்று

இன்ஸ்பெக்டருக்கு நோட்டீஸ் அனுப்பும்படி குறிப்பிட்டுத் தம் தீர்ப்பை முடித்து வைத்தார்.

ஒழுங்கு நடவடிக்கை சம்பந்தமான நோட்டீஸ் கிடைக்கப் பெற்ற இன்ஸ்பெக்டர் திடுக்கிட்டார். நேரம் பார்த்தது பொய் என்றே ஸ்தலத்தில் மாறாட்டம் உண்டாகிவிட்டது என்றோ அவருக்குச் சந்தேகம் இல்லை, பின்? எதுதான் உண்மை என்பது அவருக்குப் புரியவில்லை.

மறுபடியும் சவுக்கை ஸ்தலத்தைப் பார்வையிட்டார். கட்டாந்தரையாக இருந்த இடத்தில் சவுக்கை, செழுமையாக வளர்ந்திருந்தது. திகைப்பு, கரைபுரண்டது.

அங்கிருந்து நேரடியாகச் சரவணமுத்துவின் வீட்டிற்குச் சென்றார்.

"இதென்ன செப்பிடு வித்தை! கட்டாந்தரையில் இரண்டு மாதத்திற்குள் பயிர் ஏற்றிவிட்டீரே! அதோடு எனக்கும் ஆபத்தைக் கொண்டுவந்துவிட்டீரே!"

"பக்கத்துப் பங்களாக்காரர் நான் பிழைக்கச் செய்த வழி" என்று சரணவமுத்து முழு விவரத்தையும் கூறினார்.

இன்ஸ்பெக்டரின் வியப்பு, திடீரென்று வேறு திக்கை நோக்கித் திரும்பிற்று. ஒழுங்கு நடவடிக்கைக்கு உண்மையை அம்பலப்படுத்திப் பதில் எழுதி அனுப்ப வேண்டியது அவசியந்தானா என்ற கேள்வி மனத்தில் பிறந்தது. குழந்தைகளோ தமக்கில்லை. உத்தியோகத் துறையில் ஓய்வு பெறும் கால எல்லை கூட நெருங்கிக் கொண்டிருந்தது. ஸ்தலத்தைப் பார்வையிட்டதில் ஏதோ மாறாட்டம் ஏற்பட்டிருக்கக்கூடும் என்று சமாதானம் கூறினால் ஓய்வெடுத்துக் கொள்ளும்படி மேல் அதிகாரி கட்டாயப் படுத்துவதைத் தவிர எதுவும் நிகழ்ந்துவிடாது என்று குருட்டுத்தனமாக இன்ஸ்பெக்டர் எண்ணினார்.

"சரவணமுத்து! பங்களாக்காரர் விளக்கேற்றி வைத்தார் என்று சொன்னீரல்லவா? நான் விளக்குக்கு எண்ணெயாக இருந்துவிட்டுப் போகிறேன்" என்று சொல்லிக்கொண்டே தம் வீட்டிற்குக் கிளம்பினார்,

**முற்றும்.**

★★★

www.ingramcontent.com/pod-product-compliance
Lightning Source LLC
LaVergne TN
LVHW050657051026
849532LV00002B/664
*9788168511248*